நீர்ப்பறவைகளின் தியானம்

நீர்ப்பறவைகளின் தியானம்

யுவன் சந்திரசேகர்

எழுத்து
பிரசுரம்

Title: Neerparavaikalin Dhyaanam
Author's Name: Yuvan Chandrasekar

Published by Ezutthu Prachuram

Ezutthu Prachuram
(An imprint of Zero Degree Publishing)
No. 55(7), R Block, 6th Avenue,
Anna Nagar,
Chennai - 600 040

Website: www.zerodegreepublishing.com
E Mail id: zerodegreepublishing@gmail.com
Phone: 89250 61999

Ezutthu Prachuram First Edition: November 2023
ISBN: 978-93-90053-46-9
TITLE NO EP: 472

Layout: G.Selva kumar
Cover Design: Vijayan, Creative Studio

அன்பு நண்பன் ஜெயமோகனுக்கு

நனவிலிருந்து கனவுக்கு...

ஒன்றாம் வகுப்பு முதல் ஐந்தாம் வகுப்புவரை கரட்டுப்பட்டியில் உள்ள பஞ்சாயத்து ஒன்றியத் துவக்கப்பள்ளியில் படித்தேன். ஐந்து வயது நிரம்பாவிட்டால் சேர்த்துக்கொள்ள மாட்டார்கள் - நறுங்கலாக இருக்கும் குழந்தைகளை, பின்னந்தலையைச் சுற்றி வலது கையைக் கொண்டுவந்து இடதுகாதைத் தொடச் சொல்வார் தலைமையாசிரியர். மூன்று வயது முடிவதற்கு முன்னாலேயே ஆங்கிலப் பள்ளிகளில் கொண்டுபோய்த் தள்ளி அமுக்கும் வழக்கமெல்லாம் கிடையாது.

பள்ளியில் சேர்ப்பதற்கு முன்னதாகவே வீட்டில் பாடம் ஆரம்பித்து விட்டது. படம் பட்டம் மடம் மட்டம் என்றெல்லாம் எழுதவும் படிக்கவும் பயிற்சி பெற்றிருந்தேன். இதெல்லாம் சொல்லித்தந்த அம்மா, ஆசிரியர்களை எப்படி அழைப்பது என்று சொல்லித்தராமல் போனாள்.

முதல்நாள் பள்ளிக்கூடத்தில் அப்பா விட்டுவிட்டு வந்தபிறகு அழுத ஞாபகம் இல்லை. மாறாக, ரோஸ்லின் டீச்சரின் பக்கத்தில் சென்று சதா ஒட்டிக்கொண்டு நின்றது ஞாபகம் இருக்கிறது. எங்கள் வீட்டில் பயன்பட்ட ரெமி பவுடர் போலில்லாமல் டீச்சரிடமிருந்து வேறொரு வாசனை வந்தது.

மத்தியானம் சாப்பிடுவதற்காக வீட்டுக்குப் போய்த் திரும்பிய பிறகு தைரியம் வந்து கேட்டேன். சிரித்துக்கொண்டே, வேறு ஏதோ பவுடர் பெயர் சொன்னார். ஞாபகத்தில் இல்லை. டீச்சர் ஏகப்பட்ட பாட்டுகள் சொல்லித் தந்தார். குறிப்பாக,

> பேராசைக் காரனான ஒருவனிடம்
> அதிசயமான தொரு வாத்து உண்டு
> அதிசய வாத்து தினந்தோறும்
> ஒவ்வொரு பொன்முட்டை தனையிட்டது...

என்று வரும் மைதாஸ் கதைப் பாடல் இப்போது நினைத்தாலும் டீச்சரின் குரலிலேயே என் காதில் ஒலிக்கிறது.

அப்போதெல்லாம், சச்சதுரமான பெரிய சைஸ் மரப்பெட்டியைத் தலைச்சுமையாகச் சுமந்து ஊர்ஊராக வளையல் விற்றுவருபவர்கள் உண்டு. வளவிச் செட்டியார் என்று பெயர். பெட்டியின் மூடியிலும் உள்புறம் வளையல்கள் அடுக்கியிருக்கும். பள்ளியில், ஐந்தாவது வகுப்பு வரை சிலேட் உண்டு. முதல் வகுப்புக்கு சிலேட் மட்டுமே. இப்போதுள்ள நகர்ப்புறக் குழந்தைகளுக்கு சிலேட் என்றால் என்னவென்றே தெரியாது என்று நினைக்கிறேன்.

நாங்கள் சிலேட்டுப் பையைத் தலையில் வைத்து அதன் காதுகளைக் கையால் இழுத்துப் பிடித்தபடி ‘வளவீ வளவீ’ என்று தெருவெங்கும் கதறிக் கொண்டு வருவோம். காலையில் பள்ளி செல்லும்போது இருக்கும் ஒழுங்கும் சாத்வீகமும் சாயங்காலத்தில் அறவே காணாமல் போயிருக்கும்.

தலைமையாசிரியர் என்னுடைய மூன்றாவது அண்ணனின் நண்பர். வாடிப்பட்டியிலிருந்து தினசரி சைக்கிளில் வருபவர். எங்களுடைய வீட்டுக்கும் சில தடவை வந்திருக்கிறார். என் அண்ணன் வாடிப்பட்டி பஞ்சாயத்து யூனியன் அலுவலகத்தில் தற்காலிகமாகப் பணிபுரிந்து வந்தார்.

முதல்நாள் சாயங்காலம் பள்ளியைவிட்டுக் கிளம்பும்போதே நானும் வளையல் வியாபாரம் பழகிவிட்டேன். வழியில் தலைமையாசிரியர் திரு. திருவரங்கராஜன் எங்களைக் கடந்து போனார். நான் உற்சாகமாக அவரைப் பார்த்துக் கூவினேன்:

வாத்யார்...

அவர் அதை ரசிக்கவில்லைபோல. அன்றிரவு அண்ணன் எனக்கு புத்தி சொன்னார். 'வாத்யார்' என்று அழைக்கக் கூடாதாம். 'ஸார்' என்றுதான் சொல்லவேண்டுமாம். அமரர் எம்ஜீயாரை அவரது அபிமானிகள் 'வாத்தியார்' என்றுதான் குறிப்பிடவும் கூப்பிடவும் செய்வார்கள் என்றெல்லாம் அப்போது எனக்குத் தெரியாது.

என் அபிமான எழுத்தாளர் கார்லோஸ் கேஸ்டநெடா எழுதிய ஒரு நூலில் பின்வரும் அர்த்தத்தில் ஒரு கருத்து உண்டு.

> வெற்றுத்தாள்போலப் பிறக்கும் குழந்தைகளின் பிரக்ஞையில் பல்வேறு செய்திகளைப் பதியவைப்பதன் மூலம் அவர்களை ஏற்கெனவே நிறுவப்பட்டு நிலைத்திருக்கும் சமூக அமைப்பில் உறுப்பினராக்க சதா முயல்கிறோம்.

வாலிப நாட்களில் இதைப் படித்தபோது, திருவரங்கராஜன் ஸாரும் என் அண்ணனும் நினைவில் வந்தார்கள். பள்ளிக்கூடம் விட்டுத் திரும்பிய முதல்நாள் சாயங்காலமும் அழுத்தமாக நினைவு வந்தது.

மேற்சொன்ன பத்தியை என் கதைகளுக்கான அடிப்படை சூட்சும மாகச் சொல்லலாம். ஞாபகங்களிலிருந்து கற்பனைக்கு நகர்வதும், சிந்தனையின் ஒரு தெறிப்பைப் பற்றிக்கொண்டு ஞாபகத்தின் அடியாழத்தில் எதையோ தேடிச் செல்வதுமான இருவழிப் போக்குவரத்து பிறப்பிக்கும் சம்பவத் தொடர்களே என் கதைகள்.

சாதாரண நிகழ்வுகளின் பின்புலமாக இருக்கும் அதீத நிலையையும், அசாதாரண நிகழ்வுகளின் அச்சுக்குக் கீழ் இருக்கும் இயல்பு நிலையையும் பற்ற முயல்கிறேன். நனவிலிருந்து கனவுக்கும், கனவின் விளிம்பு தாண்டி யதார்த்தத்துக்கும் என்று கடிகார ஊசல்போல அசைந்தாடுவது மிகுந்த சுவாரசியம் தருகிறது எனக்கு.

எங்கோ அரிஸோனாவில் வசித்த, கார்லோஸ் கேஸ்டநெடாவின் மாந்திரீக ஆசான் டான் ஜூவானும், கரட்டுப்பட்டியில் கடந்த என் இளவயதும் அடுத்தடுத்துக் கிடக்கும்போது, காலமும் இடமும் தமது விசுவரூபங்களை இழந்து சின்னஞ்சிறு குமிழ்போல ஆகிவிடுவதைக்

காணக் கிடைக்கிறது. அந்தச் சிமிழை வெளியிலிருந்து வேடிக்கை பார்க்கும் நூதனமான குறுகுறுப்பும் உண்டாகிறது. சில வேளைகளில், குமிழின் உட்புறம் முழுவதும் நானே வியாபித்திருக்கிற மாதிரியான உணர்வு தட்டுகிறது.

வெவ்வேறு கால - இட அலகுகளை ஊடிணைத்து ஒரு வலை பின்ன முயலும்போது, பித்தம் தலைக்கேறிக் கிறுகிறுக்கிற மாதிரியான பரவசம் சித்திக்கிறது.

ஒன்றுக்கொன்று தொடர்பில்லாதவையாகத் தோற்றமளிக்கும் கதைகளை நுட்பமாகக் கோத்துச் செல்லும் சரடு சில சமயம் வெளிப்படையானது. பல சமயம் பூடகமாக இருப்பது. வாசகருக்கு இணையாக நானும் அந்தச் சரடைத் தேடிப் பிடிக்க முயல்கிறேன். கவிதை எழுதத் தொடங்கிய நாட்களில், ஒன்றுக்கு மேற்பட்ட படிமங்களைக் கோக்க முற்படும்போது, முற்றிலும் புதியதொரு வாசிப்பனுபவம் உருவாவதை உணர்ந்திருக்கிறேன். அதே விதமாக, புனைகதையிலும் நிகழ்த்திப் பார்ப்பதே என் ஆவல்.

கதையின் முதல் வாக்கியம் உருவாகும்வரை பிரளய வேகத்தில் மனத்துக்குள் தோன்றி மறையும் சம்பவங்கள், பார்வைப் புள்ளிகளில் எவற்றையெல்லாம் தேர்வது, எந்தவிதமாக இணைத்துப் பார்ப்பது என்பதெல்லாம் எந்நேரமும் நிலவும் போதநிலையைத் தாண்டி பெயரற்ற ஒரு அகவெளியில் நிகழ்கிற மாதிரி பிரமை தட்டுகிறது.

சம்பவங்கள்தாம் என்றில்லை, ஒரேயொரு கதாபாத்திரம் தட்டுப் பட்டுவிட்டாலும், அந்தப் பாத்திரத்தைச் சுற்றி மனம் வலை பின்ன ஆரம்பித்துவிடும். சித்தம் போகும் வழியில் வாக்கியங்கள் உருவாகிக் கதை நகர்ந்துகொண்டு போகும். அப்போது மனம் கொள்ளும் வேகத்தை, பிற நேரங்களில் செயல்பாட்டுத் தளமாக இயங்கும் சுயம் சும்மா வேடிக்கை பார்த்துக்கொண்டு மட்டுமே இருக்கும்.

என்னுடைய கதைகளைப் பற்றி சாதகமாகவும், எதிர்மறையாகவும் அபிப்பிராயம் சொல்லும் நண்பர்கள் போஸ்ட் மாடர்னிஸம், மேஜிக்கல் ரியலிஸம் என்பது மாதிரியான சொற்றொடர்களையும் பயன்படுத்துகிறார்கள். இரண்டு உண்மைகளைச் சொல்லி யாக வேண்டும். இந்தச் சொற்றொடர்களை நானும்

கேள்விப்பட்டிருக்கிறேனேயொழிய, அவை சம்பந்தமாக ஆழ்ந்த வாசிப்பறிவு எனக்குக் கிடையாது. எது தொடர்பாகவும் பரந்த வாசிப்பறிவு இல்லாதவன் நான். எனக்குத் தோன்றும் விதமாகக் கதைசொல்கிறேன், அவ்வளவுதான்.

இரண்டாவது, கதைகளை வாசிப்பதற்கும், எழுதுவதற்குமேகூட, இதுபோன்ற சொற்றொடர்களும் அவை முன்னிறுத்தும் கோட்பாடுகளும் பெருமளவில் நேரடியாகப் பயன்படும் என்று நான் நம்பவில்லை. வாசகரின் அகப்பரப்பில் கதையை வேரூன்ற வைப்பது, கதைக் களத்தோடும், கதை மாந்தரோடும் உருவாகும் அந்தரங்கமான உறவுதானே தவிர, உரத்த சிந்தனைகள் அல்ல என்று நம்புகிறேன்.

புனைகதையை ஒரு சந்தர்ப்பமாக வைத்து, புதியவகை நிலப் பரப்பையும் மனப்பரப்பையும் சந்திகளையும் உருவாக்க முயல்கிறேன் - அவற்றின் நூதனம் கருதியும், வாசிக்கும் மனத்தில் அவை விளைவிக்கக் கூடும் கிளர்ச்சியை உத்தேசித்தும். மற்றபடி, என் கதைகளின் வகைப்பாடு செவ்வியலா, நவீனத்துவமா, பின் நவீனத்துவமா என்பதெல்லாம் என்னுடைய அக்கறை அல்ல. வாசகரின் அக்கறையாகவும் இருக்காது என்றே நினைக்கிறேன். விமர்சகர்களுக்கு ஒரு ஆதாரக் கடமை இருக்கிறது - இந்தக் கதைகளைக் கச்சிதமாகப் பாத்தி பிரித்து வகைப்படுத்துவது. அவர்கள் மீது எனக்கு ஒரு புகாரும் கிடையாது. தங்கள் பணியைச் செய்கிறார்கள், பாவம்.

வாசிப்பு அனுபவம் தொடர்பாகவும் ஒன்று சொல்வதற்கிருக்கிறது. முன்னர் நான் எழுதிய **தபஸ்வினி** என்ற கதையின் மையப் பாத்திரம், இளம் வயதிலேயே கணவரை இழந்த அத்தை. அது என்னுடைய சொந்த அத்தையோ என்று விசாரித்து அனுதாபம் தெரிவித்த நண்பர்களும் உண்டு. அது முழுக்கமுழுக்கக் கற்பனையான பாத்திரம், அந்தக் கதையில் நிகழ்ந்த சகலமும் கற்பனைதான் என்று சொன்னபோது நம்ப மறுத்தார்கள். தன்மை ஒருமையில் எழுதப்படும் கதைகள் எல்லாம் கதாசிரியனுடைய சுய வரலாற்றின் பகுதிகள் என்ற நம்பிக்கையிலிருந்து முழுக்க மீளாத வாசிப்புப் பழக்கம் இன்னமும் நிலவும் சூழல் நம்முடையது.

ஆரம்பக் கதைகளுக்கு என் பால்ய காலமும், வாலிபப் பிராயமும் சம்பந்தப்பட்ட நினைவுகள் பெருமளவில் உதவத்தான் செய்தன. ஆனால், அவை வெகுவேகமாகத் தீர்ந்து காலியான வெற்றிடத்தை நிரப்புவதற்குக் கற்பனையின் சுனை திறந்துகொண்டது.

தன்மை ஒருமையில் கதை சொல்வது எனக்குப் பிடித்திருக்கிறது, என்னுடைய சொல்முறைக்கு வாகாக இருக்கிறது. மற்றபடி, என் கதைகளில் வரும் அத்தனை நான்களும் நானே அல்ல. சில நான்களில் நானும் ஒரு சிறு விகிதத்தில் கலந்திருப்பேன். பிற நான்கள் எல்லாமே வெறும் யூகத்தின் அடிப்படையில் உருவானவைதாம். நடைமுறை வாழ்க்கையில் நம்மைச் சுற்றிப் பின்னியிருக்கும் நிகழ்வுகளையும் மனிதர்களையும் பற்றி நமக்குள் இயல்பான அனுமானங்களும், கட்டுமானங்களும் இருப்பதில்லையா, அதுபோல.

எழுத ஆரம்பித்த பிறகு, ஆற்றொழுக்கு போல நகர்ந்து செல்லும் வாக்கியங்களுக்கு ஆட்பட்டு இழுபடுவதில் தனித்துவம் வாய்ந்த ஆனந்தம் கிடைக்கிறது. கடைசியாக வந்து சேரும் இடத்தைப் பார்த்து ஆச்சரியமும் இன்பமும் கலந்த ஒரு குமிழ் மனத்துக்குள் வெடிக்கிறது. எழுதுவதன் முழுப் பலனையும் பெற்றுவிட்டதான நிறைவு உண்டாகிறது. எழுதிக்கொண்டே போகும்போதும் இந்தக் கதையில் இன்னும் என்னவெல்லாம் வந்து சேரும், இது எங்கே சென்று முடியும் என்பது தொடர்பான சிறு குறிப்புகூடக் கைவசம் இல்லாமல் முன்னேறிச் செல்வதில் கிடைக்கும் போதை அபூர்வமானது.

கதைகளின் வெற்றி - தோல்வியெல்லாம் ஒரு பொருட்டேயில்லை. அதை உத்தேசித்து எழுதினால்தானே பெருமிதமோ மனச்சோர்வோ கொள்வதற்கு. படைப்பின் பெறுமானத்தை அறுதியாக மதிப்பிடுகிற உரைகல் எந்த மொழியிலாவது இருக்குமா என்ன. என்னுடைய உந்துதல் செலுத்துகிற திக்கில் பெரு விருப்புடன் மிதந்து செல்கிறேன், அவ்வளவுதான்.

என்னுடைய கதைகளுக்குப் பின்னால் மிகப் பல நண்பர்கள் வழங்கிய உற்சாகம் மறைந்திருக்கிறது. அவர்களில் ஜெயமோகனுக்கு

நான் மிகவும் கடமைப்பட்டிருக்கிறேன். நேர்ப்பேச்சிலும் எழுத்திலும் அவன் சொல்லும் அபிப்பிராயங்கள் எனக்கு மிகவும் முக்கியமானவை. தொடர்ந்து எழுதுவதற்கான ஊக்கத்தை நிரந்தரமாக அளிப்பவை.

என் கதைகள் பரவலாக வாசிக்கப்படவேண்டும் என்பதில் ஜெயமோகனுக்குள்ள கரிசனமும் அலாதியானது. இணையத்தில் என் சிறுகதைகள் தொடர்பாக அவன் எழுதிய சில கட்டுரைகள், என்னுடைய கதைசொல்லும் பாணி மற்றும் உத்திகள் பற்றித் தீர்மானமான சில கருத்துகளை உருவாக்கிக்கொள்ள எனக்கு உதவின. என்னுடைய முதல் கதைத் தொகுப்பையே அவனுக்கு சமர்ப்பணம் செய்திருந்தால் இன்னும் பொருத்தமாக இருந்திருக்கும். தாமதமாக என்றாலும், ஜெயமோகனுக்கு இந்தத் தொகுப்பை சமர்ப்பணம் செய்வதில் பெரு மகிழ்ச்சி அடைகிறேன்.

ஜெயமோகன் என்றதும் நினைவு வருகிறது.

ஜெயமோகனின் தீவிர வாசகர் ஒருவர் - அவரை நான் நேரில் சந்தித்ததில்லை - என்னுடைய நண்பருக்கு சக ஊழியர். அவரிடம் இவர் என் கதைகளைப் பற்றிக் குறிப்பிட்டிருக்கிறார். அவர் உடனடியாக பதிலளித்தாராம்:

> ஓ. அவனா? நம்ம ஜெயமோகனோட சிஷ்யன். அவன் கதைகளைப் படிச்சதில்லே. பேரைக் கேள்விப்பட்டிருக்கேன். அவனெ ப்ரமோட் பண்ணுறதுக்காக நம்மாளு ரொம்பச் சிரமப்படுறாரு.

நண்பர் வெகு கடமையாக என்னிடம் இதைத் தெரிவித்தார். இருவர் மீதும் எனக்குப் புகார் இல்லை. தமிழ்ப் படைப்புச் சூழலில் படைப்புகளையும் படைப்பாளிகளையும் பற்றிய பேச்சுக்கள் இப்பேர்ப்பட்ட நம்பகத்தன்மையை உருவாக்கி வைத்திருப்பதற்கு இவர்களா காரணம்?

என்னை ஜெயமோகனின் சிஷ்யன் என்று சொன்னதிலும் மனக் குறை இல்லை. எனக்கு ஆசானாக இருப்பதற்கான சகல அருகதையும் உள்ளவன் ஜெயமோகன்.

நானும் தமிழின் முதல் சிறுகதையை எழுதிய வ.வே.சு. ஐயர் முதல், நேற்றுக் கூரியரில் தன் முதல் கதையை அனுப்பிப் படித்துப் பார்க்கும்படி வேண்டியிருக்கும் சேலம் சிவப்பிரசாத் வரையிலான சகலருக்கும் சீடனாய் இருக்கச் சித்தமானவன்தான்.

நான் சுயம்பு இல்லை என்பது எனக்குத் தெரியாதா என்ன!

சென்னை
03.12.2009

யுவன் சந்திரசேகர்

உள்ளடக்கம்

அந்நியம்

1

ஒருநாள் அதிகாலையில் வாசல் தெளிக்கச் சென்ற அம்மா யாரையோ 'போ, போ' என்று விரட்டும் சத்தம் கேட்டது. கையில் தண்ணீர் வாளியுடன் போகும் அம்மா, வழியில் என் தலையிலும் நாலைந்து சொட்டுக்கள் தெளித்து எழுப்பிவிட்டுப் போவது வழக்கம். சில நாள் செல்லமாக. சில நாள் கோபமாக. கோபமான நாட்களில் தண்ணீரின் அளவும் வேகமும் அதிகமாக இருக்கும்.

ஏழாம் வகுப்புப் படிக்கிற பையன் அவ்வளவு சீக்கிரம் எழுந்து செய்வதற்கு என்ன இருக்கிறது என்று எனக்குப் புரியாது. அம்மாவுக்குமே புரிந்திருக்கும் என்று தோன்றவில்லை. ஆனால், நல்ல பழக்கங்களை இளம் வயதிலேயே மனத்திலும் உடம்பிலும் படிய வைப்பதுதான் நல்லது, அல்லவா?

அம்மாவின் குரலில் இருந்த பதட்டம் அதிகரிப்பது தெரிந்தது. எழுந்து வாசலுக்கு வேகமாகப் போனேன் - வேடிக்கை பார்க்கத்தான்.

அம்மா தெளித்த தண்ணீர் எல்லைக்கு வெளியில் ஒரு ஆள் நின்றுகொண்டிருந்தான். பரட்டைத் தலை. சீனன் போல மோவாயில் மட்டும் குச்சமாக இருந்த தாடியும் மேலுதட்டின் ஓரங்களில் அடர்த்திகொண்ட மீசையும். கறுத்த, ஆனால் தசைகள்

கிண்ணென்றிருந்த வெற்றுடம்பு. புழுதி மண்டிய கறுப்பு நிறம். சராசரிக்கும் கூடுதலான உயரம். இடுப்பில் ஒரு அழுக்குத் துண்டு மட்டும் கட்டியிருந்தான். நான் ஸ்வெட்டர், குரங்குக் குல்லாய் எல்லாம் அணிந்திருந்தேன். இவற்றைத் தாண்டியும் குளிர் துளைத்தது. கரட்டுப்பட்டியின் மார்கழி மாதங்கள் கடும் குளிர் கொண்டவை. முல்லையாற்றிலிருந்து அலையலையாகக் குளிர் கிளம்பி வருகிற மாதிரித் தோன்றும். அம்மாவுமே முக்கோணமாய் மடித்த துண்டைத் தலையிலிருந்து காதோடு மறைத்துக் கட்டியிருந்தாள். வந்தவனானால் எதுவுமே உறைக்காத மாதிரி நிற்கிறான்.

அம்மா இன்னொருமுறை அவனை விரட்டினாள். அவன் சலனமேயின்றி நின்றான். உள்ளங்கையில் தண்ணீரைச் சேந்தி அவன்மேல் வீசுவதுபோல பாவனை காட்டினாள். அவன் லேசாகச் சிரித்தான். மஞ்சள் பூத்த பற்கள். கோணல்மாணலாக அடுக்கிய சோழிகள்போல. அவன் விழிகள் மட்டும் அசாதாரணமான வெண்மையுடன் இருந்தன. சிசுக்களுக்கு மட்டுமே அது போன்ற வெண்மையுடன் விழிகள் இருப்பதைக் கவனித்திருக்கிறேன் - பின்னாட்களில்.

அம்மா சலிப்பு நிரம்பிய முகத்துடன் உள்ளே போகத் திரும்பினாள். அவன் தானாக முடிவெடுத்தவன் மாதிரி சற்றுத் தள்ளி நகர்ந்தான். வீட்டின் எதிரில் சிமெண்ட்டுத் தளமிட்ட நெல்லடிக்கும் களம் இருந்தது. அது முழுக்கவும் யாரோ படுத்துறங்க வேண்டி வந்தால் கொசுவலை கட்டுவதற்காக ஊன்றப்பட்டவைபோல நாலு மூலைகளிலும் கல் தூண்கள் நிற்கும். ஒரு தூணருகில் சென்று நின்றுகொண்டான்.

பகல் பதினோரு மணி வரை அந்த இடத்தைவிட்டு அவன் நகரவில்லை.

அந்த ஒரு காரணத்துக்காகவே ஊர் ஜனங்கள் எல்லாரும் முறை வைத்துக்கொண்டு வந்து அவனைப் பார்த்துவிட்டுப் போனார்கள். ஒரு சில வீரர்கள் கையிலிருந்த கழியால் அவனைத் தட்டியும் குத்தியும் சீண்டினார்கள். கிச்சுக் கிச்சுக் காட்டியதுபோல அவன் சிரித்தான்.

இவ்வளவும் நடந்து எங்கள் வளாகம் திருவிழாக் கோலம் பூண்டிருந்தபோது, முந்தின நாள் சோழவந்தான் போயிருந்த சீனியம்மாள் திரும்பி வந்தாள். வளாகத்தின் வெளிப்புறம், சுற்றுச் சுவரையொட்டி, கள்ளுக்கடை நோக்கிச் செல்லும் வண்டிப்பாதையில்தான் சீனியம்மாளின் வாழ்விடமும் வியாபாரஸ்தலமுமாகிய குடிசை இருந்தது. வறுத்த மீனும் பொரித்த ஆட்டு ரத்தமும் அவித்த மொச்சையும் பீடி சிகரெட்டுகளும் விற்று வாழ்க்கை நடத்துபவள் அவள்.

சீனியம்மாள் வந்தபோது வளாகத்துக்குள் சுமார் ஐம்பது பேராவது நின்றிருந்தார்கள். பெரும்பாலும் ஆண்கள். வலது முழங்கையாலும், இடது ஒக்கலில் இடுக்கிய கடகப்பெட்டியாலும் கூட்டத்தை விலக்கிக்கொண்டு உள்ளே நுழைந்தவள் மிகச் சில கணங்கள்தாம் அவனைப் பார்த்தாள்.

கடகப் பெட்டியைக் கீழே வைத்தாள். கறிகாய்களும், கூம்பு வடிவத்தில் பொட்டலம் கட்டப்பட்ட சாமான்களும் வெளித்தெரிகிற மாதிரி லேசாக மூடியிருந்த ஈரிழைத் துண்டுக்கு மேலாக நன்கு சாணை பிடித்த அரிவாள் ஒன்று பெட்டிக்குள் கிடந்தது. சீனியம்மாள் அவனை வேகமாக நெருங்கினாள். முரண்டு பண்ணி நிற்கும் குழந்தையை இழுப்பதுபோலக் கையைப் பிடித்துத் தரதரவென இழுத்துக்கொண்டு கிளம்பினாள். அவனும் சரளமாக உடன்பட்டுக் கூடப் போனான்.

அவர்கள் இடத்தைக் காலி செய்தபிறகு சுரத்திழந்து கலைந்த கூட்டத்தில் ரைஸ்மில் டிரைவர் சின்னத்தம்பியுடன் நின்றுகொண்டிருந்த பட்டறைக்கார மாசானமுத்து,

> தாளி, இவென் சாடையெல்லாம் அந்தப்பய தொரெச்சாமி கணக்காவேல்ல மாமா இருக்கான்?

என்று வியந்துகொண்டு போனார்.

சீனியம்மாள் வந்து இறங்கிய அதே பேருந்தில் தானும் வந்து சேர்ந்து கூட்டத்தோடு நின்று வேடிக்கை பார்த்த என் சின்ன மாமா வியப்பு அகலாத கண்களோடு வீட்டுக்குள் நுழைந்தார். அவர் பட்டாளத்தில் இருக்கிறவர். விடுமுறையில் வந்திருந்தார்.

சீனியம்மாளைப் பற்றி இந்த இடத்தில் சொல்வது பொருத்தமாக இருக்கும். அவளுக்குப் பதினாறு வயதில் கல்யாணமாயிற்றாம். பதினெட்டு வயதில் அவளது கணவன் துரைச்சாமி ஒரு தகராறில் அரிவாள் வெட்டுப்பட்டுச் செத்தான். பிறந்த வீட்டில் தஞ்சம் புகுந்தாள். அங்கே இவளை நடத்திய விதம் இவளுக்குப் பிடிக்கவில்லை என்பதோடு, இன்னொரு திருமணத்துக்கும் ஏற்பாடு செய்ய ஆரம்பித்தார்களாம். வெளியேறிவிட்டாள்.

சொந்தமாக ஒரு தொழில் தொடங்கலாம் என்று நினைத்திருந்த நேரத்தில் கள்ளுக்கடைகளைத் திறந்துவிட்டது வாகாகப் போய்விட்டது. இதையெல்லாம், சாயங்காலம் மாமாவிடம் அம்மா சொல்லிக்கொண்டிருந்தாள். பாடம் படிக்கிறமாதிரிக் கூடத்தில் உட்கார்ந்து நான் கேட்டுக்கொண்டிருந்தேன்.

சீனியம்மாள் சமையலில் கெட்டிக்காரி என்பதோடு, ஆண்களை விடவும் தைரியசாலி. கள்ளுக்கடைக்கு வருகிறவர்கள் ஒரு சொல் கூடுதலாகப் பேசிவிடமுடியாது. பச்சைபச்சையாக வார்த்தைகளை சரமாரியாய்ப் பொழிந்து தீர்த்துவிடுவாள். தாவா எல்லை மீறுகிற சமயத்தில் குடிசைக்குள் போய் வீச்சரிவாளை எடுத்துக்கொண்டு வருவாள். என் கூட்டாளிகளோடு முல்லையாற்றின் கரையில் நின்று பலதடவை வேடிக்கை பார்த்திருக்கிறேன்.

> ...ஆனா, ஆம்பளை விஷயத்தில் நெருப்பு மாதிரி அவ. இவனை எதுக்கு இழுத்துண்டு போனான்னு தெரியலையே.

என்று முடித்தாள் அம்மா.

குடிசையில் சாமான் பெட்டியை வைத்துவிட்டு, அவனை நேரே முல்லையாற்றுக்கு இழுத்துச் சென்றாள் சீனியம்மாள். குளிக்கப் பிடிக்காத குழந்தையைப்போலவும் சண்டித்தனம் செய்யும் எருமை மாட்டைப் போலவும் திமிறிய அவனை நுரைப்பீர்க்கங் கூடு வைத்து உடம்பு தேய்த்துக் குளிப்பாட்டிவிட்டாள். அவ்வப்போது இளித்துக் கொண்டும் அவளைக் கோபமாக முறைத்துக்கொண்டும் தனக்குத் தானே உரத்துப் பேசிக்கொண்டும் இவனது நீராட்டு விழாவைப் பாலத்தின் மீதிருந்து வேடிக்கை பார்க்கக்கூடிய

நாற்பது ஐம்பது மனிதர்களை நோக்கி அடிக்கடி கையைச் சுட்டிக் காட்டிக்கொண்டும் அவன் குளித்து முடித்தான்.

கையோடு கொண்டுவந்திருந்த நாலுமுழம் சலவை வேஷ்டியை அவனுக்கு உடுத்திவிட்டாள் சீனியம்மாள். அவனுடைய ஈரக் கோவணத்தை அவள் தன் கையால் மாற்றிவிடுவாள், இவ்வளவு நேரம் காத்திருந்து வேடிக்கை பார்த்ததன் உச்சபட்சப் பலன் கிடைக்கப் போகிறது என்று இறுக்கிய மூச்சுடன் கரை ஜனங்கள் எதிர்பார்த்திருக்க, அப்படியெதுவும் நடக்காமல் வைபவம் இனிதே நிறைவுற்றது.

அவனுடைய வலதுகை மணிக்கட்டை விடாமல் பற்றி இழுத்துக் கொண்டு கரையேறிய சீனியம்மாள், தன் குடிசையை நோக்கி விரைந்து நகர்வதற்கு முன்னால், அடிவயிற்றிலிருந்து எங்களை நோக்கிக் கேட்டாள்:

இங்கென்னா அவுத்துப் போட்டா ஆடுறாக?

அந்தக் கேள்விக்கு இசைய அவளுடைய கோடாலிக்கொண்டையும் அசைந்து ஆமோதித்தது. அவர்கள் இருவரும் குடிசையை நோக்கிப் போனார்கள். இங்கே, வீட்டுக்குள் நுழைந்தவனின் உச்சந்தலையைத் தொட்டுப் பார்த்துவிட்டு,

இந்தப் படைபடைக்கற வெய்யில்லெ தெருமேய்ஞ்சுட்டா வரே? மண்டைலெ நீர் கோத்தா யாருக்காச்சு சனியனே?

என்ற வசவோடு நறுக்கென்று அம்மா என் தலையில் குட்டியதுதான் மிச்சம்.

மறுநாள் சாயங்காலம் அவன் ரைஸ்மில்லுக்கு அருகில் நின்றுகொண்டிருந்தான். தனியாகத்தான். முந்தின நாள் காலையில் பார்த்தபோது இருந்த அதே அளவு அழுக்கும் தூசியும் உடல் முழுக்கப் படிந்திருந்தது. மணிக்கணக்காக ஒரே இடத்தில் கால்மாற்றாமல் நிற்பதில் அவனுக்கு ஒரு சிரமமும் இருக்கவில்லை என்பது இத்தனை வருடம் கழித்து நினைவுகூரும்போதும் ஆச்சரியமாகத்தான் இருக்கிறது... சாயங்கால நேரத்தில் ரைஸ்மில்லுக்கு அதிகம்பேர் வர மாட்டார்கள். விளக்கு வைத்தபிறகு,

லோடு இழுக்க மாட்டேங்குது.

என்று சொல்லி சின்னத்தம்பி திருப்பியனுப்பிவிடுவார். அபூர்வமாக வந்து செல்லும் ஓரிருவரிடம் அவன் யாசகம் கேட்டுக் கையேந்திக் கொண்டிருந்தான்.

இதற்கிடையில் அவன் கிளப்புகிற அரைகுறை ஒலிகளை வைத்து அவன் பேசுவது தெலுங்கும் கன்னடமும் கலந்த ஒருவித மொழி என்று பட்டாளத்து மாமா கண்டுபிடித்திருந்தார். விடுமுறையில் வந்திருக்கும்போது, முன்னிரவுகளை அவருடன் தோப்புக்குள் அவருடைய செலவில் பகிர்ந்துகொள்ளும் ஆத்ம நண்பர் மாசான முத்துவின் பட்டறையில் உட்கார்ந்திருக்கும்போதுதான் இதை அறிவித்தார் என்பதால், உடனடியாக இந்தத் தகவல் ஊர் முழுவதும் பரவி, யாரோ அவனுக்கு **பாவா** என்று பெயரும் சூட்டிவிட்டார்கள்.

மாமாவும் மாசானமுத்துவும் அவனைத் தாண்டித் தோப்புக்குள் சென்றபோது அவர்களிடமும் கையேந்தினான் பாவா. அப்போதுதான் கவனித்தேன் - பாவாவின் வலதுகையில் ஆறுவிரல்கள் இருந்தன. புட்டத்தைச் சொறிந்து முடித்து நிலைக்குத் திரும்பிய இடதுகையைப் பார்த்தேன், அதிலும் ஆறு விரல்கள்.

மாசானம் தன் டப்பாக்கட்டு வேஷ்டியை வழித்து கோடுபோட்ட டவுசரின் பக்கவாட்டுப் பையில் கிட்டத்தட்ட முழங்கைவரை நுழைத்துத் தேடி ஒரு பத்துப் பைசாவைத் தேடியெடுத்து பாவாவின் கையில் போட்ட தருணத்தில், புயல்போல அங்கே வந்து சேர்ந்திருந்த சீனியம்மாள் கொடுத்த அடியில், பாவாவின் உள்ளங்கையில் அமர்ந்த மாத்திரத்திலேயே அந்தக் காசு பறந்தது. அதை மறுநாள் மாட்டுக் கொட்ட வாசலில் நானும் மொக்கையனும் கண்டெடுத்தோம். காரக்கடலைப் பாக்கெட்டுகள் இரண்டு வாங்கி மோட்டார் ரூமுக்குப் போகும் வரப்பில் உட்கார்ந்து ரகசியமாகப் பகிர்ந்துண்டோம்.

மாசானமுத்துவுக்கும் சீனியம்மாளுக்கும் மாபெரும் சொல்யுத்தம் தொடங்கியது. நான் அதுவரை கேள்விப்பட்டிராத பல வார்த்தைகளை இருவரும் ஆவேசமாக ஒருவர்மேல் ஒருவர் எறிந்தார்கள். தன்னால் வந்ததுதான் இவ்வளவும் என்ற உணர்வு சற்றும் இல்லாதவனாக பாவா நடுவில் நின்றுகொண்டு மாமாவை வெறித்துக்கொண்டிருந்தான். மாமா அதீதமான குற்றவுணர்ச்சிக்கு

ஆளானவர்போலத் தலையைக் குனிந்திருந்தார்.

முனியாண்டி கோயிலுக்குத் தெற்கே, முல்லையாற்றின் கரையை யொட்டி ஒரு பெரிய குளம் உண்டு. சேப்பங்கிழங்கு அநியாயத்துக்கு விளையும் படுகை கொண்டது. சேம்பு இலைகளில் கடலைப்பருப்பு உசிலியைப் பொதிந்து உருட்டிப் பிறகு துண்டுகளாக்கி வறுத்து ஒருவிதமான வடை செய்வாள் அம்மா.

மொக்கையனும் நானும் காரக்கடலையின் தடயங்களைத் தேடித் தேடி அழித்தபடி வீட்டு வாசலுக்கு வருகிறோம், அம்மா சின்னத் திண்ணையில் உட்கார்ந்திருந்தாள். சீனியம்மாள் வாசல் கோலத்துக்குச் சற்றுத் தள்ளித் தரையில் உட்கார்ந்திருந்தாள். அம்மாவின் அருகில் ஏழெட்டு சேம்பிலைகள் கிடந்தன. சீனியம்மாள் பறித்துக் கொண்டு வந்ததாக இருக்கவேண்டும். என்னை நோக்கி 'உள்ளே போ' என்று பார்வையாலேயே உத்தரவு பிறப்பித்துவிட்டு,

> ...இருந்தாலும் ஒரு ஆம்பளைக்கிச் சரிக்கிச் சரியா நின்னு நீ அப்பிடி மல்லுக்கட்டினது சரியில்லேல்லியோடி சீனி?

என்று அம்மா விட்ட இடத்திலிருந்து தொடர்ந்தாள்.

> அவெந்தானம்மா என்னையப் பாக்குற எடத்திலயெல்லாம் ஒரண்டெ இளுக்குறான்?... பெறகு, இந்தக் கிறுக்குப்பயலோடெ என்னெச் சேத்துப் பேசுனா ஆத்தரம் வராதாங்கம்மா?...

அம்மா மௌனமாக இருந்தாள்.

> ...பெரிய பத்து எளுதீட்டுப் பேப்பருலெ நம்பரு வல்லேண்டு நாண்டுக்கிட்டுச் செத்தானே, எங் கடோசித் தம்பி, அவென் வயசுதானெம்மா இந்தப் பயலுக்கு இருக்கும்? ஒத்த மரமா நிண்டு சீரளியிறமே, இதெ வளத்தா நாளைக்கி நமக்கும் ஒரு மகனாட்டம் ஒரு பிடிப்பு இருக்காதாண்டுதானெம்மா நா இந்த நாறப்பயலெக் குளுப்பாட்டி நடுவீட்டுலெ கொண்டு வச்சவ. கேள்வி கேக்க ஆளு இல்லாமெ நாதியத்து ஒரு பொட்டச்சி கெடக்காண்டுதானெம்மா போரவன் வாரவனெல்லாம் வாயிலெ வந்ததெப் பேசுறான்...?

இந்த இடத்தில் ஓரிரு சொட்டுக்கள் கண்ணீர் வரவழைக்க முனைகிறவள் மாதிரி கண் இமைகளைக் கசக்கிக்கொண்டாள் சீனியம்மாள். தன் முயற்சியின் பகுதியாக முந்தானையை அள்ளியெடுத்து முகத்தை அழுத்தித் துடைத்துக்கொண்டாள். வழக்கம்போல அவளுடைய பழுத்த இடதுமுலை ரோஜாநிற ரவிக்கைக்குள் அடைபட மறுத்துத் திமிறி ஒருக்களித்துப் புடைத்திருந்தது. உடலை ஒருமுறை குலுக்கிக்கொண்டாள்.

...ஆனா, நா சாதாரணப்பட்டவ இல்லெம்மா. செத்துப்போன பெரியாம்பளைக்கிப் பொஞ்சாதி. எவனும் வம்புக்கு வந்தாங் யண்டா அத்துப்புடுவேன் அத்து...

என்னமோடீம்மா, காலம் பொல்லாது. பாத்துக்கோ.

என்றவாறு எழுந்து சேம்பிலைகளைச் சேகரித்துக்கொண்டாள் அம்மா. உரையாடல் முடிந்துவிட்டதை உணர்ந்தவள் மாதிரி சீனியம்மாளும் எழுந்துகொண்டாள்.

வீட்டுக்குள் வரும்போது, மட்டமல்லாந்து படுத்திருந்த தம்பியின் அருகில் வந்து குறும்பாகச் சிரித்துவிட்டுப் போனாள் அம்மா. எனக்கு, இவர்களெல்லாருக்கும் ஏதோ ஒரு ரகசியம் தெரிந்திருக்கிறது, நமக்கு அது பிடிபட மாட்டேனென்கிறதே என்று ஆதங்கமாகவும், எல்லார்மீதும் எரிச்சலாகவும் இருந்தது.

பதினைந்தாவது நாள் மாமா ஊருக்குக் கிளம்பினார். சகுனம் பார்த்துச் சொல்வதற்காக வளாகத்தின் வாசலில் நின்று தார்ச்சாலையை வெறித்துக்கொண்டிருந்தாள் அம்மா. நான் அருகில் நின்றிருந்தேன். திடீரென்று முனியாண்டிகோயிலைப் பார்த்து நாலைந்துபேர் ஓடினார்கள். எதிர்த்திசையில் ஓடிவந்த சின்னத்தம்பியின் சம்சாரம் நாகு, அம்மாவின் அருகில் நின்று இளைப்பாறினாள்.

என்னடி நாகு?

அம்மா, அந்த அவிசாரி முண்டையெ வெட்டிப் போட்டாங்யம்மா.

என்னடி சொல்றே?

நம்ம சீனியெத்தேன்...

என்னடி பைத்தியமே சொல்றே?

அம்மாவின் குரலில் வேகம் கூடியது.

...கம்மாய்க்கரையிலெ ஒட்டுத் துணியில்லாமெக் கெடக்காம்மா. ஒடம்பு முளுக்காக் கத்தியாலெ குந்தாங்கூறாக் குத்தியிருக்காங்ய. களுத்து துண்டா அறுந்து கெடக்கு.

ஊருக்குக் கிளம்பியிருந்த மாமா தானும் கண்மாய்க்கரையை நோக்கி வேகமாய்ப் போனார்.

மறுநாள் அதே நேரத்துக்கு நல்ல சகுனம் பார்த்து மாமாவை ஊருக்கு அனுப்பிவைத்தாள் அம்மா. சோழவந்தானிலிருந்து வந்து ஊர் முழுக்க மோப்பம் பிடித்த போலீஸ் நாய் மாசானமுத்துவின் பட்டறையில் நின்றதும், உள்ளே சென்று தேடிய போலீஸ்காரர்கள் ரத்தக்கறை படிந்த சட்டையையும் லுங்கியையும் வெளியில் எடுத்து வந்ததும், அதற்குப் பிறகு ஆறு மாதம் கழித்து நாங்கள் ஊரைக் காலி செய்து கிளம்பும்வரைக்கும் அவ்வப்போது சீனியம்மாளைப் பற்றி யாராவது பேசியதும் எல்லாம் தனிக்கதை. எங்கிருந்தோ வந்த பாவா வந்தது மாதிரியே காணாமல் போய்விட்டது பற்றி யாருமே பேசவில்லை என்பதும் அதே கதையின் பகுதிதான்.

ஆனால், நான் சொல்ல வந்தது அது அல்ல. வேறேதோ சொல்ல வந்து, பீடிகைக்கு அதிக நேரம் எடுத்துக்கொண்டுவிட்டேன்.

சீனியம்மாள் கொலையாவதற்கு இரண்டு மூன்று நாள் முன்னால் இது நடந்தது. அன்று சாயங்காலமும் பட்டறை வாசலில் வைத்து மாசானமுத்துவும் சீனியம்மாளும் மிகக் கடுமையான சண்டை போட்டார்கள். அது ஒரு ஞாயிற்றுக்கிழமை. ரைஸ்மில்லுக்கு விடுமுறை நாள். சாயங்காலம் ரைஸ்மில்லின் ஹல்லர்களைக் கழற்றி சின்னத்தம்பி சுத்தம் செய்வதை வேடிக்கை பார்த்துக்கொண்டும், அவ்வப்போது அவர் ஏவும் எடுபிடி வேலைகளைச் செய்து கொண்டும் நாங்கள் நாலைந்து சிறுவர்கள் நின்றுகொண்டிருந்தோம்.

டீ வாங்க மட்டும் என்னைப் போக அனுமதிக்க மாட்டார் சின்னத்தம்பி. எங்கள் வீட்டு வாசலைத் தாண்டி எவர்சில்வர்

செம்புடன் நான் செல்வதை என் அம்மா பார்த்துவிட்டால் பிரளயம் வெடித்துவிடும்... அப்போது ரைஸ்மில்லுக்குள் படுவேகமாக நுழைந்தான் பாவா. சின்னத்தம்பி,

> இந்தா மெக்கானிக்கரு வந்துட்டார்றா. இன்னம் அஞ்சே நிமுசத்துல எல்லாத்தையும் ஒக்குட்டு கரைய்க்கிட்டா மாட்டீருவாரு. அப்பறம் ஆயிரம் மூட்டெ நெல்லுனாலும் அரைச்சிக்கிட்டே இருக்கலாம். வக்காளி, எங்கெருந்தோ வந்து சேந்திருக்காம் பாரு அந்தக் களுதைக்கீண்டு...

என்றார். நாங்களெல்லாரும் சிரித்தோம்.

கழற்றிய யந்திரத்துக்குள்ளிருந்து வெளியேற்றிய தவிடு சின்னத் தம்பியின் பக்கத்தில் குப்பலாகக் கிடந்தது. பாவா அதன் அருகில் உட்கார்ந்தவன், இரண்டு கைகளாலும் தவிட்டை அள்ளி அள்ளித் தின்ன ஆரம்பித்தான். சின்னத்தம்பி அதிர்ந்துபோனார்.

> ஏலே, இது என்னா வளக்கம். நீயென்ன மனுசனா மாடா? அதெக் கீளே போடுறா. நெஞ்செ அடைச்சுறப் போகுது. டே மொக்கெ, ஓடி நாயர் கடையிலெ எதுனாச்சிம் வாங்கியா.

என்று ஒரு இரண்டு ரூபாய் நோட்டைச் சட்டையின் உள்ப் பையிலிருந்து எடுத்துக்கொடுத்தார். மொக்கையன் உடனடியாகப் பாய்ந்து வெளியில் ஓடினான். இரண்டு கைகளிலும் வாய் முழுக்கவும் நிரம்பிய தவிடு போக நெற்றியிலும் கன்னங்களிலும் காதுமடல்களிலும் அப்பியிருக்க, இரண்டு கண்களும் கலங்கி நின்றிருந்தான் பாவா. அவனை அதட்டி முன்னங்கைகளில் ஓங்கித் தட்டி தவிடை உதறச் செய்தார் சின்னத்தம்பி. காது கேளாதவனிடம் பேசுகிற பாவனையில் சைகை செய்தவாறே பாவாவிடம் கேட்டார்.

> ஏன் இதெ வந்து திங்கிறெ? அந்த விருதாக் களுதெ சோறு போடலையா? அவ கூட இருக்காதே. ஓடிப் போயிரு. நாறக் கூதிமக ஒன் உசுரெ உறுஞ்சிப்போடுவா.

அன்று காலையில் நாங்கள் ஒளிந்து விளையாடத் தென்னந்தோப்புக் குள் போனது நினைவு வந்தது எனக்கு. மொக்கையன் கண்களைப் பொத்தி சுவருடன் அந்தரங்கம் பேசுகிற மாதிரி நின்றுகொண்டான். உரத்து ஒன்று இரண்டு எண்ண ஆரம்பித்தான்.

எனக்கு விசித்திரமான யோசனை ஒன்று தோன்றியது. மோட்டார் ரூம் அருகில் ஒளிந்துகொண்டாலென்ன? அது என் மாதிரிச் சிறுவர்களுக்கு மட்டுமல்ல, பெரியவர்களுக்குமே தடை செய்யப்பட்ட பகுதி. ரைஸ்மில் ஓட்டுனரும், தோப்பின் காவலருமான சின்னத்தம்பி மட்டும்தான் மோட்டாரைப் போடவும் அணைக்கவும் அங்கே சென்று வருபவர். மோட்டார் ரூமுக்குப் பின்னால் ஒரு பிரம்மாண்டமான புற்று வளர்ந்து ஓங்கியிருந்தது. நீண்ட நெடுங்காலமாக வளர்ந்து வந்திருந்த புற்று அது. அதில் ஒரு நல்லபாம்பும் சாரையும் குடித்தனம் நடத்தி வருவதாக ஊரில் பேச்சிருந்தது.

பிராயத்துடன் விகிதப் பொருத்தமில்லாத உள்ளுணர்வின் தீவிரம் தான் அப்படியொரு யோசனையை எனக்கு வழங்கியிருக்க வேண்டும். இருபுறமும் புதர்கள் மண்டிய ஒற்றையடிப் பாதையில் தொடை உயரம் வளர்ந்து குறுக்கிட்ட செடிகளை ஓசையெழாமல் விலக்கிக்கொண்டு முன்னேறிப் போனேன்.

மோட்டார் ரூமின் மரத் தரையிலிருந்து பத்துப் பன்னிரண்டு படிகள் கீழே இறங்கிப் போனால் அடித்தளத்தில், கிணற்றின் இடுப்பில் இருக்கும் அறையில், மோட்டார் இருந்தது. அங்கிருந்து கிளம்பும் பெரிய குழாய்களில் ஒன்று கிணற்றுக்குள் இறங்கும். மற்றது தோட்டத்துக்குள் செல்லும் சிமெண்ட் வாய்க்காலின் ஆரம்பத்தில் வாய் திறந்திருக்கும்.

நான் ஒளிந்துகொள்ளப் போனபோது மோட்டார் ரூமின் தாழ்ப்பாள் இல்லாத கதவு அகலத் திறந்து கிடந்தது.

ஏனோ எனக்கு ரகசியமாக அடியெடுத்து வைத்து உள்ளே நுழையத் தோன்றியது. கீழ்த்தளப் படிகளின் உச்சியில் தரைமட்டத்தில் உள்ள மரக்கதவு மூடியிருந்தது. சுவரையொட்டி உட்கார்ந்தேன். ஓடி வந்த இழைப்பு கொஞ்சம் அடங்கியதும் நிதானப்பட்டது. கிசுகிசுவென்று ஏதேதோ ஒலிகள் கேட்டன. அவை கீழ்த் தளத்திலிருந்து வருவது புலப்பட்டது. மரத் தரையிலிருந்த வெடிப்பின் வழியாகக் கீழ்த்தளத்தை ஒற்றைக் கண்ணால் பார்த்தேன்.

அந்தக் காட்சியின் மீதுதான் நான் மேலேசொன்ன இத்தனை விவரணைகளும் உட்கார்ந்திருக்கின்றன.

முந்தானையைத் தரையில் சரியவிட்டு, ரவிக்கைப் பித்தான்கள் அனைத்தையும் கழற்றிவிட்டு உட்கார்ந்திருந்தாள் சீனியம்மாள். எனக்கு மூச்சுத் திணறியது. அடேயப்பா, இவ்வளவு பெரிசாகவா இருக்கும்? பந்துகளின் நுனியில் கறுப்பாக இருந்த வட்டத்தைவிட்டுப் பார்வையை விலக்க முடியவில்லை.

சற்றுத்தள்ளி பாவா உட்கார்ந்திருந்தான். அவனை வலதுகையால் பற்றி இழுத்தாள் - அவன் விறைத்துக்கொண்டு பின் நகர்ந்தான். சீனியம்மாள் முட்டிக்கால் போட்டு எழுந்து - அப்போது இரண்டு பந்துகளும் மேலும் கீழும் ஆடின - அவன் முகத்தருகில் தன் நெஞ்சைக் கொண்டு போனாள். அவனைப் பால்குடிக்க அழைக்கிறாள் என்று புரிந்தது. ஆனால், குழந்தைகளுக்குத்தானே நெஞ்சில் பால் கொடுப்பார்கள் என்று கேள்வியும் உதித்தது.

பாவா சட்டென்று அவளிடமிருந்து திமிறிக் குப்புறப் படுத்துக் கொண்டான். இவ்வளவும் துளி ஓசையில்லாமல் மௌனப் படம் போல நிகழ்ந்தன.

சீனியம்மாள் தலையிலடித்துக்கொண்டு சுவரோரமாக உட்கார்ந்தாள். நிதானமாக ரவிக்கைப் பித்தான்களை மாட்டிக்கொண்டாள். மூடிய ரவிக்கைக்குள் பிதுங்கியவற்றை ஒருமுறை குனிந்து பார்த்துப் பெருமூச்சுவிட்டாள். பிறகு முந்தானையைத் தோளில் போட்டுக்கொண்டு, அறை மூலையில் இருந்த விளக்குமாற்றை எடுத்துக்கொண்டு பாவாவின் அருகில் வந்தாள். அவன் முதுகிலும் தோளிலும் புட்டத்திலும் காலிலும் விளக்குமாற்றால் மாறிமாறிச் சாத்தினாள்.

அந்த இடத்துக்கு அழைத்துவந்த அதே உள்ளுணர்வு 'உடனடியாக எழுந்து வெளியே ஓடு' என்று எச்சரித்தது. வந்ததுபோலவே, ரகசியமாக வெளியேறி ஓட்டமெடுத்தேன். ஏனோ, நான் பார்த்ததை யாரிடமும் சொல்லக்கூடாது - குறிப்பாக மொக்கையனிடம் - என்று ஒரு தீர்மானம் உருவானது. விளையாட்டைத் தொடரப் பிடிக்கவில்லை. வீட்டுக்குப் போனேன்.

> காணோம் காணோம்ன்னு எவ்வளவு நாழியாத் தேடிண்டிருக்கேன், சாப்பிட வா.

என்று அம்மா தலையில் குட்டினாள். சற்று ஓங்கியே விழுந்தது குட்டு. மாமா சிரித்தார். நானும் சிரித்தேன். அவர்கள் வெறும்

யூகமாக வைத்திருந்த ஒரு விஷயம் எனக்கு நேரடியாகப் பார்க்கக் கிடைத்த சந்தோஷம்தான் சிரிக்கவைத்ததோ என்னவோ என்று இப்போது தோன்றுகிறது.

2

மேற்சொன்ன சம்பவம் நடந்து மிகச் சரியாக முப்பத்தைந்து வருடங்கள் ஓடிவிட்டன. இப்படி ஒன்று நடந்ததே ஞாபகமில்லாமல் தான் இருந்து வந்திருக்கிறேன். தேன்கூடு கலைந்த மாதிரி இவ்வளவு விரிவாக ஞாபகம் வந்ததற்கு ஏதாவது காரணம் இருக்கத்தான் செய்யும். ஆனாலும், இவ்வளவு துல்லியமான விபரங்களோடு இப்படி ஒரு சம்பவம் உள்ளே புதைந்து கிடந்தது என்பதே திகைப்பாகத்தான் இருக்கிறது. இதே மாதிரி இன்னும் என்னவெல்லாம் கிடக்கிறதோ அந்தக் கிடங்கில் என்று ஒரு ஆவலும் கிளர்கிறது.

சீனியம்மாள் என் ஞாபகத்தின் ஆழ்தளத்தில் அழுத்தமாகப் பதிந்து கிடப்பதற்கு அவளுடைய திறந்து கிடந்த முலைகள் மட்டுமே காரணமில்லை. சென்ற டிசம்பருடன் எனக்கு நாற்பத்தாறு வயது பூர்த்தியாகிவிட்டது. வெறும் காட்சியால் பெறும் கிளுகிளுப்பை யெல்லாம் தாண்டி வெகுதூரம் வந்துவிட்டேன். சதாசர்வ காலமும் மனத்தின் தரை விரிப்பாக இருந்து வந்த காமம் மெல்ல மெல்ல வெளிறி எப்போதாவது ஒருதடவை தீர்க்கமாக வெட்டி மறையும் கோடை மின்னலைப் போலாகிவிட்டது.

தவிர, மாநகர வாழ்க்கையில் முலைகளைக் காண்பது அபூர்வமான விஷயமாகவும் இல்லை. மூடிய முலைகளின் காலம் சிறுகச் சிறுகத் தேய்ந்துவருகிறது என்றுகூடச் சொல்வேன். தொடர்ந்து பல வருட காலம் முலைகளின் தரிசனத்தில் கிறங்கிக் கிடந்தவன் என்ற அடிப் படையில் இதைச் சொல்கிறேன். தவிர, உலகமயமாக்கல், தாராளமய மாக்கல் போன்ற சொற்றொடர்களும் நடைமுறைகளும் குறிப்பிட்ட ஒரு துறை சார்ந்தவை மட்டுமே அல்ல.

அதை விடுங்கள், அந்தச் சம்பவம் சீனியம்மாள் மட்டும் சம்பந்தப் பட்டது இல்லையே... இடையில் வந்த நாட்களில் பாவாவின் ஞாபகமும் வராமலில்லை.

டெல்லி பயணத்தில் பல்லார்ஷா நெருங்கும்போது ஆர்மோனியத் துடன் ரயிலேறிப் பாடிப் பிச்சை கேட்ட தெலுங்கனைக் கிட்டத்தில் பார்த்தபோது,

பாரம்பரியப் போர்க்கலை சம்பந்தமாகச் சீனப் பின்னணியில் எடுக்கப்பட்ட ஹாலிவுட் படத்தில் நடு நெஞ்சில் அடிவாங்கி ஓடிய தீனனைப் பார்த்தபோது,

ஜி நாகராஜனின் ஏதோவொரு சிறுகதையைப் படித்த சமயத்தில்,

வெளியூரிலிருந்து வந்திருந்த உறவினப் பேரிளம்பெண் குளித்துவிட்டு வந்து உடைமாற்றிக்கொண்டிருக்கிறாள் என்றறியாமல் அந்த அறைக் குள் புயல்போல நுழைந்து புயல்போல வெளித்திரும்பியபோது மிரண்ட கண்களுடனும் திறந்த முலைகளுடனும் நின்றிருந்தாள் அவள் -

என்று பல சந்தர்ப்பங்களில் பாவாவின் நினைவு அழுத்தமாக எழுந்தது. ஆனால், அந்தச் சந்தர்ப்பங்களிலெல்லாம் ஞாபகங்கள் இவ்வளவு விஸ்தாரமாகவும் தீர்க்கமாகவும் வேகமாகவும் பொங்கிப் பாயவில்லை. இந்த முறை இன்னும் ஆழமான விஷயம் எதுவோ இருந்திருக்க வேண்டும் - வெறும் உருவ ஒற்றுமையைத் தாண்டி.

நாகநாதனிடமிருந்து ஆரம்பித்திருக்கலாம் என்று தோன்றுகிறது.

அவரை நேற்றுதான் முதன்முதலாகப் பார்த்தேன். ஆப்பிரிக்காவின் மலாவி என்ற தேசத்தில் ஒரு தொழிற்சாலையின் உற்பத்தி மேலாளராக இருக்கிறார். என்னுடைய எழுத்தின்மீது ஒருவிதக் காதலும் வெறுப்புமான உறவுகொண்டவர். பல தடவை தொலைபேசியில் அழைத்துப் பேசியிருக்கிறார்.

என்னைச் சந்திக்க வரலாமா என்று தொலைபேசியில் கேட்டபோது கூட அவருடைய முகம் இந்தவிதமாக இருக்கும் என்று நான் யூகிக்கவில்லை. தட்டையான நெற்றி அமைப்பு, சற்றுக் கிழங்குச் சாயல் கொண்ட மூக்கு, மஞ்சள் பூத்த சோழிப்பற்கள் என்று அவர் எதிரில் வந்து நின்றபோது ஒரு கணம் அசந்தே போனேன். அதைவிட, என்னுடன் சிகரெட் பிடிக்கும்போது கவனித்தேன் - நாகநாதனின் கையிலும் ஆறு விரல்கள். சுளீர் என்று பாவாவின் ஞாபகம் வந்தது. அவனேதான் மறு அவதாரம் எடுத்து, நான்

அவனைக் கடைசியாய்ப் பார்த்த அதே வயதில் எதிரில் வந்து நிற்கிறானோ என்று திகைப்பாக இருந்தது.

வெகுநேரம் பேசிக்கொண்டிருந்தோம். கிருஷ்ணன் என்ற எழுத்தாளரைப் பார்க்க வந்து கிருஷ்ணன் என்ற நபருடன் பேசிக்கொண்டிருந்தார் அவர். பாவாவின் முகக்குறிப்புகளைப் பார்த்தபடி நாகநாதன் என்ற பிம்பத்தோடு உரையாடிக் கொண்டிருந்தேன் நான்.

மலாவியின் சீதோஷ்ணம், கலாச்சாரப் பின்னணி, அரசியல் அரங்கம், பொருளாதார நிலை, ஜனங்களின் பொதுவான மனோபாவம், சாப்பாட்டு அக்கறைகள் என்று பலவாறான தகவல்களைச் சொல்லிக் கொண்டே போனார். அதையெல்லாம் 'விரிவாக ஒரு பயணக்கட்டுரை போல எழுதுங்களேன்' என்று ஆலோசனை சொன்னேன். ஆமோதிப்பாய் அவர் தலையாட்டிய விதத்திலிருந்து இந்தப் பிறவியில் அவர் எழுத மாட்டார் என்று உறுதியாகத் தெரிந்தது.

நள்ளிரவைத் தாண்டியதும் வாசலுக்கு வந்து ஆளுக்கொரு சிகரெட் பற்ற வைத்தோம். அப்போது நாகநாதன் ஒரு சம்பவத்தைச் சொன்னார். நாலைந்து மாதங்களுக்கு முன்பு மலாவியில் அவருக்கு நேர்ந்தது அது. ஒரு முழுக் கதையாகச் சொல்லுமளவுக்கு அடர்த்தி யான சம்பவம்தான். இன்னொரு சந்தர்ப்பத்தில் முயல்கிறேன்... ஆங்கிலமும் தமிழும் நகரத்தார் சமூகக் கொச்சைவழக்கும் கலந்து உணர்ச்சிப் பெருக்குடன் அவர் பேசியதன் சுருக்கம் இதுதான்...

மலாவியில் நாகநாதன் வசிக்கும் வீட்டின் பின்வாசலைத் திறந்தால் மலை தெரியுமாம். வருஷத்தின் எல்லாப் பருவங்களிலும் பசுமை போர்த்தியிருக்கக் கூடிய மலை அது. அந்தப் பிரதேசத்தின் குளிர் காலத்தைத் தன் உடம்புக்குள் சேமித்து வைத்துக்கொண்டு வருஷம் முழுவதும் கொஞ்சம் கொஞ்சமாக விநியோகித்து வருகிறது என்று தோன்றுமாம் - அந்த மலையைப் பார்க்கும்போதெல்லாம். (ஒங்க எழுத்தைப் படிக்கிற சந்தோஷம் அந்த மலையைப் பாக்கிறப்பவும் கெடைக்கும் ஸார்.)

இவர் வேலை பார்த்த தொழிற்சாலையின் விருந்தினர் விடுதியாகப் பயன்பட்டு வந்த வீடு அது. தொழிற்சாலை வளாகத்துக்குள்ளேயே அமைந்திருந்தது. கச்சாப்பொருட்கள் ராட்சத கண்டெய்னர்களில் வந்து இறங்குவதற்கும், தயாரான வணிகப் பொருட்களைக் கண்டெய்னர்களில் ஏற்றுவதற்குமான மிகப் பெரிய திறந்தவெளி வீட்டின் முன்புறம் இருந்தது. பகல் முழுக்கக் கட்டெறும்புகள்போல ஆப்பிரிக்கத் தொழிலாளர்கள் நடமாடித் திரியும் வெட்டவெளி, சாயங்காலம் இருட்டத் தொடங்கியதும் அமானுஷ்யமான அமைதிக்குத் திரும்பும்.

மலாவியின் குடிமக்களுக்குப் படிப்பறிவு அறவே கிடையாது. உடலுழைப்பால் பிழைக்கிற ஜனங்கள். அதற்கு விருப்பமில்லாதவர்கள் தேர்ந்துகொள்ளும் இன்னொரு தொழில், திருட்டு.

பத்துப் பதினைந்து பேர் ஒன்றாகச் சேர்ந்து வருவார்களாம். கதவுகளை உடைத்து வீட்டுக்குள் புகுந்துவிடுவார்கள். எதை வேண்டு மானாலும் தூக்கிக்கொண்டு போவார்கள். உதாரணமாக, ஒரு உயரமான குளிர்பதனப் பெட்டியை நாலைந்துபேராகச் சேர்ந்துதான் தூக்க முடியும் என்று நாம் நினைப்போம் அல்லவா, அதை ஒரே ஆள் முதுகில் சுமந்து செல்வான்.

எப்படியும் வாரம் ஒரு திருட்டுச் செய்தியாவது காதில் விழுந்துவிடும் என்றார் நாகநாதன். ஆக, தன் முறை வரும் நாளுக்காக ஒரு இனம் தெரியாத காத்திருப்பும் அவருக்குள் தொடங்கியிருந்தது. அவர்கள் வந்தால் எந்த எதிர்ப்பும் காட்ட வேண்டியதில்லை, வீட்டில் உள்ள சகல பொருட்களுக்கும் காப்பீடு செய்யப்பட்டிருக்கிறது, அதனால் அசட்டுத்தனமாக ஏதாவது செய்து உயிருக்கும் உடம்புக்கும் தீங்கு வரவழைத்துக் கொள்ள வேண்டாம் என்று நாகநாதனின் முதலாளியான ஸிந்திக்காரர் பலமுறை அறிவுறுத்தியிருக்கிறார்.

அந்த நாளும் வந்தது. ராத்திரி பத்து மணிக்கு மேல் இருக்கும். நாகநாதன் தம்முடைய மடிக் கணிப்பொறியில் **ஷோலே** படம் பார்த்துக்கொண்டிருக்கிறார். வாசல் சுற்றுச்சுவர்க் கதவை யாரோ உடைக்கிற மாதிரிச் சப்தம் கேட்டபோது, தர்மேந்திராவும் அமிதாப் பச்சனும் தங்கியிருக்கும் கிராமத்தைக் கொள்ளையடிக்க அம்ஜத் கானின் ஆட்கள் குதிரையேறி வந்துகொண்டிருந்தார்கள். (இப்பிடித் தான் ஸார், ஒண்ணுக்கொண்ணு சம்பந்தமில்லாமே ஏதாவது

விஷயங்கள் அடுத்தடுத்து நடந்துருது. பாருங்க, சாதாரண திருட்டு சமாசாரம், உள்ளுணர்வு அது இதுன்னு ஒருமாதிரி அமானுஷ்யமான எடத்துக்குப் போயிருதா இல்லியா.)

வீட்டின் எல்லா விளக்குகளும் எரிந்துகொண்டிருந்தன. நாகநாதன் திரைப்படத்தை நிறுத்தினார். இப்போது அவர்கள் வீட்டின் பிரதான கதவை உடைக்க ஆரம்பித்திருந்தார்கள். சமையலறை விளக்கு மட்டும் எரியாதிருந்ததால் அந்த அறையில் இருட்டு அடர்ந்திருந்தது. நாகநாதன் அந்த அறைக்குள் சென்று பம்மிக்கொண்டார். (மனசுலெ ஒருவிதமான கனம் இருந்ததே யொழிய, பதட்டமெல்லாம் எதுவும் இல்லே ஸார். ரொம்ப நாளா எதிர்பார்த்துக்கிட்டிருந்த ஒரு எதிர்மறையான விஷயம் நடந்துக்கிட்டிருக்கு, அதெ நான் மௌனமா வேடிக்கை பாத்தாகணும், தப்பா எதுவும் செஞ்சு காயப்பட்டுக்கிறக் கூடாதுன்னு திரும்பத் திரும்ப எனக்கு நானே மனசுக்குள்ளே சொல்லிக்கிட்டு நின்னுக்கிட்டிருந்தேன்.)

வந்தவர்களின் சராசரி வயது இருபத்தைந்துக்குள்தான் இருக்கும். திருட வந்தவர்கள் மாதிரியே இல்லை, நிதானமாக நடந்துகொண்டார்கள் - நம் அலுவலகத்தில் நாம் இருக்கும் விதமாக. இருட்டில் நின்றுகொண்டிருந்த நாகநாதனுக்கு வேறு ஒன்று தோன்றியதாம். மலாவிப் பிரஜைகளின் சராசரி ஆயுள் வெகு குறைவு. உசிதமான மருத்துவ வசதி கிடையாது. கல்வியறிவு கிடையாது. உலகக்கோப்பை கால்பந்து காலிறுதியை இவருடன் உட்கார்ந்து டிவியில் பார்த்த சமையல்காரன் இறுதிப்போட்டிக்குள் ஏதோ வைரஸ் தாக்கி இறந்து போனதெல்லாம் நினைவு வந்ததாம்.

ஷோலே படம் காட்டிய கணிப்பொறி உட்பட எல்லாவற்றையும் அவர்கள் எடுத்துக்கொண்டார்கள். சாமான்களின் அளவு அதிகமாக இருந்ததாலும் நாகநாதன் எதிர்ப்பு எதையும் காட்டாததாலும் வெளியில் காவலுக்கு நின்றிருந்த மூவரையும் அவர்கள் உள்ளே அழைத்துக்கொண்டார்கள். இருள் நிரம்பிய சமையலறைக்குள் ஒருவன் வந்து நாகநாதன் ஒடுங்கி நிற்பதைப் பார்த்துவிட்டுத் திரும்பினான். அவன் வந்து சென்ற தடயமாக வியர்வை வீச்சம் மீந்தது அறைக்குள்.

இப்போது படுக்கையறைக் கட்டிலுக்கு அடியில் இருந்த கைப் பெட்டியை அவர்களில் ஒருவன் பார்த்தான். குனிந்து இடது கையால்

அதை இழுத்தான். எடுத்துக்கொண்டு அவன் நிமிர்ந்தபோது, இருட்டிலிருந்து வெளியில் வந்தார் நாகநாதன்.

அதெ மட்டும் வச்சிருங்க..

என்று மலாவியில் வேண்டிக்கொண்டார். (ஆறே மாசத்திலே அந்த பாஷை பேசப் பழகீட்டேன் ஸார். இன்ன சத்தத்துக்கு இன்ன அர்த்தம்ங்கிறதுதானே அடிப்படை? அந்த அர்த்தமெல்லாம் வேற சத்தத்துலெ நம்ம தாய்மொழியிலெயும் காலங்காலமாக் கெடக்கத் தானே செய்யுது?) ஸிந்தி முதலாளியின் எச்சரிக்கைக்கு மாறாக நடந்துகொள்கிறோமே என்ற தயக்கமும் சற்று இருக்கத்தான் செய்ததாம். முதலாளியின் தர்க்கம் வேறுமாதிரியானது. 'என்னதான் அந்த மொழியைத் தடையின்றிப் பேச முடிந்தாலும், தாய்மொழிக்காரர்களுக்கு உள்ள ஏற்ற இறக்கங்கள் பிற மொழிக்காரர்களுக்குக் கைவர வாய்ப்பில்லை. அதன் காரணமாகவே திருடர்களுக்குக் கூடுதல் எரிச்சல் உண்டாகிவிடலாம்' என்பார் அவர்.

அவர்கள் நுழைந்ததிலிருந்து நாகநாதன் முனகக்கூட இல்லை என்பதாலோ, எதிர்பார்த்ததைவிட அதிகமாகச் சாமான்கள் கிடைத்து விட்டதாலேயோ, இவருடைய குரலிலும் உச்சரிப்பிலும் இருந்த நன்னயம் காரணமாகவோ, பெட்டியை எடுத்தவன் தயங்கினான். முகமளவு பெரிய கேள்விக்குறியுடன் நாகநாதனைத் திரும்பிப் பார்த்தான்.

...அதுலெதான் என்னோட பாஸ்போர்ட், ட்ரைவிங் லைஸென்ஸ் எல்லாம் இருக்கு.

என்று முடித்தார் இவர்.

அவன் மறுபேச்சின்றிப் பெட்டியை இருந்த இடத்திலேயே வைத்து விட்டு வெளியேறினான். அவர்கள் கோலாகலமாகத் திரும்பிச் சென்றபிறகும் நிழல்களின் நிறத்தில் நடமாடி விலகிய உருவங்களின் நிழல்கள் மட்டும் வெளியேறாமல் அங்கேயே இன்னும் திரிந்து கொண்டிருப்பது மாதிரி ஒரு பிரமை வெகுநேரம் இருந்ததாம் நாகநாதனுக்கு. அத்துவானம் மாதிரி வெறுமை படர்ந்திருந்த நடு அறையின் மத்தியில் தனியாகக் கிடந்த பெட்டியை வெறித்தபடி, ரகசியமான குரலில்,

தாங்க்ஸ்.

என்று முனகினாராம் இவர்...

இருந்து கேட்டிருந்தாலும் அவனுக்குப் புரிஞ்சிருக்காது. அவங்களுக்கு இங்லீஷ் தெரியாதுல்ல?

என்று சிரித்தேன்.

சில வார்த்தைகளுக்கும் செய்கைகளுக்கும் பாஷையை மீறி ஒரு அர்த்தம் இருக்குன்னுதான் தோணுது ஸார். எதிராளிக்கு ஈஸியாப் புரிஞ்சுருது.

என்று அவரும் சிரித்தார்.

அவங்க எடுத்துட்டுப் போன அத்தனெ சாமான்களோட மதிப்பை விட அதிகமான பணம் அந்தப் பெட்டிக்குள்ள இருந்தது ஸார். பத்தாயிரம் டாலர். மறுநாள் பேங்க்குலெ கட்டுறதுக்காக வச்சிருந்தது. அதுக்கு இன்ஷ்யூரன்ஸ் கவரேஜ் கிடையாது. ரொக்கத்தெப் போலீஸ் எங்கெருந்து ரெக்கவர் பண்ணும்?

சிகரெட்டை நன்கு ஆழ்ந்து இழுத்துவிட்டுச் சாம்பலை உதறினார் நாகநாதன். வலது கரத்தின் தர்க்கபூர்வமான சுற்றளவுக்கு வெளியில் தனியாகத் தொங்கி ஆடியது அவருடைய ஆறாவது விரல்.

...அவன் வச்சிருவான்னு நான் நம்பவும் இல்லே. சும்மா சொல்லிப் பாப்போமேன்னுதான். அதெவிட இன்னொரு விஷயமும் தோணுச்சு.

சொல்லுங்க.

ரொம்ப நேரமாப் பேசாம நின்னுக்கிட்டிருந்தேனா, அவன்க போறதுக்குள்ளாறே ஒரு வார்த்தையாவது பேசாட்டி, வாழ்நாள் முழுக்கப் பேச்சு வராமெப் போயிடும்னு உள்மனசுலே ஒரு பயம் தட்டியிருக்குமோ என்னவோ.

நாகநாதன் சிரித்தார்.

அதுக்கும் வாய்ப்பிருக்கு.

ஆனா, அவன்க போனதுக்கப்பறம் எதையும் பறிகுடுத்த ஏக்கம் எதுவும் இல்லே ஸார். நான் பொழைக்கிறதுக்கு ஒரு வழி தேடி அவன்க நாட்டுக்குப் போயிருக்கேன் இல்லியா, அதே மாதிரி அவன்க பொழைக்கிறதுக்கு வழிதேடி என் வீட்டுக்குள்ளே நுழைஞ்சிருக்கான்க. ரெண்டாவது சங்கதி அத்துமீறல்ன்னா, மொதலாவது சங்கதியும் அத்துமீறல்தானே. எல்லாக் காரியங்களுக்கும் பின்னால் ஒரு அபத்தமான தர்க்கம் வந்து ஒக்காந்துக்கிடுது பாத்தீங்களா?...

இருட்டைக் கொஞ்சநேரம் பார்த்துக்கொண்டிருந்தார். ஒவ்வொரு முறையும் சாம்பலைத் தட்டும்போது விரலை ஏன் சொடுக்கிக் கொள்கிறார் அவர் என்று தோன்றியது எனக்கு. அடித்தொண்டையைக் காறி சுற்றுச்சுவருக்கு வெளியில் துப்பினார்.

...பாக்கப்போனா, கொஞ்சங்கூட நியாயமில்லாத கூலியை வருஷம் முழுசும் குடுத்து எங்க மொதலாளி அவங்க ஜனங்களெ அடிக்கிற கொள்ளையைவிட அவன்க அடிச்சிட்டுப்போனது எவ்வளவோ கம்மி. அந்த ஊர் ஜனங்க உள்ளூர்க்காரனை வழிப்பறி பண்ணுறதோ கொள்ளையடிக்கிறதோ கிடையாது ஸார். நம்மளை மாதிரி வந்தேறிகள் கிட்டத்தான் இந்தமாதிரி விவகாரமெல்லாம்.

அது போகட்டும், பெட்டியிலெ இருந்த பணத்தெ என்ன செஞ்சீங்க?

நாகநாதன் அமைதியானார். ஒரு நெடுமூச்சு விட்டார்.

நீங்க எங்கெ வர்றீங்கன்னு புரியுது ஸார். மறுநாள் நேரே பேங்க்குலெ கொண்டுபோய்க் கட்டீட்டென். அதெ அப்பிடியே நான் அமுக்கியிருந்தாலும் மொதலாளிக்குத் தெரிஞ்சிருக்காதுதான். ஆனா, நாம அந்த ஊருக்குப் போனது வேலெ பாத்துச் சம்பாதிக்கிறதுக்காகத்தானே ஸார். திருடப் போகலெயே.

எக்ஸாக்ட்லி.

'ஒடம்பு முளுக்க எண்ணெயெத் தடவிக்கிட்டு ஆத்து மணல்லெ பொரண்டாலும், ஒட்டுறதுதான் ஒட்டும்'னு எங்க

அயித்தெ ஒண்ணு எப்பப் பாத்தாலும் சொல்லிக்கிட்டுக் கிடக்கும் ஸார்.

இதுக்குச் சமானமான பழமொழி ஏதாவது மலாவி மொழியிலெயும் இருக்கத்தான் செய்யும். இல்லெயா நாகநாதன்?

இரண்டுபேரும் குலுங்கிக் குலுங்கிச் சிரித்தோம். அப்புறம் அதிகாலை மூன்றுமணிவரை ஏதேதோ பேசிக்கொண்டிருந்துவிட்டு உறங்கப் போய்விட்டோம்...

மறுநாள் காலை, நாகநாதன் கிளம்பிப் போனபிறகு, தனியாக நின்று சிகரெட் பிடித்துக்கொண்டிருந்தபோது உறைத்தது...

பாவாவை ஆழமாக நினைவூட்டியது நாகநாதனின் முகம் அல்ல, தன் இயல்புக்கு விரோதமாக அல்லது அவனுடைய இயல்புக்கு இசையத்தானோ என்னவோ - இவருடைய பெட்டியை வைத்துவிட்டுத் திரும்பிப்போன, முகம் தெரியாத, அந்த ஆப்பிரிக்கனின் முகம்தான்.

உயிர்மை, அக்டோபர் 2009

இடம் பெயர்தல்

1

இடையில் சில வருடங்கள் காணாமல் போய்விட்டன, என் வாழ்விலிருந்து. அந்த வருடங்களில் நான் இருந்தேன் என்பதும், எனக்கு என்னவெல்லாம் நடந்தது என்பது பற்றியும் ஓரளவு ஞாபகம் இருக்கவே செய்கிறது. என்னுடைய தருணங்கள் எவற்றின் மீதும் எனக்கு ஒரு கட்டுப்பாடும் இல்லாதிருந்ததும் நினைவிருக்கிறது.

என்னுடைய பேச்சு, செயல்கள் எல்லாமே படுமந்தமாக இருந்ததாக என் மனைவி நினைவுகூர்வாள். பேச்சில் லேசான குழறல் வேறு இருக்குமாம். எச்சில் கடுமையாக ஊறவும் தெறிக்கவும் செய்யுமாம். நான் அப்படியெல்லாம் உணர்ந்ததில்லை. எல்லாரும் என்னைக் கைவிட்டுவிட்டார்கள், தொட்டுவிடும் தூரத்தில் என் மரணம் நின்றுகொண்டிருக்கிறது என்று அழுத்தமாக பயம் எனக்குள் வேர்பிடித்திருந்தது மட்டும் நன்றாக ஞாபகமிருக்கிறது. நிரந்தரமாக ஒருவித நடுக்கம் எனக்குள் உதறிக்கொண்டே இருக்கும். வெட்டோ கீறலோ விழாமல் முகக்ஷவரம் செய்துகொள்ள முடிந்ததில்லை.

இப்போதெல்லாம் அவ்வளவு சிரமம் இருப்பது கிடையாது. அடிக்கடி பீடிப்பதில்லை என்பதோடு, சில கணங்கள் மட்டுமே நீடித்துவிட்டு மறைந்தும் விடுகிறது. அவ்வளவுதான். மற்றபடி

காட்சி ரூபமாகவோ, ஒலி வடிவிலோ தொந்தரவுகள் எதுவும் கிடையாது.

என்ன, சில யோசனைகள் தாமாகவே உதித்து எழும்பும். அதைத் தொடர்ந்து ஆழமான பயமும் உடன் கிளம்பும். சட்டென்று உடல் வியர்த்துவிடும்.

இதெல்லாம் நடந்துகொண்டிருக்கும்போதே மனத்தின் இன்னொரு பகுதி சுதாரித்துக்கொள்ளும். எனக்கு நானே ஆறுதல் வார்த்தைகள் சொல்லிக்கொள்ளத் தொடங்குவேன். என்னுடைய மருத்துவர் டாக்டர்.துளசிராம் எம்.டி. pep talk என்று சொல்லுவார். அதைக் கூடுமானவரை ஆங்கிலத்தில் நிகழ்த்திக்கொள்ள அறிவுரைத்திருக்கிறார். தாய்மொழியில் என்றால், உணர்வெழுச்சி மழுங்குவதற்குப் பதிலாக, கூர்மையடைய வாய்ப்புண்டாம். அவர் சொல்லிக்கொடுத்த விதமாகவும், நானே கண்டடைந்த வழிகளிலும் என் மனத்தின் வேதனை பொங்கும் பாதியை வருடிக் கொடுப்பேன்.

இப்படியெல்லாம் சொன்னால் ஒருவேளை உங்களுக்குப் புரியாமல் போகலாம். ஒரு உதாரணம் சொல்கிறேன். இது போன மாதம் நடந்தது.

கடலூரில் ஒரு திருமணம். என் தாயாரின் ஒன்றுவிட்ட சகோதரி மகளுடைய மூத்த மகனுக்கு. கட்டாயம் போயாக வேண்டிய நிகழ்ச்சி இல்லைதான். ஆனால், தவறாமல் அலுவலகம் சென்று வருவதில் ஏற்படும் அலுப்பு முற்றும் காலகட்டத்தில், விடுப்பு எடுக்க ஒரு சிறு காரணம் கிடைத்தாலும் போதும், உடனடியாக அதில் தொற்றிக்கொள்வேன். குற்ற உணர்வில்லாமல் விடுப்பு எடுப்பது முக்கியம் அல்லவா?

அதிகாலையில் எழுந்து, முகத்தை நன்கு மழித்து, பளிச்சென்று உடுத்துக்கொண்டு தாம்பரம் பேருந்து நிலையத்துக்கு வந்து சேர்ந்தேன். பாண்டிச்சேரி வழியாகக் கடலூர் செல்வதாகத் திட்டம். மழுமழுவென்றிருந்த மோவாயைத் தடவியவாறு, காலைக் காற்றின் தண்மையையும், சிகரெட் புகையையும் ஆழமாக உள்ளிழுத்துக்கொண்டு நின்றபோது கிடைத்த புத்துணர்ச்சி அபரிமிதமாய் இருந்தது.

பாண்டிச்சேரி பேருந்து வந்தது. பின்வாசல் வழியாக ஏறினேன். ஒரே ஒரு இருக்கை காலியாக இருந்தது. உட்கார்ந்தேன். கைப்பைக் குள்ளிருந்து ஸி டி ப்ளேயரை எடுக்கக் கை நுழைக்கிறேன், பேருந்தின் முன்பகுதியில் பயணச்சீட்டு வழங்கிக்கொண்டிருக்கும் நடத்துனர்மேல் பார்வை படிகிறது, அந்தச் சந்தேகம் மெல்லத் துளிர்விட்டது.

...தவறான பேருந்தில் ஏறிவிட்டேன். பெயர்ப்பலகையை சரியாகப் படிக்கவில்லை. வேறேதோ ஊருக்குச் செல்கிற பேருந்து இது. நடத்துனர் அருகில் வந்து கையை நீட்டப் போகிறார். நான் 'பாண்டிச் சேரி ஒன்று' என்று சொல்லப் போகிறேன். வசவு மழை பொழியப் போகிறது. சக பயணிகள் அத்தனைபேரும் திரும்பிப் பார்க்கப் போகிறார்கள். அதிலும், அதோ, காதுக்கருகில் ரோஜாப் பூ செருகிக் கொண்டு, அரை அங்குல தடிமனுக்குப் பவுடர் பூசிக்கொண்டு, இடது மார்பின் முக்கால் பரிமாணத்தை வெளிப்படுத்திக்கொண்டு, இடுப்பின் பளீர் நிறத்தைக் காட்டிக்கொண்டு, பக்கத்தில் இருப்பவனி டம் சும்மாச்சும்மா சிரித்துக்கொண்டு இருக்கிறாளே, அவள் மேலும் ஒருதடவை சிரிக்க நான் காரணமாய் இருக்கப் போகிறேன்...

பொல்லென்று வியர்த்துவிட்டது. பார்வை ஒரு கணம் இருட்டி மீண்டது. வண்டலூரைத் தாண்டிக்கொண்டிருக்கிறது பேருந்து. பெப் டாக்கின் முதல் வாக்கியம் ஆரம்பித்தது.

...கவலைப்படாதே சீனிவாசா, உனக்கு ஒன்றும் நேராது. தவறான பேருந்தில் ஏறிவிடுவது யாருக்கும் நடப்பதுதான். நடத்துனர் முகத்தைப் பார்த்தால் முரடராகத் தெரியவில்லை. பிறருக்குக் கேட்காத அளவு சன்னமான குரலில்கூட, 'இது பாண்டிச்சேரி வண்டி இல்லையே சார்?' என்று மரியாதையாக உன்னிடம் சொல்லக்கூடும். தவிர, மற்றவர்கள் வெறுமனே பார்ப்பதால் நமக்கென்ன நஷ்டம் வந்துவிடப் போகிறது? மானம் அவமானமெல்லாம் நாமாகக் கற்பனை செய்துகொள்ளும் விஷயங்கள்தாம். இதற்குமுன் இந்தமாதிரி இக்கட்டுகளில் எத்தனை முறை சிக்கி மீண்டிருக்கிறாய், அதெல்லாம் எப்படி மறந்து போனது சீனிவாசா?... இந்த வண்டி பாண்டிச்சேரி போகாவிட்டால்தான் என்ன, இந்த வழியாகச் செல்லும் அத்தனை வண்டிகளும் திண்டிவனத்தைக் கடந்துதானே போயாக வேண்டும், அதுவரை பயணச்சீட்டு வாங்கிக்கொண்டால்

போகிறது. எவ்வளவு தேடிப் பிடித்து ஒரு பழைய பாடல் ஸி டியைக் கொண்டுவந்திருக்கிறாய், நிம்மதியாய் அதை ஓடவிட்டுக் கேட்பதற்குப் பதிலாக, இப்படியா உட்கார்ந்து குமைவது? இதே ரீதியில் கவலைப்பட்டு வாந்தி வந்துவிட்டால் என்ன செய்வாய்?

பி பி ஸ்ரீநிவாஸும் பி சுசீலாவும் ‘இந்த மாநிலத்தைப் பாராய் மகனே’ என்று இதமாகப் பாடத் தொடங்கினார்கள். நடத்துனர் என்னிடம் வந்ததுவும், நான் பயணச்சீட்டும் பாக்கித்தொகையும் பெற்றுக்கொண்டதுவும் யாருக்கோ நடந்ததுபோல அனிச்சையாக நடந்திருக்க வேண்டும். நான் இந்த அளவு ஒரு கவலையில் மூழ்கி மீண்டிருக்கிறேன் என்பதே இப்போது உங்களிடம் சொல்லத் தொடங்கும்போதுதான் விரிவாக நினைவு வருகிறது.

திரு. துளசிராம் சொல்லியிருக்கிறார்: ‘இது மாதிரித் தாக்குதல்கள் அவ்வப்போது வரத்தான் செய்யும். இந்த மாதிரி வியாதிகள் ஒருமுறை உடம்பில் வந்து இறங்கிவிட்டால், பிறகு அதன் தடயத்தை முற்றாக அழிப்பது சாத்தியமே கிடையாது. அதை அழிக்க முயலவும் வேண்டியதில்லை. தோலில் ஒரு ஆழமான வெட்டுக் காயம் ஏற்பட்டால், பின்னர் அதன் தழும்பு நிரந்தரமாகத் தங்கிவிடுவதில்லையா. அந்தத் தழும்பில் சிலநேரம் அரிப்பு ஏற்படுவதும் சகஜம்தானே. அது மாதிரித்தான்.’

தவிர, நாம் சாதாரணமாக இருக்கிறார்கள் என்று நினைத்துக் கொண்டிருக்கிற பலருக்கும், சொல்லப்போனால் மனிதராகப் பிறந்த சகலருக்குமே, சிறு அளவில் உளத் தொய்வு இருக்கத்தான் செய்யுமாம். நாம் செய்யவேண்டியதெல்லாம், இதுபோல ஒரு சிடுக்கில் சிக்கும்போது, பிறர் உதவியில்லாமல் நாமாகவே வெளியில் வருவது எப்படி என்பதைக் கற்றுக்கொள்வதுதான்...

ஆனால், இதுவெல்லாம் வெகு சிறிய விஷயங்கள். நான் திரு. துளசிராமிடம் சிகிச்சைக்குச் செல்லத் தொடங்கிய காலகட்டத்திலும், தொடர்ந்து வந்த மூன்று நாலு வருடங்களிலும், மிகத் தீவிரமான அளவில் நடந்து வந்தன சமாசாரங்கள்.

அப்போதெல்லாம் என் உடம்பை ஒரு இரும்புக் குண்டுபோல உணர்வேன். இது வெறும் பிரமை அல்ல, நிஜமேதான் என்பதை

பொது இடங்களிலும் மருத்துவமனைகளிலும் இருந்த எடைபார்க்கும் யந்திரங்கள் உறுதிப்படுத்தி வந்தன.

உள்ளாடைகளும் ஆடைகளும் அளவில் சிறுத்து வந்தன. எந்நேரமும் எனக்குள் ஊறியவாறிருந்த எரிச்சலைச் சொல்லி மாளாது. அக்குளில் இறுக்கமாகப் பிடித்த ஒரு பாலியெஸ்டர் சட்டையை - அதை வாங்கி ஓரிரு மாதங்கள்தாம் ஆகியிருந்தது - வெறும் கைகளால் நார்நாராகக் கிழித்து எறிந்தது ஞாபகம் இருக்கிறது. என் மனைவி மிரண்ட கண்களுடன் பார்த்துக்கொண்டு நின்றாள். வழக்கத்தைவிட சற்றுப் பெரிய, கரிய விழிகள் அவளுக்கு. மருந்து அளவுக்காக நான் பயன்படுத்திவந்த அவுன்ஸ் குப்பிபோல அவை நிரம்பித் ததும்பியது இன்றுவரை நினைவில் சதா இருந்து உறுத்தும் காட்சி.

பொதுவாக, மனைவியிடம் நான் மொத்தமாகச் சரணடைந்துவிட்டேன் என்பது என் உறவினர்கள் மற்றும் நண்பர்களின் கேலியான அபிப்பிராயம். பாவம், அவர்களுக்கு அந்த அவுன்ஸ் குப்பி பற்றியும், அது எத்தனை நாட்கள், எத்தனை வேளைகள் நிரம்பி நிரம்பித் தீர்ந்தது என்றும் தெரியாது.

மேற்சொன்னதுபோன்ற சம்பவங்கள் நடந்து சிறிது நேரம் கழித்து மனம் தானே சமனமுற்று விடும். மனைவியைத் துணைக்கு அழைத்துக்கொண்டு, என்னுடைய மனநலத்தைப் பேண முயன்று வந்த திரு.துளசிராமிடம் நானே வண்டி ஓட்டிக்கொண்டு சென்று விடுவேன்.

உடம்பைப் பற்றிச் சொல்லிக்கொண்டிருந்தேன் அல்லவா, அந்த நாட்களில் எனக்குத் தொடர்பற்ற, தன்னிச்சையான வஸ்துபோல அது இயங்கிக்கொண்டிருந்தது. இடம்விட்டு இடம் நகர அனுமதிக்காது. இருந்த இடத்திலும் தானே ஒரு ஆழத்தைக் கண்டுபிடித்து இன்னும் இன்னும் என்று அமிழ்ந்தவாறிருக்கும்.

இதெல்லாம் வெறும் பிரமைதான், உடம்பு இல்லாமல் நான் என்ற உணர்வு செயல்படுவதற்கான வெளி கிடையாது என்றெல்லாம் பரிவோடு என் மருத்துவர் எடுத்துரைப்பார். ('வெளி' என்பதெல்லாம்

பின்னாட்களில் எனக்குள் வந்து சேர்ந்த வார்த்தைகளிலொன்று. மருத்துவர் space என்றுதான் சொன்னார்) அவரோடு இருக்கும் போதும், அவர் பேசுவதைக் கேட்கும்போதும், 'எல்லாமே நன்றாகத் தான் இருக்கிறது, குழப்பம் எதுவுமே கிடையாது, உடம்பாலும் மனத்தாலும் நான் ஆரோக்கியமாகத்தான் இருக்கிறேன்' என்று ஆறுதலடைவேன்.

ஆனால், இந்த ஆறுதல் சில கணங்கள்தாம் நீடிக்கும்.

அந்தக் கறுப்பு உருவம் என் முன்னால் வந்து நடனமாடத் தொடங்கும். நடனம் என்றவுடன் சுத்தமான தாளக்கட்டுடனும், பொருத்தமான அடவுகள் மற்றும் அபிநயங்களோடும் - சலங்கை ஒலியில் வரும் கமலஹாஸன் மாதிரி - ஒரு உருவம் ஆடுகிற மாதிரி நீங்கள் புரிந்துகொண்டுவிட வேண்டாம். (உண்மையில், 'அதை நடனமாகப் பார்க்கலாமே'என்ற ஆலோசனையே திரு. துளசிராம் கூறியதுதான்). தத்தக்கா பித்தக்கா என்று குதிக்கும் அது. எந்த நிமிடமும் என்மீது பாய்ந்து ரத்தம் குடிக்க ஆயத்தமாய் இருப்பதுபோலத் தெரியும்.

என்னுடைய வரிசையையும் டோக்கன் எண்ணையும் மறந்து மருத்துவரின் அறைக்குள் பாய்வேன். அது வெறும் 'உருவெளித்தோற்றம்' (இந்த வார்த்தையும்கூட பின்னாட்களில் வந்து சேர்ந்ததுதான்) என்று தைரியப்படுத்துவார் மருத்துவர். எனக்கானால், ஏதோ ஒரு பதில் சொல்லி என்னை வெளியே காத்திருக்க வைப்பதற்காக அவர் தந்திரம் செய்கிறார் என்று ஆத்திரம் பொங்கும்.

எவ்வளவோ பொறுமை காத்து வந்தவர் திரு. துளசிராம். ஒரு தினம், பாவம் அன்றைக்கு அவருக்கு என்ன உளரீதியான பிரச்னையோ,

> அதுதான் ஒங்களை ஒண்ணும் செஞ்சு தொலைக்கலையே, ஏதோ டான்ஸ் ஆடுதுன்னு பாத்துக்கிட்டு ஒக்காந்திருக்கலாமில்லே?

என்று கடிந்துகொண்டார். இவரிடம் பேசிப் பயனில்லை என்று அவர் மேஜையில் இருந்த அலங்காரக் கடிகாரத்தைத் தரையில் எறிந்து நொறுக்கினேன். அவரிடம் கிட்டத்தட்டத் தரையில் விழுந்து மன்னிப்புக் கேட்டாள் என் மனைவி. திரு. துளசிராம் பெருந்தன்மையானவர்.

> விடுங்க, பரவாயில்லே. நீங்க அவரெக் கவனிங்க. அது ஃபார்மா கம்ப்பெனி கிஃப்ட்டாக் குடுத்ததுதான். போனாப் போகுது.

என்று பதில் சொன்னார். என்ன, அன்று முதல், பகல் நேரங்களிலும் தூக்க மாத்திரைகள் எடுத்துக்கொள்ளப் பரிந்துரைத்துவிட்டார்.

அந்த உருவத்தின் அங்க அடையாளங்கள் இன்றைக்கு நினைவில் இல்லை. ஆனால், இருளைத் திரட்டிச் செய்த உருவம் என்பதும், சராசரி ஆளின் உயரம் இருந்தது என்பதும், நல்லெண்ணம் கொண்டது மாதிரி நிச்சயம் அது நடந்துகொள்ளவில்லை, என்னைக் கேலி செய்வதிலும் மிரட்டுவதிலும் அலாதி சுகம் கண்டுவந்தது என்பதும் மிக அழுத்தமாக நினைவிருக்கிறது.

வெறும் மருந்து மாத்திரைகள், விபூதிப் பிரசாதங்கள், நேர்ச்சைகள் மட்டுமல்ல, சில புத்தகங்களும் சில நண்பர்களும்கூட உதவித்தான் நான் அந்தச் சுழலிலிருந்து விடுபட்டேன். நாளாவட்டத்தில், நான் குணமடைந்துவிட்டேன் என்பதையே அறியாமல் குணமடைந்தது மாதிரித்தான், சிக்கத் தொடங்கியிருக்கிறேன் என்பதை அறியாமலே அதில் சென்று மாட்டிக்கொண்டேன் என்று இப்போது தோன்றுகிறது. இன்ன காரணம் என்று தெரியாதே தவிர, இன்னார்தான் காரணம் என்பதை ஓரளவுக்காவது யூகிக்க முடிகிறது இன்று - எல்லாம் நடந்து முடிந்து இருபத்திச் சொச்சம் வருடங்கள் கழித்து.

மதிவதனனும் வெங்கலக்ஷ்மியும்தான் என்னை அந்தப் புள்ளியை நோக்கி நகர்த்திச் சென்றவர்கள். இருவரும் ஒரே காலகட்டத்தில் எனக்கு அறிமுகமானார்கள் என்றாலும் மதி இரண்டுவருடங்கள் முன்னதாகவே பரிச்சயமானவன். அதனால், அவனைப் பற்றி முதலில் சொல்கிறேன்.

2

சர்க்கஸில் பனைமர உயர மனிதன் நடந்து வருவானே, பார்த்திருக்கிறீர்களா? அவனுடைய உயரத்தை அதிகரித்துக்

காட்டுவதற்காக பக்கத்திலேயே ஒரு குள்ளக்கோமாளியும் நடந்து வருவான் அல்லவா? நானும் மதியும் நடந்து வந்தால் அப்படித்தான் இருக்கும். கால்களில் நீளக் கம்பத்தை வைத்துக் கட்டிய மாதிரி மதி நிதானமாகவும் பக்கவாட்டில் அசைந்தும் பக்கத்தில் வருபவனை அடிக்கடி குனிந்து பார்த்துக்கொண்டும் உடலின் மேற்பாதியை விசித்திரமாகக் குலுக்கியவாறும் நடப்பான்.

அவனுடைய முழுப்பெயர் தாமஸ் ராஜநிமலன் ஏகம்பவாணர். பல தலைமுறைகளாகத் தேடி வைத்த சொத்துக்களையெல்லாம் ஒரே இரவில் இழந்து விமானமேறிப் புலம்பெயர்ந்த குடும்பம். என்ன காரணமோ, மதுரையில் குடியமர்ந்ததும் ஆதீனத்தில் போய் இந்துக்களாக மதம் மாறிவிட்டார்கள். இவன் மதிவதனன் ஆனான்.

அவனுடைய உயரத்தைப் பற்றிச் சொன்னேனே, சர்க்கஸ்காரன் இரண்டு கால்களாலும் தனித்தனியாக நடக்கிற மாதிரித் தோன்று மல்லவா? மதி நிஜமாகவே இரண்டு தனித்தனிக் கால்களால் நடந்தவன். இப்படியெல்லாம் பூடகமாகச் சொல்லிப் போவது எனக்கே பிடிக்கவில்லைதான். என்ன செய்வது, சொல்லி விளங்கச் செய்வதற்கு அவ்வளவு எளிதாக இல்லாத விஷயங்களைப் பேசும்போது உருவகங்கள் தாமாகவே வந்துவிடுகின்றன.

மதிவதனனுக்குப் படிப்பில் அவ்வளவாக ஆர்வம் கிடையாது. சில பாடங்களில், எண்பது பேர் கொண்ட வகுப்பின் தனியொரு மாணவனாகத் தோற்று அரியர்ஸ் வைத்திருந்தான். ஆனால், ஆங்கிலத் தில் கில்லாடி. இன்றைக்கு முன்னணி ஆங்கில செய்தித்தாளின் சென்னைப் பதிப்பில் உதவி ஆசிரியராக நான் பணிபுரிகிறேன் என்றால், அதற்கு முழுமுதல் காரணம் அவன் உருவாக்கித் தந்த ஆர்வம்தான். ஆனால், ஆங்கிலத்தில் அவன் படித்த புத்தகங்கள்தாம் வேறு மாதிரியானவை. சிலவற்றில் வெறும் படங்கள் மட்டுமே இருக்கும். மற்ற சில புத்தகங்களில் ஒரு வார்த்தைகூட நம்மை மாதிரிப் பாமர வாசகர்களுக்குப் புரியாது.

படம் போட்ட புத்தகங்களை வீட்டுக்குக் கொண்டுசெல்லத் தரமாட்டான். வகுப்புகளின் இடைவேளையில் ஈக்கள் மாதிரி மொய்த்து அவற்றை மாந்துவார்கள் சக மாணவர்கள். ஒருமுறை பார்த்ததுமே எனக்கு அவை திகட்டிவிட்டன. இரண்டாம் தடவையி

லிருந்து பேராசிரியர் வருகிறாரா என்று கவனித்துச் சொல்வதற்கான காவல் பணியில் நான் நியமிக்கப்பட்டேன்.

எனக்கு அந்தப் புத்தகங்களில் ஆர்வம் இல்லாமல் போனதற்கு நான் முனிவன் என்பது காரணமில்லை. என்னுடைய ரசனை சற்று வேறுமாதிரியானது. பதினாறு வயதினிலே படத்தில் சிறு ஓடை ஒன்றைக் கடந்து எதிர்க்கரை வருவாரே ஸ்ரீதேவி, பார்த்திருக்கிறீர்களா - அந்தக் காட்சியின் நிலைப்படத்தை? தொடை வரை வழித்து ஏற்றிய புடவையுடன் தண்ணீரில் நிற்பார். புடவை மறைக்கத் தவறிய, பளபளக்கும் தொடையின் பிம்பம் தண்ணீரில் பிரதிபலித்து இரட்டிப்பாகக் கிளர்த்திவிடும். அந்தப் படத்தைப் பார்த்த பிறகு ஒருவாரம் போல நான் கிறங்கிக் கிடந்தேன். மேலும்,

இந்தா பார்த்துக்கொள்.

என்று அம்மணமாய்க் கிடக்கும் உருவங்களைவிட, தான் பார்க்கப்படுகிறோம் என்ற பிரக்ஞையே இல்லாது வேறேதோ வேலையில் ஈடுபட்டிருக்கும்போது, துணி விலகித் தெரியவரும் மார்புக் குவடுகளும், தொடைகளும், சிலநேரம் தென்படும் பச்சை மற்றும் வயலட் நிற நரம்பு நெளிவுகளும் தரும் அவஸ்தைதான் எனக்குப் பிடிக்கும்.

இதைச் சொன்னபிறகு, மதிவதனனுக்கு என்மேல் மரியாதை கூடியது. சற்று அந்தரங்கமான விஷயங்களையும் பகிர்ந்துகொள்ளத் தொடங்கினான். தவிர, அவன் படிக்கிற புத்தகங்களை எனக்கு அறிமுகப்படுத்தினான். அவை ஆங்கிலத்தில்தான் இருந்தன என்றாலும் என்னால் புரிந்துகொள்ள இயலாதவை. வரிவரியாய்ப் படித்துப் பொருள் சொல்லுவான் மதி. பிறகு, அதைப்பற்றி என்னுடன் விவாதிப்பான். விவாதம் என்ன விவாதம், அவன் விரிவுரை நிகழ்த்துவான், நான் மௌனமாகக் கேட்டுக்கொண்டிருப்பேன். அவன் கூறும் விஷயங்களைவிடவும், மழலைபோல தொனிக்கும் அவனுடைய மொழியை எனக்கு மிகவும் பிடிக்கும்.

ஒரு புத்தகம் நன்றாக நினைவிருக்கிறது. டி எச் வீலர் என்பவர் எழுதியது. The Denial: Basin of Infinite Images என்பது அதன் பெயர். உலகம் முழுவதிலும் உள்ள பல்வேறு மதங்களின் சந்யாசிகள் மற்றும் சந்யாசினிகளைத் தேடிப் பிடித்து அவர்கள் தாமாகவே

கடைப்பிடித்த, அல்லது அவர்களின்மீது திணிக்கப்பட்ட பிரம்மச்சரிய வாழ்க்கை பற்றியும், இயற்கையாக மனித மனத்தில் ஊறும் காம இச்சையின் கொந்தளிப்புகளை அவர்கள் எவ்வாறு சமாளிக்கிறார்கள் என்பது பற்றியும் நேர்காணல்கள் மற்றும் கட்டுரைகள் வழியாகப் பதிவு செய்த புத்தகம். இந்தியாவில் பேஜாவர் மடத்துக்கும், கல்கத்தாவின் மிஷனரீஸ் ஆஃப் சாரிட்டீஸுக்கும்கூட வந்து பேட்டி கண்டிருந்தார் வீலர்.

தொடர்ந்து பல நாட்கள் படித்த பிறகு, பெண்களைப் பார்த்ததும் எனக்குள் உண்டாகும் குறுகுறுப்பின் தன்மை மாறிவிட்டது. அவர்களையும் அவர்கள் ஆண்களின் முன்னிலையில் மேற்கொள்ளும் பாவனைகளையும், நுட்பமாக வேடிக்கை பார்க்கத் தொடங்கினேன்.

மதிவதனனுக்கு இன்னொரு தனிக் காலும் உண்டு என்று சொன்னேன் இல்லையா, அந்தக் காலால் அவன் தந்த பரிசுதான் சோற்றானிக்கரை. அந்த ஊரின் பெயரையே மதியின் வாயால்தான் முதன்முதலில் கேள்விப்பட்டேன். அவன் கல்லூரிப் படிப்பைப் பாதியில் நிறுத்திவிட்டுப் புறப்படுவதற்குச் சில நாட்கள் முன்னால் சொன்னான்.

ஒரு வாரம் போலக் காணாமல் போயிருந்துவிட்டு கல்லூரிக்கு அன்றுதான் திரும்பியிருந்தான். சாயங்காலம் உண்ணியின் டீக்கடையில் வைத்து விரிவாகச் சொன்னான். சோற்றானிக்கரை போவது எப்படி, இவனுடைய குடும்பம் எதற்காகப் போனது, அங்கே நடக்கும் குருதி பூஜையின் மகத்துவம், பயன்கள் என்று பல்வேறு சங்கதிகள். மதியின் சகோதரி ஒருத்திக்குப் பேய் பிடித்திருக்கிறதாம். அவளைக் குணப்படுத்துவதற்காக ஊர்ஊராய் அலைகிறார் இவனுடைய தகப்பனார். 'இந்த விஷயத்தை சக மாணவர்கள் யாரிடமும் சொல்வதில்லை' என்று என்னிடம் வாக்குறுதி பெற்றுக்கொண்ட பிறகுதான் சொன்னான்.

ஒனக்கு இதுலெல்லாம் நம்பிக்கை உண்டா மதி?

என்று ஆச்சரியமாகக் கேட்டேன்.

இல்லாமெத்தான் இருந்தவன். யாழ்ப்பாணத்திலெ நாங்க விட்டு வந்த எங்கட சொத்துக்கள் திரும்பக் கிடைக்க

> வேணுமெண்ட அக்கறையில் ஒவ்வொரு சாமியாரா எங்கட அய்யா தேடி அலையிறப்ப எனக்குச் சிரிப்பா வரும். 'இந்தப் பிரச்சின தீருறதுக்கு நீங்க பாக்க வேண்டியது பவுத்தச் சாமியாருகளைத்தானே?' எண்டு அய்யாவைப் பகடி செய்வனான்.

என்று சொல்லிவிட்டு அமைதியானான். ஒரு முழு சிகரெட்டையும் புகைத்து முடித்துவிட்டு நிதானமாகச் சொல்லத் தொடங்கினான்.

வத்ராயிருப்பு அருகில் ஒரு சாமியாரைப் பார்க்க இவனுடைய அப்பா சென்றாராம். 'உலக்கைச் சாமி' என்று பெயராம் அவருக்கு. காலடியில் எந்நேரமும் ஒரு உலக்கையைக் கிடத்தியிருப்பாராம்.. எப்பேர்ப்பட்ட செய்வினைகள் என்றாலும் எடுத்துவிடக் கூடியவர். மதியின் சகோதரிக்கு அங்கே சென்றால் விமோசனம் கிடைக்கும் என்று யாரோ சொன்னதால் குடும்பம் உடனே கிளம்பிவிட்டது. அன்றைக்குக் கல்லூரி விடுமுறை என்பதால் மதியும் உடன் சென்றிருக்கிறான்.

நம்பிக்கையே இல்லாமல்தான் அங்கே சென்று உட்கார்ந்திருக்கிறான். சிறு பந்தலுக்குள் நூற்றுக்கும் மேற்பட்டவர்கள் சாமியைப் பார்ப்பதற் காகக் காத்திருந்தார்களாம். எல்லாரும் பார்க்கிற மாதிரி சாமி வீட்டின் வெளித்திண்ணையில்தான் உட்கார்ந்திருந்தார். கூட்டத்தில் திடீரென்று ஒரு நபரைச் சுட்டி,

> யெப்பா, மகனுக்கு உத்தியோகம் தேடுறவனே, நீ எந்திரிச்சு வா.

என்பாராம். இவர் சென்று நின்றால்போதும், தன்னுடைய பிரச்சினை அல்லது கோரிக்கை என்று எதையும் சொல்ல வேண்டியதில்லை. சாமியே எல்லாவற்றையும் சொல்லி, பரிகாரமும் சொல்வார். மாரியாத்தாளுக்கு வெள்ளிக்கிளமை நெய்விளக்குப் போடு, செவ்வாக்கிளமையிலே கறுப்புத் துணி உடுத்திக்கோ, ஞாயிறு தவறாமே பிள்ளையாருக்கு அருகம்பூ மாலை சாத்து, புடலங்காயெ சாப்பாட்டிலேருந்து விலக்கு, மூணு மாசத்துக்குப் பொம்பளே வாசனெ கூடாது என்று எளிமையான பரிகாரங்கள்தாம்.

ஹிப்நாட்டிஸம், தாட் ரீடிங், ஆட்டோ ஸஜஷன் என்று விதவித மான கருத்துலக சமாதானங்களும், கூட்டத்துக்குள் பக்தர்களைப்

போலவே அமர்ந்து பக்தர்களிடம் அருகில் வந்து பேச்சுக் கொடுக்கும் அந்நியர்கள் சாமியின் உளவுத்துறையைச் சேர்ந்தவர்களோ என்று நடைமுறைச் சந்தேகங்களும் மதியின் மனத்தை ஆக்கிரமித்திருந்தன வாம். மதிவதனனின் தகப்பனாரை,

> நீரு வாருமய்யா, யாள்ப்பாண மொதலாளி.

என்று அழைத்தார் சாமி.

> பொண்ணுக்குக் கல்யாணம் செஞ்சு வையும். எல்லாம் சரியாயிரும்.

என்று பரிகாரம் சொன்னார். காணிக்கையாக மூணேமுக்கால் ரூபாய் மட்டும் வெற்றிலையில் வைத்தால் போதும் என்று சொல்லி விட்டார்.

மதுரைக்குக் காரில் திரும்பும்போது, சாமியாரின் ஞானதிருஷ்டியை வியந்துகொண்டு வந்தது குடும்பம். 'இந்த யோசனையை நானே சொல்வேனே' என்று மதிவதனன் சொல்லிச் சிரித்தானாம்.

> உமக்கு உம் பாடப் புத்தகத்தில் உள்ளதுவாவது பாராமல் சொல்லத் தெரியுமா மகனே?

என்று சினந்து கேட்டாளாம் தாய். மதிவதனன் வாய் மூடிவிட்டான். ஒரு தினத்துக்கு சராசரி நூறு பக்தர்கள், தலைக்கு மூணே முக்கால் ரூபாய் என்றால் சாமியாரின் மாத வருமானம் எவ்வளவு என்று தானாக யோசனை செய்துகொண்டு வந்தானாம்.

திடீரென்று குடும்பம் பதற்றமானது. இவர்கள் கொண்டுவந்திருந்த கைப்பையைப் பந்தலில் மறந்து வைத்துவிட்டு வந்துவிட்டார்கள். விலை உயர்ந்த பை. லண்டனில் இருக்கும் மதியின் தாய்மாமன் அன்பளித்தது. உள்ளே நொறுக்குத் தீனியும் ஓரிரண்டு குளிர்பான சீசாக்களும் தேங்காய் பழமும்தான் இருந்தன. என்றாலும், 'அந்தப் பையைப் பார்க்கிறப்பவெல்லாம் என்றெ சின்னவனெப் பார்க்கிற மாதிரியே இருக்குமே' என்று மதியின் தாயார் புலம்பினாராம்.

வாடகைக் கார். திருமங்கலம் தாண்டி வந்தாகிவிட்டது. தவிர, பந்தலில், அவ்வளவு கூட்டத்தில், விட்டுவந்த பை அங்கேயே இருக்கும் என்பதற்கு என்ன உத்தரவாதம்?...

மதி இன்னொரு சிகரெட் பற்ற வைத்துக்கொண்டான். எனக்கும் ஒன்றை நீட்டினான். மனசேயில்லாமல் 'வேண்டாம்' என்றேன். நான் வீடு திரும்பும் நேரமாகியிருந்தது அப்போது. மதி தொடர்ந்தான்.

பூட்டிய வீட்டு வாசலில் இறங்கி காருக்குப் பணம் கொடுத்து அனுப்பிவிட்டு, வீட்டுக்குள் நுழைகிறார்கள். சாப்பாட்டு மேஜைமீது இவர்களுடைய கைப்பை வீற்றிருக்கிறது. பந்தலில் விட்டுவந்த அதே பை.

ஓடிச் சென்று அதை எடுத்து மார்போடு அணைத்துக்கொண்டாராம் மதியின் தாயார். தகப்பனார் விசித்து விசித்து அழ ஆரம்பித்து விட்டார்...

> எங்கட அக்காவுக்கு இருந்த பிரச்சினை பத்தி இப்பவும் எனக்குக் குழப்பமில்லை. ஆனா, அந்தப் பை விவகாரம் முழுக்க முழுக்க வேறே. அதுக்கப்புறம்தான், எங்களுக்கெல்லாம் பார்க்கக் கிடைக்கிற உலகத்திலே எங்களை மாதிரி சாதாரணர்கள் பார்க்க ஏலாத பல அடுக்குகள் படிஞ் சிருக்குதெண்டு உணர்ந்தனான்...

என்று சொல்லிப் பெருமூச்சு விட்டான் மதி. அவனுடைய மொழியில் 'எங்கள்' என்று வரும் இடங்களை நாம் 'நாம்' என்று மொழிபெயர்த்துக் கொள்ள வேண்டும்.

இருவரும் எழுந்து நடந்தோம். நான் ஷெனாய் நகருக்கும், அவன் எதிர்த்திசையில் செல்லூருக்குமாகப் பிரிந்தோம். அதன் பிறகு சரியாக இரண்டே வாரங்கள். மதிவதனன் கனடாவுக்குக் கிளம்பிப் போய்விட்டான்.

3

மதுரை எர்ஸ்கின் ஆஸ்பத்திரிக்கு ராஜாஜி அரசு மருத்துவமனை என்று பெயர் மாற்றிய காலகட்டம் அது. ஆஸ்பத்திரி வளாகத்தின் வலது பாதமாக நின்றிருந்த கருங்கல் கட்டிடத்தை ஒட்டி உள்ளே செல்லும் சாலை ஷெனாய் நகருக்குள் நுழைவது. நீண்ட நாலைந்து

தெருக்களும், வைகைக் கரையையொட்டி இருக்கும் குடிசைப் பகுதிகளுமாக முக்கால் மணிநேரச் சுற்றளவு கொண்ட பகுதி.

கல்லூரியிலிருந்து நடைத் தொலைவுதான் என்பதால், என்னை முன்னிட்டு அங்கே குடிபெயர்ந்திருந்தது எங்கள் குடும்பம். ஷெனாய் நகர் மூன்றாவது தெருவில் வீடு. முன்பகுதிப் போர்ஷனில் நாங்கள் குடியிருந்தோம். பின்னால் உரிமையாளரின் குடித்தனம். பக்கவாட்டில் இரண்டு சிறகுகளிலும் ஒவ்வொரு போர்ஷன்கள். அரசு மருத்துவமனையில் வெளிநோயாளியாக மாதக்கணக்கில் வைத்தியம் செய்துகொள்ள வரும் நோயாளியின் குடும்பங்கள் அவற்றில் தற்காலிகமாகக் குடியேறும்.

அந்தப் போர்ஷன்கள் ஒரே அறை மட்டும் கொண்டவை. எல்லாக் குடும்பங்களுக்குமாக பொதுவான கழிப்பறைகளும் குளியலறைகளும் வீட்டின் பிற்பகுதியில் வரிசையாக இருக்கும்.

வலது பக்க அறையில் வெங்கலக்ஷ்மியும் அவளது தாயார் ருக்மணியம்மாளும் குடிவந்தார்கள். தகப்பனார் திருக்காட்டுப் பள்ளியில் புரோகிதம் செய்கிறார். ஒரேயொரு தகரப்பெட்டியும் ஒரு உரச்சாக்கு நிறைய தட்டுமுட்டுச் சாமான்களும் கொண்டு ஒரு வியாழக்கிழமைக் காலையில் வந்து சேர்ந்தார்கள். ருக்மணியம்மாளுக்கு என் அம்மாவின் வயது இருக்கலாம்.

அந்த அம்மாளுக்கு இடுப்பு மூட்டில் நிரந்தரமான வலி. குனிந்தால் நிமிர முடியாது. உட்கார வேண்டுமானால் சுவரையொட்டி உடலைப் பதித்துக்கொண்டு சரிந்தவாறு இறங்கி டொம்மென்று தரையில் வீழ்ந்து கால்களை நீட்டிக்கொள்வாள். அவளுக்குத்தான் அரசு மருத்துவமனையில் வைத்தியம்.

ருக்மணியம்மாளைப் போன்ற உழைப்பாளியை அதற்கு முன்பும் பின்பும் நான் பார்த்தது கிடையாது. வந்த நாலைந்து நாட்களிலேயே ஷெனாய் நகரிலும் சாத்தமங்கலத்திலும் நாலைந்து வீடுகளில் பாத்திரம் தேய்ப்பதற்கு நியமனமாகிவிட்டாள். அதிகாலை ஐந்து மணிக்கு வீட்டைவிட்டு இறங்கினால், எட்டு மணிக்குள் இரண்டு வீடுகள் முடித்துவிட்டு வருவாள். உடனடியாகக் கிளம்பி மருத்துவமனை. ஒன்பது மணிக்குள் புறநோயாளிச் சீட்டு வாங்கிவிடவேண்டும். சாயங்காலம் ஐந்து மணிக்குக் கிளம்பி பிற வீடுகளில் வேலை.

இடைப்பட்ட நேரத்தில் யாரிடமாவது பேசிக்கொண்டேயிருப்பாள். பேசாத நேரத்தில் ஏதாவது பாட்டு முனகுவாள். சற்று உரத்தே முனகுவாள். பழைய எம்மெஸ் டீக்கே பட்டம்மாள் வசந்தகோகிலம் என்று. மகள் இதற்கு நேர்மாறு. அவளுக்குக் குரல் உண்டா என்றே கண்டுபிடிக்க முடியாது. வந்த மறுநாள் எங்கேயோ தையல் கிளாஸ் சேர்ந்தாள். தனக்கும் தாயாருக்குமான சமையலை முடித்துவிட்டு துணி வெட்ட உட்கார்வாள். அல்லது கைமுறுக்கு சுற்றத் தொடங்குவாள். அல்லது அப்பளம் தேய்ப்பாள். வெளுக்கத் தொடங்கிவிட்ட கவரிங் சங்கிலி நிரந்தரமாகப் பல்லிடுக்கில் கடிபட்டுச் சிக்கியிருக்கும்.

ஒரே அறைதான் அவர்களுடைய வீடு என்பதால், துணிகள் வழியத் திறந்துகிடக்கும் தகரப் பெட்டியையோ, விறகுகளின் நுனியில் தழல் கனியும் அடுப்பையோ பாராமல் அவர்களுடைய போர்ஷனைத் தாண்ட முடியாது. கல்லூரி விடுமுறை நாட்களில் பகல்நேரத்தில் அந்தப் போர்ஷனைத் தாண்டிக் கழிவறைக்குச் செல்லும்போது, மாமியின் பாட்டுச் சத்தம் கேட்கும். அல்லது, வெங்கலக்ஷ்மி தொண்டையைச் செருமும் ஒலி கேட்கும். ஏதாவது நிழல் அசைந்தாலும், அவள் செருமிவிடுவாள்.

பகலிலும் அந்தப் போர்ஷனின் கதவு மூடியிருக்கிற சந்தர்ப்பங்களும் உண்டு. அடைத்த கதவுக்குப் பின்னால் உரத்த குரலில் தாயும் மகளும் சண்டை போட்டுக்கொள்வார்கள். பசுப்போல அமைதியாய் இருக்கும் வெங்கலெக்ஷ்மி சண்டையிலும் தணிந்தேதான் இருப்பாள். ருக்மணியம்மாள் உரத்த குரலில் இவளைத் திட்டுவாள். தன் புருஷன், அவருடைய தகப்பனார் மற்றும் புருஷன் வழி உறவுப் பெண்கள் அனைவரையும் வரிசையாகப் பெயர் சொல்லி இழுத்து மோசமாகப் பேசுவாள். அவர்களெல்லாம் உத்தமர்களாக இருந்திருந் தால், இப்படி எச்சில் இலை எடுக்கும் ஸ்திதிக்கு இவர்கள் வர வேண்டியிருந்திருக்காது என்பதுதான் சாராம்சம்.

ருக்மணியம்மாளின் இந்த வசைமாலையை என் அம்மா ஏனோ பெரிதாக எடுத்துக்கொள்ளவில்லை. ஆனாலும், அவர்கள் வீட்டிலிருந்து அப்பளமோ, பட்சணங்களோ வாங்குவதற்குச் சம்மதிக்க மாட்டாள்.

> அவா ரெண்டுபேரும் தூரம் ஒதுங்கறதேயில்லே. தூரமணா தொட்டதெச் சாப்பிட்டா நேத்திரம் போயிடும்.

அம்மாவிடம் நான் கவனித்த இன்னொரு ஆச்சரியமான விஷயமும் இருந்தது. பொதுவாகப் பெண்களுடன் நான் பேசினாலே கண்ணால் எரிப்பவள், இந்தக் குடும்பத்துடன் ஓரிரு சொற்கள் நான் பேசினால் கண்டுகொள்ளமாட்டாள். வெங்கலக்ஷ்மி என்னைவிட ஏழெட்டு வயது மூத்தவள் என்பதோ, அவசரமாக வந்துவிட்ட முன்நரைக் கீற்றுகள் சற்று தாராளமாகவே பாய்ந்திருந்தது அவளுக்கு என்பதோ, அவளது துருத்திய முன்பற்களோ, குழிக்குள் கிடந்த கண்களும் அவற்றைச் சுற்றிப் படர்ந்திருந்த கருவளையங்களுமோ, எது காரணம் என்று தெரியவில்லை. மானசீகமாய்க்கூட அவளையும் என்னையும் பொருத்திப் பார்க்க அம்மாவின் மனது உடன்படாதிருந்திருக்கலாம்.

ருக்மணியம்மாள் ஏதாவது கேட்டால் நின்று பதில்சொல்வேன். அவளுக்குப் பின்னால் நின்று தோள்வழியாகத் தலைகாட்டிக்கொண்டு வெங்கு நிற்பாள். சிலநேரம் வெங்குவும்,

> குமுதம் இருக்கோ, ஒங்காத்திலெ எல்லாரும் படிச்சாச்சின்னாத் தரலாமா?

என்கிற மாதிரி ஏதாவது கேட்பாள். இந்த இரண்டு வாக்கியத்தைப் பேசுவதற்குள் தன் மார்பை நாலுதடவை பார்த்துக்கொண்டு விடுவாள். அவர்களுடைய ஏழ்மைக்கும், இருவேளைச் சாப்பாட்டுக்கும், பல இடங்களில் கிழிசல்களைத் தைத்த புடவைக்கும் பொருத்தமற்ற விகிதத்தில் மதர்த்த முலைகள் அவை. ஒருமுறை அம்மா என் மன்னியிடம் சொல்லிக்கொண்டிருந்தது யதேச்சையாகக் காதில் விழுந்தது.

> குதிரைக்குட்டி மாதிரி வளந்திருக்கா. பாவம். கல்மிஷமில்லாத பொண்ணு. சித்தப் பிரமை இருக்குங்கறா அவம்மா. தாயாருக்கு வைத்தியம் முடிஞ்சதும், பொண்ணை குணசீலத்துக்குக் கூட்டிண்டு போகப் போறாளாம். பகவானுக்குத்தான் எவ்வளவு கல்மனசு பாரு. பட்ட கால்லெயே போடறான்.

எனக்கு மதிவதனன் நினைவு வந்தது. அவன் இருந்தால் என்ன சொல்லியிருப்பான் வெங்கலக்ஷ்மியைப் பற்றி?

அந்தச் சமயத்தில் ஒரு வாரப்பத்திரிகையில் வந்த கதை ஓரளவு மதிவதனனின் பாதையில் சென்றது. இளம்பெண் ஒருத்தியைப் பிடித்த பேயை உடுக்கடித்து விரட்டுவது பற்றிய கதை. சவுக்கால் ஏகப்பட்ட அடிகள் வாங்கியும் நாலைந்து பேராகச் சேர்ந்து அவளை அமுக்கியும் பேயிடமிருந்து விடுபடுவாள் அவள்.

ஆனால், வெங்கலக்ஷ்மியைப் பேய் பிடித்த மாதிரிச் சொல்ல வில்லையே அம்மா?

ஒரு ஞாயிற்றுக்கிழமை. என்னுடைய மன்னியின் தங்கைக்குக் குழந்தைப் பேறு வேண்டி அழகர் கோயிலில் பொம்மைத் தொட்டில் கட்டுவதற்கு எல்லாரும் சென்றிருந்தார்கள். குடும்பத்தோடு வெளியிடங்களுக்குச் செல்வதை நான் தவிர்க்க ஆரம்பித்திருந்த நாட்கள் அவை. தனியாக இருப்பதில் எனக்கு விருப்பம் அதிகரித்திருந்தது என்பதோடு, நான் பெரிய மனிதனாகிவிட்டேன் என்ற செய்தியை மற்றவர்களுக்குச் செலுத்தும் உபாயமாகவும் செயல்பட்ட உத்தி அது.

உரிமையாளர் வீட்டிலும் ஆளில்லை. ஏதோவொரு வைபவத்திற்காகக் குடும்பத்தோடு போயிருந்தார்கள். இடது பக்க அறைக்கு யாரும் குடிவராமல் ஒருவாரமாகப் பூட்டிக் கிடந்தது.

பதினோரு மணி இருக்கும். சற்றுக் காட்டமாகவே வெயில் கனன்று கொண்டிருந்தது. வாசலில் வந்து நின்றிருந்த பசு ஒன்று எங்கள் போர்ஷன் கதவை ஏக்கத்துடன் பார்த்தவாறு நின்றிருந்தது. அதன் கடைவாயிலிருந்து வெண்ணிற நுரைக்கோடு இறங்கி அவ்வப்போது அடர்த்தி கூடவும் குறையவுமாக நின்றது. முதுகில் வந்து வந்து அமரும் காக்கையை வால்வீசித் துரத்த முயன்றுகொண்டிருந்தது பசு.

பிளாஸ்டிக் வாளியை எடுத்துக்கொண்டு கழிவறை நோக்கிப் போனேன். வழக்கத்துக்கு விரோதமாக ருக்மணியம்மாளின் போர்ஷன் கதவு சாத்தியிருந்தது. உள்ளேயிருந்து பேச்சுக் குரல் கேட்டது. ருக்மணியம்மாளின் குரல்தான். தீனமான அந்தக் குரல் இன்றளவும் என் ஞாபகத்தில் அழுத்தமாகப் பதிந்திருக்கிறது.

வேணாண்டி வெங்கு. அதெக் கீழே போட்டுருடீ. என்னெ ஒண்ணுஞ் செஞ்சுறாதேடி.

எப்போதும் உரத்து ஒலிக்கும் குரல் வெகுவாகத் தழைந்து இருந்ததும், அதில் தொனித்த அச்சமும் எனக்குள் ஒருவிதமான குறுகுறுப்பை உண்டாக்கின. தண்ணீர் வாளியைக் கீழே வைத்துவிட்டு நின்று விட்டேன். வெங்குவின் குரல் பதிலளித்தது:

ம்... ம்...

வெறிகொண்ட தெருநாயின் உறுமல்போல. மயிர்க்கூச்செரிந்தது எனக்கு. ருக்மணியம்மாளின் குரல் சட்டென்று உயர்ந்தது, ரகசிய மாகத்தான்.

வேணாண்டி. கிட்டெ வராதடி. நானும் போயிட்டா ஒனக்கு நாதியேயில்லாமப் போயிடுண்டீ. வெங்கு... வெங்கூ...

அதற்குமேல் பொறுமையாய் நிற்க முடியவில்லை என்னால். வேகமாக இரண்டு படியேறி அவர்கள் கதவைத் தட்டினேன்.

உடனடியாக உள்ளே ஒரு அமைதி கவிழ்ந்தது. ஒரு கணம்தான். வெங்குவின் உறுமல் மீண்டும் கேட்டது. ருக்மணியம்மாள் பலவீனமான குரலில் கேட்டாள்:

யாரு?

நான்தான். சீனு.

கதவு வேகமாகத் திறந்தது. அந்த அம்மாள் என்னைப் பார்த்து அரற்றினாள்.

அப்பனே, வா. சும்மா உள்ளே வா. நீ என் பிள்ளை மாதிரித்தான். இந்தச் சனியனெப் பாரு. என்ன பண்றது பாரு.

வெளியிலிருந்து பார்த்தால் தெரியாத மூலை ஒன்று அந்த அறைக்குள் இருப்பதை அப்போதுதான் பார்த்தேன். வெங்கு நின்றிருந்தாள். பல வருடத் தொலைவில் பத்திரமாக இருந்துகொண்டு நிதானமாக விவரிக்கிறேனே தவிர, அவளைக் கண்ட கணத்தில் நான் அடைந்த அதிர்ச்சியை இப்போது நினைத்தாலும் மனம் குழறுகிறது.

வதம் செய்யப் புறப்பட்ட துர்த்தேவதை மாதிரி நின்றிருந்த வெங்குவின் உடம்பில் ஒட்டுத்துணியில்லை. இல்லை, அப்படிச்

சொல்வது தவறு. அடுக்கடுக்காக மடிக்கப்பட்ட, பழுப்பு நிறக் கறைகள் கொண்ட, வேஷ்டிக் கிழிசலை அரைஞாண் கயிற்றில் கோத்துக் கோவணமாக உடுத்தியிருந்தாள். மயிர்க்கற்றைகள் சற்றும் வெளித்தெரியாதபடி பொட்டலமாய்க் கட்டிப் புடைத்த கோவணம். நிலையிறங்கிச் சரிந்திருந்த முலைகளின் காம்புகள் மட்டும் நிமிர்ந்திருந்ததும், பரஸ்பர விரோதம் கொண்டவைபோல எதிரெதிர்த் திசை நோக்கியிருந்ததும் நினைவிருக்கிறது.

வலது கையில் அரிவாள்மணையை ஓங்கிப் பிடித்திருந்தாள் வெங்கு. கண்கள் முன்பின் தெரியாதவனைப் பார்ப்பதுபோல என்மீது நிலைகுத்தியிருந்தன. அவற்றில் ஏறியிருந்த பளபளப்புக்குக் காரணம் ஆத்திரமா, கண்ணீரா என்று தெளிவாகத் தெரியவில்லை.

அவள்ட்டேருந்து அதெப் பிடுங்கியெறி அம்பீ...

என்று ருக்மணியம்மாள் பதட்டமாகச் சொன்னாள். நான் நிதானமாக வெங்குவை நெருங்கினேன். அவள் சலனமில்லாமல் நின்றுகொண்டிருந்தாள். வெகுதூரம் ஓடிவந்து நின்றவள் மாதிரி அவள் மூச்சிரைக்கும் சப்தம் என்வரை கேட்டது. அவளது புறங்கையைப் பற்றினேன். சும்மாயிருந்தாள். பதனமாக அரிவாள் மணையைப் பிடித்து வாங்கினேன். எதிர்ப்பேயின்றிக் கொடுத்தவள், மறுகணம் சட்டடியாகத் தரையில் குத்திட்டு அமர்ந்து அழத் தொடங்கினாள்.

தரையில் கிடந்த புடவையை எடுத்து அவள்மேல் போர்த்திவிட்டு, அருகில் உட்கார்ந்து தானும் அழத் தொடங்கினாள் தாயார். அந்த இடத்தில் தொடர்ந்து நிற்க எனக்குக் கூசியது.

ஏதானும் வேணும்னாக் கூப்புடுங்கோ மாமி.

என்று சொல்லிவிட்டு இறங்கினேன். அந்த அம்மாளை முதன்முறையாக 'மாமி' என்று அப்போதுதான் அழைத்தேன் என்பது இதைச் சொல்லும்போதுதான் எனக்கே உறைக்கிறது.

4

என் வாழ்நாளில் முதன்முதலாக நேரில் பார்க்கக் கிடைத்த பெண்ணு டம்பின் முழுநிர்வாணம் கிளர்ச்சியூட்டுவதாக அமையவில்லை என்பதில் எனக்கே சற்று ஆச்சரியம்தான். முன்பே விவரித்ததுபோல, என் ரசனை மட்டும் காரணமல்ல அதற்கு. அந்தச் சந்தர்ப்பத்தில் என் கண்கள் முழுக்க அந்தக் காட்சி நிரம்பினாலும், கவனம் முழுவதும் அரிவாள்மணையின்மேல் பதிந்திருந்ததுதான் காரணம் என்று இப்போது யூகிக்கிறேன்.

பின்வந்த நாட்களிலும் அந்த அம்மண உடம்பு என் கனவுகளிலும் கற்பனைகளிலும் எந்த இடத்திலும் வரவில்லை என்பது இன்னும் ஆச்சரியமான விஷயம். வெங்கலக்ஷ்மியின்மீது இயல்பாகவே எனக்கு ஈர்ப்பு இல்லாமல்தான் இருந்திருக்கவேண்டும்.

ஆனால், திருமணத்தன்று இரவில் என் மனைவியைத் தனியறையில் சந்தித்தபோது வெங்கலக்ஷ்மியும் அந்த அறைக்குள் ஒரு தடவை வந்துபோனாள். மற்றபடி, அவள் எந்த ஊரில் இருக்கிறாள் என்ன ஆனாள் என்பது போன்ற எதுவுமே தெரியாமல் கிட்டத்தட்டப் பத்து வருடங்கள் கழிந்தபிறகு எதிர்பாராமல் ஒருநாள் அவளைச் சந்தித்தேன். அதைச் சொல்வதற்கு முன்பாக அந்த நாளுக்கு முந்தின நாள் நடந்ததைச் சொல்லவேண்டும்.

மத்திய அரசு ஊழியையான என் மனைவிக்கு உத்தரப்பிரதேசத்தின் ஸஹாரன்பூரில் ஒரு பதினைந்து நாள் பயிற்சிக்குச் செல்லுமாறு உத்தரவு வந்திருந்தது. மணமாகி நாலே மாதத்தில் இப்படிப் புது மனைவியைப் பிரிந்திருப்பது யாருக்குமே சங்கடம் தரக்கூடிய விஷயம்தானே? எனக்கானால், ஆசுவாசமாக இருந்தது. காற்றின் போக்கில் பறந்து திரிந்த சருகின்மேல் கூழாங்கல்லைத் தூக்கி உட்கார வைத்ததுபோலத் திருமண உறவை நான் உணரத் தொடங்கி யிருந்த சமயம் அது. சுதந்திரம் அது இது என்று பெரிய வார்த்தைகள் எல்லாம் சொல்லவேண்டாம். உறக்கத்தில் என் இடதுபுறம் நான் திரும்பிப் படுப்பது என்னுடைய சமாசாரமாக மட்டும் இல்லாமல் போனது என்பதே பெரிய அசவுகரியம்தானே?

அவளைக் கொண்டுபோய் சென்னையிலிருந்து ஸஹாரன்பூர் பயிற்சி மையத்துக்குச் செல்லவிருந்த சக ஊழியைகள் இருவரிடம்

சேர்ப்பித்துவிட்டு அன்று காலைதான் மதுரை வந்து சேர்ந்திருந்தேன். அப்போது மதுரைப் பதிப்பில் பணிபுரிந்துவந்தேன். பணிக்குத் திரும்ப மனசில்லை. ரயில் நிலையத்திலிருந்து வெளியில் வந்தவனை, திருவள்ளுவர் பேருந்து நிலையம் நோக்கி நடத்திச் சென்றது எது என்று தீர்மானிக்க முடியவில்லை.

குருவாயூர் செல்லும் பேருந்து நின்றுகொண்டிருந்தது. ஏறி உட்கார்ந்தேன். உடனடியாகத் தூங்கிவிட்டேன். ஒற்றப்பாலம் வரும்வரை ஆழ்ந்த தூக்கம். அதன்பிறகு அப்படித் தன்னை மறந்த உறக்கத்தில் ஆழ்வதற்குப் பல வருடங்கள் காத்திருக்க வேண்டியிருந்தது.

குழந்தைக் கிருஷ்ணனைச் சேவித்துவிட்டு நான் தங்கியிருந்த விடுதியறைக்குத் திரும்பி வருகிறேன், எதிரில் வந்த பெண்ணுருவம் என்னைக் கைபிடித்து நிறுத்தியது.

என்ன அம்பீ, ஞாபகமில்லையா? பாக்காமெப் போறாய்?

ருக்மணியம்மாள்!

அவர்கள் தங்கியிருந்த அறைக்குக் கூட்டிப் போவதாகச் சொல்லி என்னுடைய விடுதி வாசலில் கொண்டுவந்து நிறுத்தினாள். என்னுடைய அறைக்கு நாலு அறைகள் தள்ளித்தான் அவர்கள் இருக்கிறார்கள். அவர்களும் இரண்டு மணிநேரத்துக்கு முன்புதான் வந்தார்களாம். இப்போது யோசிக்கையில், அந்தச் சந்திப்புக்கான முன்னேற்பாடுகள் சகலமும் வேறேதோ இடத்தில் வேறு யாராலோ தீர்மானிக்கப்பட்டவை மாதிரித் தோன்றுகிறது.

வெங்கலக்ஷ்மிக்கு என்னை உடனடியாக அடையாளம் தெரியவில்லை. பத்துவருடத்துக்கு முன்னால் பார்த்த மதர்ப்பெல்லாம் வற்றிப்போய், அரைக் கிழவியாகிவிட்டிருந்தாள். முன்னந்தலை பிரகாசமாக நரைத்திருந்தது. கைகள் குச்சிகள்போல ஆகிவிட்டிருந்தன. ஒட்டிய கன்னங்களின் விளிம்பு மாதிரி, தாடை எலும்பு துருத்தித் தெரிந்தது. புத்தம்புதிய கவரிங் சங்கிலி அவளுடைய வயதை மேலும் அதிகரித்துக் காட்டியது.

ருக்மணியம்மாள் எவ்வளவோ பிரயாசைப்பட்டும் என்னை இன்னார் என்று அவளுக்குப் புரியவில்லை. அதற்காக, ஒரு அந்நிய ஆண்பிள்ளை வந்திருக்கிறானே என்று, அறைக்குள் இயல்பாக அவள் நடமாடுவது மாறவும் இல்லை. இவள் ஏன்

நடந்துகொண்டேயிருக்கிறாள் என்று எனக்குத் தோன்றுமளவு நடந்துகொண்டேயிருந்தாள். இடையில் ஒரு தரம் நிற்பாள். தானாகச் சிரித்துக்கொள்வாள். சாதாரணச் சிரிப்பு அல்ல, பீதியூட்டும் சிரிப்பு. உடம்பு குலுங்கச் சிரித்துவிட்டு, சாவகாசமாக நகர்வாள்.

> இப்பிடித்தான் அம்பி. தானாச் சிரிப்பா, தானா அழுவா. இவ அப்பாவும் போய்ச் சேந்துட்டாரா, நாளைக்கி நானும் போய்ட்டா இவ கதி என்னாகும்னு நெனைச்சு நான் உருகாத நாள் இல்லே
>
> இப்பொவும் திருக்காட்டுப்பள்ளியிலேதான் இருக்கேளா?
>
> இல்லேப்பா. தஞ்சாவூர்லே ஒரு பணக்காராளாத்துலே தளிகைக்கி இருக்கேன். அந்த பங்களாலே ஒரு ரூம் எங்களுக்குக் குடுத்திருக்கா. ரொம்ப நல்ல மனுஷா. இங்கெ இவளெக் கூட்டிண்டு வர்றதுக்கு அவாதான் பணம் குடுத்தனுப்பினான்னாப் பாரேன். இப்பிடி ஒரு பிச்சிப் பொண்ணெ வச்சிண்டு தெரியாத ஊர்லெ எப்பிடிச் சமாளிக்கப் போறேன்னு கொஞ்சம் கலங்கித்தான் இருந்தேன். பெருமாள் உன்னெ அனுப்பிச்சிட்டார் பாரு. எனக்கு ஆனெ பலம் வந்தாச்சு. நாளைக்கு சோட்டாணிக்கரெ போறோம். நீயும் கூட வருவாயில்லையா...

சம்மதமாய்த் தலையாட்டினேன்.

பகவானைப் பற்றி ருக்மணியம்மாள் குறிப்பிட்டபோது, வெங்கு நடையை நிறுத்திவிட்டு எங்கள் இருவரையும் உறுத்துப் பார்த்தாள். பிறகு தலையாட்டிக்கொண்டு நடை தொடர்ந்தாள்.

குருதிபூஜை நடந்த இடம் ஒரு திறந்தவெளி. சந்நிதிக்கு வலதுபுறம் இருந்த வெற்றிடத்தில், உடலில் ஏகப்பட்ட ஆணிகள் அறையப்பட்ட மரத்துக்கு அருகில் பூஜை நடந்தது. மரத்தின் அடிமேடையையொட்டி பஞ்சவாத்தியக்காரர்கள் நின்றனர். தொடைதெரியத் தார்ப்பாய்ச்சி வேஷ்டி உடுத்த நம்பூதிரி கை விரல்களால் காற்றில் ஏகப்பட்ட பிம்பங்களை வரைந்தவாறு பூஜை தொடங்கினார். பஞ்சவாத்தியத்தின் தாளக்கட்டு துரிதமடைந்தபோது, நம்பூதிரியின் அசைவுகளும் வேகம் கொண்ட மாதிரிப்பட்டது.

வாத்தியக் குழுவிலிருந்து செண்டை மட்டும் பிரிந்து வந்து என் தலைக்குள் அதிரத் தொடங்கியது. அதன் அழுத்தமான ஒலி என் நரம்புகளில் விறுவிறுப்பான ஒரு நதிபோல ஓடுகிறமாதிரி, சுலபத்தில் ஓயாத வேகத்துடன் நெற்றிப்பொட்டின் இரு பக்கங்களிலும் இரண்டு உலக்கைகள் கடுமையாய் மோதுவதுபோல, என் உடம்பு முழுவதும் இறுக்கக்கட்டிய கம்பளியை மேலும் மேலும் யாரோ இறுக்குவதுபோல உணர்ந்தேன்.

தாயாருக்கருகில் அமர்ந்திருந்த வெங்கலக்ஷ்மி கூந்தலைச் சம்பிரமமாய் விரித்துப் போட்டுக்கொண்டு, உட்கார்ந்த இடத்திலேயே சக்கரவட்டமாக ஆடத் தொடங்கினாள். செண்டையொலியில் வேகமும் அழுத்தமும் கூடக்கூட சுழற்சியின் உக்கிரம் அதிகரித்தது. ஒரு கட்டத்தில் திமிறி நெளியத் தொடங்கினாள். கனத்த தொண்டையில் உறுமல் வேறு. நானும் ருக்மணியம்மாளும் அழுத்தியும் சமாளிக்க முடியாமல்போய், அருகிலிருந்த நாலைந்து பேரும் சேர்ந்து அமுக்க வேண்டியதாயிற்று.

தேவஸ்வ விடுதியில் இடம் இல்லாததால், வெளியில் ஒரு லாட்ஜில்தான் தங்கியிருந்தோம். சுமாரான, வசதிக்குறைவான, வாடகையும் குறைவான விடுதி அது. கோவிலிலிருந்து சற்றுத் தள்ளி இருந்தது. வெங்கலக்ஷ்மி நடக்கக் கஷ்டப்பட்டாள். அவளது கால்கள் துணிமுறுக்குபோலத் துவண்டிருந்தன. என் வலது தோளில் கிட்டத்தட்ட அவளைச் சுமந்து நடந்தேன். கலைந்த கேசம் வியர்வையின் ஈரத்துடன் என் கன்னத்தில் உரசிக்கொண்டே வந்தது. அவள் உடம்பிலிருந்து ஆவிபோலக் கிளம்பிய வியர்வை நாற்றம் சகிக்கவியலாததாக இருந்தது.

அவர்களை அறையில் விட்டுவிட்டு நான் வெளியில் வந்தேன். ஒரு சிகரெட் பற்ற வைத்துக்கொண்டு அண்ணாந்து பார்த்தபோது, ஆகாயத்தின் கருமை வழக்கத்தைவிட அதிகமாய் இருந்தமாதிரித் தோன்றியது. பேருக்குக்கூட ஒரு நட்சத்திரமில்லை.

யாரோ ஒரு நம்பூதிரியைப் பார்த்துவிட்டு வந்துவிடுகிறதாகச் சொல்லிக் கிளம்பிப்போயிருந்தாள் ருக்மணியம்மாள். விடுதியின் வராந்தாவில் ஆட்கள் நடமாட்டம் அதிகமிருந்ததால், கதவைச் சாத்தித் தாழிட்டிருந்தது. மூடிய அறையின் புழுக்கம் எனக்குப்

பிடிக்கவில்லைதான். ஆனால், வெங்கலக்ஷ்மியைத் தனியாக விட்டுச் செல்லத் தயக்கமாக இருந்தது.

அவள் கட்டிலில் உட்கார்ந்து ஒருக்களித்துச் சாத்திய ஜன்னலையும் தாழிட்டு மூடிய கதவையும் மாற்றி மாற்றி வெறித்துக்கொண்டிருந்தாள். சூடான பதார்த்தம் வைத்ததால் நிறம் வெளிறிய வாழையிலைபோல முகம் வெளுத்திருந்தது. அவள் அமர்ந்த தோரணையிலேயே சோர்வு தட்டுப்பட்டது. ஆனால், கண்களில் முந்தின நாள் இருந்த வெறி முற்றும் காணாமல்போய், ஒருவித சாந்தம் வந்து சேர்ந்திருந்தது.

திடீரென்று எழுந்தாள் வெங்கலக்ஷ்மி. கழிவறைக்குள் சென்றாள். குழாயிலிருந்து பிளாஸ்டிக் வாளிக்குள் தண்ணீர் விழுந்து நிரம்பும் ஓசை உரத்துக் கேட்டது. ஓசைக்குள் ஒரு உள்ளோசையாக மற்றொரு தாரை பீய்ச்சும் ஒலியும் கேட்டது.

நான் எழுந்து நின்று சோம்பல் முறித்தேன். உயர்த்தி முறுக்கிய கைகள் பிரிந்து இறங்குவதற்கு முன்னதாக அது நிகழ்ந்துவிட்டது. கழிவறைக் கதவு திறந்து பாய்ந்து வந்த வெங்கலக்ஷ்மி என்னை இறுக்கி அணைத்துக்கொண்டாள். என் முகத்தை நோக்கி அவள் முகம் உயர்ந்தது. அவள் கண்களில் அப்போது இருந்த பாவம் எனக்குப் பரிச்சயமானதுதான். அரிவாள்மணையோடு நின்ற நாளில் பார்த்தது.

என் உதடுகளில் தன் உதடுகளைப் பொருத்திக்கொண்டாள். என் உயிரை முழுக்கத் தனக்குள் இடம் பெயர்த்துச் சேமிக்க முனைகிறவள் மாதிரி உறிஞ்சினாள்...

ருக்மணியம்மாள் திரும்பி வந்தபோது நான் புறப்படத் தயாராய் இருந்தேன். 'ஏன் உடனே புறப்பட்டு விட்டாய்?' என்று அந்த அம்மாள் கேட்காதது எனக்கு ஆச்சரியமாய் இருந்தது. வெங்கலக்ஷ்மியிடம் விடைபெறுவதற்காகச் சொல்லிக்கொண்டேன். அவள் எதிர்வினையேயில்லாமல் ஜன்னலைப் பார்த்துக் கொண்டிருந்தாள், வழக்கம்போல. ஆனால், எனக்குள் வலியும் துக்கமும் நிரம்பியது.

பேருந்துக்காகக் காத்து நின்றபோது எனக்குள் ஏதோ வித்தியாசத்தை உணர்ந்தேன். அநாவசியமாக வியர்த்தது. இருப்பதே தெரியாத வண்ணம் தக்கையாய் இருந்து வந்த உடம்பில் புதிதாக ஒரு கனம் கூடிவிட்ட மாதிரித் தோன்றியது. மதுரை செல்வதற்கு நேரடிப் பேருந்துகள் அநேகம் உண்டு என்றபோதும் அன்று நான் மேற்கொண்ட பயணத்தை நினைத்துப் பார்த்தால் என்னாலேயே நம்ப முடியவில்லை.

சோற்றானிக்கரையிலிருந்து கோட்டயம். கோட்டயத்திலிருந்து குமுளி. அங்கிருந்து கம்பம். பிறகு தேனி. இரவு மூன்றே முக்கால்மணி வாக்கில் பெரியகுளம். அங்கிருந்து மதுரைக்கு என்று இத்தனை பேருந்துகள் மாறி ஏன் வந்தேன் என்று புரியவில்லை.

அதிகாலையில் வீடு வந்து சேர்ந்தேன். பிரயாணப் பையிலிருந்து எடுத்த வீட்டுச் சாவியை கதவை நோக்கிக் கொண்டுபோகிறேன், இரண்டு கைகளையும் அகல நீட்டி மறிக்கிற மாதிரி அந்த உருவம் நின்றது. நான் ஆரம்பத்தில் குறிப்பிட்ட, நடனமாடும், கறுப்பு உருவம்.

உயிர் எழுத்து, ஜூலை 2008

இரண்டே அறைகள் கொண்ட வீடு

முதுபெரும் எழுத்தாளர் வடிவாம்பாள் பற்றிக் கேள்விப்பட்டிருக்கிறீர்களா? அவருடைய நூற்றியிருபத்தைந்தாமாண்டு விழாக் கமிட்டியிடமிருந்து எனக்கு ஒரு கடிதம் வரும்வரை நானுமே கேள்விப்பட்டதில்லை. மதுரையில் விழா. காலை எட்டு மணி முதல் இரவு எட்டு மணிவரை. மத்திய அரசில் இணையமைச்சராய் இருக்கும் தமிழ் நாட்டுக்காரர் தலைமை வகிக்கிறார். நீங்கள் பார்வையாளராகக் கலந்துகொண்டாலும் போதும். தமிழின் முன்னணி எழுத்தாளர்கள் வந்து விழாவைச் சிறப்பிக்கவேண்டும் என்று கமிட்டி விரும்புகிறது. குளிரூட்டப்பட்ட மூன்றாம் வகுப்பு ரயில் கட்டணம் தங்கும் வசதி சாப்பாடு ஆகியவவை கமிட்டியின் பொறுப்பு. இதுபோக சன்மானமும் உண்டு. தங்கள் வருகையை உறுதி செய்தால் பிற ஏற்பாடுகளுக்கு வசதியாய் இருக்கும்.

உடனடியாக பதில் எழுதிப் போட்டுவிட்டேன். பார்வையாளராகக் கலந்துகொள்வதில் நமக்கு என்ன சிரமம் சொல்லுங்கள்.

அதன்பிறகு வடிவாம்பாள் பற்றிய தகவல்களைச் சேகரிக்க ஆரம்பித்தேன். பத்தொன்பதாம் நூற்றாண்டின் எழுபதுகளில் பிறந்தவர் அவர். பிரதாப முதலியார் சரித்திரம் வெளியான அதே வருடத்தில் பிறந்தவர். அவருடைய புத்தகங்கள் எதற்கும் மறுபதிப்பு வெளியாகியிருக்காத சூழ்நிலையில், வழக்கமான

புத்தகக் கடைகளில் விசாரித்தபோது, அப்படி ஒரு பெயரையே கேள்விப்பட்டதில்லையே என்றார்கள். மைலாப்பூர் ஆழ்வார் கடையைக் குடைந்ததில் ஒரே ஒரு புத்தகம் கிடைத்தது.

நாயகிக்குப் புகுந்த வீட்டினர் மீது கடுமையான மனஸ்தாபம். குறிப்பாகக் கணவரிடம். அவர்களிடம் தான் பட்ட வதையும், அடக்கிக்கொண்ட குமுறலுமாகப் புத்தகம் ஓடுகிறது. இறுதி அத்தியாயத்தில் ஒரு கனவு காண்கிறாள். தனக்கு மகன் பிறந்து அவன் வளர்ந்துவிட்ட ஒரு நாளில் இந்தக் கொடுமையெல்லாம் தீர்ந்துவிடுவதாக. அம்மையார் சுயசரிதையை எழுதியிருக்கிறாரோ என்று எனக்கு ஓர் ஐயம் ஏற்பட்டது. கற்பனையின் எழுச்சி ஓர் இடத்திலும் காணக் கிடைக்கவில்லை. மேற்கொண்டு அந்த நாவலைப் பற்றிப் பேசுவது, சீரிய வாசகரான உங்களுக்கு நான் செய்யும் துரோகம்.

திருமதி.வடிவாம்பாள் ஆயிரத்தித் தொள்ளாயிரத்து அறுபத்தொன்றில் இறந்திருக்கிறார். நான் பிறந்த அதே வருடம். இந்த ஒன்றைத் தவிர அவரிடம் எனக்கு மானசீக நெருக்கம் உண்டாவதற்கான காரணம் வேறு எதுவுமே தட்டுப்படவில்லை. சும்மா கலந்துகொள்வதில் சிரமம் என்ன என்று சொன்னேனல்லவா. அவசரப்பட்டு விட்டேன். அடுக்களை நிலைப்படியைத் தாண்டி எட்டிக்கூடப் பார்க்காத எழுத்தை, வாசிக்கவே முடியாத தமிழில் பக்கம் பக்கமாக எழுதித் தள்ளிய எழுத்தாளரை, ஜான்ஸி ராணி ராணி மங்கம்மாள் எமிலி டிக்கின்ஸன் ஸில்வியா ப்ளாத் ஸிமோன் தி பூவா என்றெல்லாம் வர்ணித்துப் பேசுவதைக் கேட்பது எவ்வளவு கொடுமை சொல்லுங்கள். கூலிக்குக் குரைக்கிறார்கள் என்று தோன்றியது. அம்மையாரின் படைப்புகளை அனைத்து இந்திய மொழிகளிலும் அந்நிய மொழிகளிலும் பெயர்த்தெடுக்க வேண்டுமாம். பேச்சாளர்கள் எல்லாரும் தவறாமல் விடுத்த ஒரு கோரிக்கை, திருமதி. வடிவாம்பாளின் நூல்களை அரசுடைமையாக்க வேண்டும் என்பது. நான் ஒரு நூலைத்தானே பார்த்ததாய்ச் சொன் னேன், அதுவும் இற்றுவிட்ட பக்குவத்தில்? இல்லை, திருமதி பதினேழு நூல்கள் எழுதியிருக்கிறார். பேச்சாளர்களில் சிலர் அவற்றைத் தேடிப் பிடித்துப் படிக்கவும் செய்திருக்கிறார்கள். செம்பதிப்பாக அவை அனைத்தும் இந்த விழாவில் வெளியிடப்பட்டிருக்கின்றன.

அமைச்சர் பேசும்போது, மர்மம் விளங்கிவிட்டது. திருமதி. வடிவாம்பாள் அவருடைய தாய்வழிப் பாட்டி. தேசிய அளவில் பொறுப்பு வகிக்கும் பேரனாக இருந்துகொண்டு இதுகூடச் செய்யாவிட்டால் நியாயமாகுமா? ஆனால், தமது பாட்டியின்மீது அமைச்சருக்கு உள்ள பாசம் அதற்கு முன்பாகவே வெளிப்பட்டுவிட்டது.

வெளியிடப்படாத ஒரு நூல் பற்றிப் பேச்சாளர் ஒருவர் பேசத் தொடங்கினார். நாவலின் நாயகிக்கும் உள்ளூரில் இருந்த ஒரு பயில்வானுக்கும் இடையில் உருவாகிய காதல் பற்றிய கதையாம் அது. இதில் விசேஷமான செய்தி நாயகி ஏற்கனவே திருமணம் ஆகிக் குழந்தைகள் பெற்றவள் என்பது. இந்தப் பேச்சாளர் ஆரம்பித்ததும் அமைச்சர் அவசரமாகக் குறுக்கிட்டு,

> இந்த நூல் பத்திப் பேசவேண்டாமே. அது திருமதி வடிவாம்பாள் எழுதினது இல்லே, வேற ஒரு ஆசிரியரோட எழுத்தெத் தவறுதலா இவர் பேர்லெ வெளியிட்டுட்டோம்னு அந்தப் பதிப்பாளர் ஆதாரப்பூர்வமா சொல்லியிருக்காரே. தவுர, அது ஏதோ தெலுங்கு நாவலோடெ மொழிபெயர்ப்பு வேறயாம்...

பால் குடிக்கும் பழக்கமே இல்லாத பூனைபோல உட்கார்ந்திருந்த, பாதி இமைகள் சதா செருகி மூடியிருந்த அமைச்சர் இவ்வளவு உன்னிப்பாகக் கவனித்திருக்கிறார் என்பதும் எனக்கு ஆச்சரியமாகத்தான் இருந்தது. ஆனால், அமைச்சரின் குறுக்கீட்டில் இருந்த பதட்டத்தையொட்டி, அந்த நாவலையும் எப்படியாவது தேடிப் பிடித்துப் படித்துவிட வேண்டும் என்று உறுதி செய்துகொண்டேன். என்னதான் இருந்தாலும், முறிந்த காதலின் மீது ஒரு காவியத் தன்மை தானாகவே படிந்துவிடுகிறதல்லவா?

மதிய உணவை நட்சத்திர ஓட்டலில் இருந்து வரவழைத்திருந்தார்கள். சும்மா சொல்லக் கூடாது, விழாவின் நிஜமான சிறப்பம்சம் அது.

நாலு மணிக்குக் கருத்தரங்கம் தொடங்கும் என்று அறிவித்தார்கள். ஏற்கனவே பேசி முழக்கியதெல்லாம் கருத்துக்கள் இல்லை போலிருக்கிறது. தலைவலி வருவதற்கான அறிகுறி பிரமாதமாய்த் தென்பட்டது. வெளியேறி மீனாட்சியம்மன் கோவிலுக்குப்

போகலாம். எனக்கென்று உள்ள பிரார்த்தனைகளோடு, 'தமிழ்ப் படைப்பிலக்கியத்தைக் காப்பாற்று அம்மா' என்று ஒரு பொதுநலக் கோரிக்கையும் வைக்கலாம் என்று முடிவு செய்து எழுந்தேன்.

சிறப்புப் பார்வையாளர் பகுதிக்குப் பின்னால் கயிற்று வேலிக்கு அப்பாலிருந்து எழுந்து வந்த ஒரு நடுவயதினர் என்னை நெருங்கினார்.

சார், நீங்க கிருஷ்ணன் சார்தானே.

ஆமாங்க.

நான் பாண்டித்துரை. ஒங்களுக்கு ரெண்டுமூணு லட்டர் போட்ருக்கேன்.

ஞாபகம் வரவில்லை. ஆனாலும், அவரைப் புண்படுத்த விருப்பமில்லை. பொதுவான தொனியில் யாரிடமும் பேசக்கூடிய வாக்கியங்களுக்குத் தமிழில் பஞ்சமா என்ன? பேசிக்கொண்டே அரங்கத்தைவிட்டு வெளிவந்தோம். எதிரிலுள்ள டீக்கடையில் நின்று ஒரு சிகரெட் பற்ற வைத்தபோது, மீனாட்சியின் அருளால் ஞாபகம் வந்துவிட்டது.

ஆங்கிலேயரின் கடைசிநாட்களில் மதுரையில் வசித்த நையாண்டி மேள நாயனக்காரர் ஒருவரைப் பற்றி நான் எழுதியிருந்த சிறுகதையைப் படித்துவிட்டு நீண்ட கடிதம் ஒன்று எழுதியிருந்தார் இவர். தம்முடைய ஊரில் இருந்த நாதஸ்வர வித்வான் ஒருவரை நினைவூட்டியதாம் அந்தக் கதை. ஊர் பெயர் மறந்து விட்டது. என் கதையை வெகுவாகப் பாராட்டியிருந்தார் என்பது மட்டும் நினைவிருக்கிறது. நன்றியை அஞ்சலட்டையில் அனுப்பியிருந்தேன்.

இந்த இடத்தில் நான் யார், மேலே குறிப்பிட்ட சிறுகதையைத் தவிர வேறென்னவெல்லாம் எழுதியிருக்கிறேன், தேசிய அளவில் பதவி வகிக்கும் பேரனைக் கொண்ட அமர எழுத்தாளருக்கு நடக்கும் நூற்றியிருபத்தைந்தாமாண்டு விழாவில் பங்கேற்க என்னை அழைக்குமளவுக்கு என் இலக்கிய ஸ்தானத்தின் முக்கியத்துவம் என்ன என்று ஓரிரு பக்கங்கள் விவரிக்கத் தோது இருக்கிறது. (என் படைப்புகளைத் தொடர்ந்து வாசிப்பவர்களுக்கு நன்கு தெரிந்த விஷயம்தானே அது) ஆனால், எனக்குத்தான் விருப்பமில்லை. இந்தக் கதையின் மாந்தர்களைப் பற்றி மட்டும் சொன்னால் போதுமே என்று தோன்றுகிறது. தவிர, இது கதையில்லை, நிஜமாகவே நடந்தது

என்பதால் என்னுடைய சுயவிபரக் குறிப்புகளை இடையில் செருக மனம் வரவில்லை. என்னுடைய பிரசன்னம் இந்த நிகழ்வுக்கு ஒருவித முக்கியத்துவத்தையும் தரவில்லை, உங்கள் சார்பாகக் கேட்டுக்கொண்டிருந்த ஒரு ஜோடிக் காதுகள் என்பதற்குமேல்...

பாண்டித்துரை ட்ராவல்ஸ் நடத்தி வருகிறார். ஐந்து கார்களும் ஒரு வேனும் ஓடுகின்றன. கிராமத்திலிருந்து வெளியேறும் பாதை தற்சமயம் சரியாக இல்லை. தவிர, இந்தக் கூட்டத்துக்கு நான் வருவேன் என்று தெரியாது. இல்லாவிட்டால் கார் எடுத்து வந்திருப்பார்... தம்முடைய ஊருக்கு வருமாறு மிகுந்த பிரியத்துடன் அழைத்தார். தம்முடைய இருசக்கர வண்டியில் அழைத்துச் செல்வார். இரவு அங்கே தங்கிவிட்டு மறுநாள் காலையில் மதுரை வந்துவிடலாம்.

ஒங்களுக்கு ராத்திரிதானே ரயில்?

சம்மதித்தேன்.

சோழவந்தானிலிருந்து நிலக்கோட்டை செல்வதற்கு மூன்று மார்க்கங்கள் உண்டு. வாடிப்பட்டி வழியாகச் செல்லும் தேசிய நெடுஞ்சாலை. கரட்டுப்பட்டி வழியாக பாண்டியராஜபுரம் விலக்கு, பள்ளபட்டி என்று செல்வது. இன்னொன்று குருவித்துறை, அணைப்பட்டி வழியாகச் செல்வது. குருவித்துறையில் பெயர் பெற்ற பெருமாள் கோவில் ஒன்று உண்டு. குரு ஸ்தலம். என் குடும்பத்தோடு ஒருமுறை அங்கே சென்றிருக்கிறேன். குருவித்துறையிலிருந்து, வைகையின் கரையையொட்டி, தென்னைமரக் கூட்டத்தினூடாகச் செல்லும் வண்டிப்பாதையில் மூன்று கிலோ மீட்டர் சென்றால் கே முத்துலாபுரம் வந்து விடுகிறது.

வண்டிப்பாதையின் ஆரம்பத்தில் நுழைந்தவுடன் மின் அதிர்ச்சி போன்ற ஒன்றை அடைந்தேன். நாகர்கோயிலுக்கு அருகிலுள்ள திருப்பதிசாரம் என்ற கிராமத்துக்குப் போயிருக்கிறேன். இதேபோல ஒரு சாயங்காலம்தான். அன்றும் சன்னமாகத் தூறல் போட்டது. தென்னைமரங்களுக்குப் பதிலாக வயல்கள் இருந்தன அங்கே. என்ன, நான் திருப்பதிசாரத்துக்குள் நுழைந்த சாயங்காலத்தில் காருகுறிச்சியின் இசைத்தட்டு ஒலிபெருக்கியில் ஓங்கி ஒலித்துக்கொண்டிருந்தது.

இங்கே கேட்டது ஆலமரத்தில் அடைந்திருந்த பறவைகளின் சப்தம். இல்லாவிட்டால், இது வேறு ஊர் வேறு நாள் என்று தோன்றியே இருக்காது.

ஊருக்குள் செல்லும் செம்மண் சாலையைத் தார்ச்சாலையாக மாற்றிக்கொண்டிருக்கிறார்கள். எலுமிச்சம்பழ பருமனுள்ள கருங்கல் ஜல்லிகளைச் சீராகப் பரப்பியிருந்தார்கள். இரண்டு சிறகிலும் ஒதுக்கமாக ஒற்றையடிப்பாதைகள் விடப்பட்டிருந்தன. வண்டியை உருட்டிக்கொண்டு நடந்து போகலாமா என்று கேட்டார் பாண்டி.

ஆகா. தாராளமாக.

என்றேன்.

போகும் வழியில், குருவித்துறையின் பெயர்க்காரணம் பற்றி வழங்கும் பல்வேறு தரப்புகளை விவரித்துக்கொண்டு வந்தார். இந்தப் பகுதியில் அதிகாரியாய் இருந்த வெள்ளைக்காரத் துரை ஒருத்தர் மதிய உணவுக்குச் சிட்டுக்குருவி இல்லாமல் சாப்பிட மாட்டாராம். அவர் காரணமாக வந்த பெயர்தான் இது, பெயரின் கடைசி அட்சரம் வல்லினம் இல்லை இடையினம்தான் என்று ஒரு தரப்பு. புராண காலத்துச் சிட்டுக்குருவி பெருமாளை வணங்கி முக்தி பெற்ற வைகைக் கரை என்பதால் வல்லினம்தான் என்று ஒரு தரப்பு. இரண்டும் இல்லை, குரு உறையும் ஸ்தலம் என்பதால் குருவின் துறை என்பதுதான் நாளடைவில் மருவியிருக்கிறது என்று சோழவந்தான் தென்கரைப் பார்ப்பனர்கள் தரப்பு.

கே முத்துலாபுரத்துக்கும் பெயர்க்காரணங்கள் நாலைந்து உண்டோ?

என்று கேட்டேன். பாண்டித்துரை சிரித்தார்.

கிராமத்துக்குள் நுழையுமிடத்தில் மிகப்பெரிய பொட்டல் இருந்தது. **சீனிச்சாமி திடல்** என்று அதன் விளிம்பில் நின்றிருந்த சாயம் போன தகரப் பெயர்ப்பலகை அறிவித்தது. பொட்டலின் ஓரத்தில் புத்தம் புதிய வைக்கோல்போர் அசைய மறந்துவிட்ட மஞ்சள் யானைபோல நின்றது. அதன் ஓரத்தில் ஓடு வேய்ந்த கூரையுடன் நின்ற வீட்டுக்கு வெளியில் ஆகாயத்தைப் பார்த்து யாசகம் கேட்ட வாணலியொன்று நின்றது. ஹோட்டல் தோசைக்கல் அளவில்

இருந்தது அது. வீடுகளுக்கு நேரடியாகத் தொலைக்காட்சியைக் கொண்டு தரும் ஆன்ட்டென்னா. வாசலில் லுங்கியுடன் நின்றிருந்த இளைஞன் உரத்த குரலில் செல் ஃபோன் பேசிக்கொண்டிருந்தான். சட்டென்று மனத்தில் ஒரு சித்திரம் உண்டானது. முகத்தில் மஞ்சள் அப்பிக் குளித்துவிட்டு ஜடை பில்லையும் தாழம்பூ வைத்துப் பின்னிய சடையும் காசுமாலையும் ஒட்டியாணமும் பூண்ட இளம் பெண், அதே கையோடு ஜீன்ஸும் டி ஷர்ட்டும் அணிந்து தெருவில் வருவது மாதிரி.

என்ன சார் சிரிக்கிறீங்க?

நான் வெறுமனே தலையாட்டிவிட்டு மறுபடியும் சிரித்தேன். பாண்டித்துரை துருவிக் கேட்காமல் அமைதியானார். பாண்டித்துரை பேசாமல் இருக்கும் நேரம்தான் அதிகம். பேசினால் உணர்ச்சிமயமாகிவிடுகிறார். அவரை ஓர் உறைபோல அமைதி மூடியிருப்பதைச் சாயங்காலத்திலிருந்தே பார்த்துக்கொண்டுதானே இருக்கிறேன். அதைக் கிழித்து வெளியில் வந்து நாலைந்து வாக்கியங்கள் பேசிவிட்டால், சந்நதம் வந்தமாதிரி மூச்சிரைக்க ஆரம்பித்துவிடும். பிரயாசைப்பட்டு நீண்ட நேரம் காத்த அமைதியில் தொம்மென்று ஒரு பாறாங்கல் விழுந்து தண்ணீர் நாலாபக்கமும் தெறித்த மாதிரி.

வழியில் இருந்த டீக்கடை வாசல் பெஞ்ச்சில் நாலைந்துபேர் உட்கார்ந்திருந்தார்கள். டீக்கடைக் கூரையின் பின்னால் ஒரு மொட்டை மரம் நின்றிருந்தது. அதன் பின்னணியாக, ஆரஞ்சு நிறம் அடர்த்தியாகப் பூசியிருந்த ஆகாயம். பெஞ்ச்சில் இருந்தவர்கள் சலனம் ஏதுமின்றிச் சமைந்தவர்கள்போலத் தென்பட்டார்கள், என்றோ எடுத்த புகைப்படம் போல. சட்டென்று வேறொரு காலத்திற்குள் நுழைந்தவன் மாதிரி உணர்ந்தேன்.

டீக்கடையை அடுத்திருந்த அரசமரத்தடியின் குடைக் கீழ் சிகை திருத்துமிடம் ஒன்று இருந்தது. சிறு கொட்டகை. இடுப்புவரை மண்சுவர். அதற்குமேல் மூங்கில் படல். கோணிப்பையைப் படுதாவாக்கிய நிலைவாசல். அதன் முன்னால் இருந்த சிறு திண்ணையில் ஒரு கிழவர் உட்கார்ந்திருந்தார். அவரைக் கடக்கும்போது இன்னொரு விசித்திரமான உணர்வு உண்டாயிற்று. தஞ்சாவூர்ப் பக்கம் ஏதோ ஒரு கிராமத்தில் நடப்பதுபோன்ற உணர்வு.

கிழவருக்கு வயது அறுபதிலிருந்து எழுபதுக்குள் இருக்கலாம். கறுப்புக் கூழாங்கல்போல மழமழத்த தலை. சன்னமாகப் பாடிக் கொண்டிருந்தார். பிறர் கேட்பதற்காக இன்றி, தமக்காகப் பாடுவது வாய் சிந்தி வெளியில் கேட்டுவிட்டதுபோன்ற ரகசியம் அந்தக் குரலில் இருந்தது. பாடும் விதத்திலும்தான். கரகரப்ரியாவில் சக்கனி ராஜ மார்க்கமு. சிகரெட் பிடிக்கும் சாக்கில் மரத்தடியில் ஒதுங்கினேன். கண்டிக்கி சுந்தர என்ற வரியில் கிழவர் நிரவ ஆரம்பித்தார். கிழவருக்கும் எனக்கும் மட்டும் கேட்கிற, எங்கள் இருவருக்கு மட்டும் தட்டுப்படுகிற மாயவீதியில் நான் உலவக் கிடைத்த சில கணங்களை இனி ஆயுள் முழுவதும் மறப்பதற்கில்லை என்று தோன்றியது, பாட்டு நின்று நான் மீண்டும் தரைக்குத் திரும்பிய தருணத்தில்... அமைதியாக என்னுடன் நின்றிருந்த பாண்டித்துரை நான் நகர்ந்ததும் உடன் நகர்ந்தார்.

பிரமாதமாப் பாடுறாரே.

அவரு சாதாரண ஆளில்லே சார். அவருதான் சின்னச் சீனிச்சாமி. ஒரு காலத்திலெ அவரு போய் வாசிக்காத ஊரே கிடையாது தமிழ்நாட்டுலே.

அப்பிடியா? என்ன வாசிச்சாரு?

நாதசுரம்.

அதானே கேட்டேன்.

வாத்தியங்களில் மட்டுமே சாத்தியமாகும் பிடிகள் சர்வசரளமாகக் கிழவரின் குரலில் பிறந்து சொட்டியது நினைவு வந்தது. பாண்டித்துரையின் நடையில் நான் கவனித்திருந்த துள்ளல் ஏனோ சற்றுக் குறைந்து விட்ட மாதிரி உணர்ந்தேன். தீவிரமாக எதையோ யோசிக்கிறவர்மாதிரி மௌனமாக நடந்தவர், திடீரென்று பேசினார்.

இந்த மாதிரி மேதைகளெல்லாம் சீந்த ஆளில்லாமெக் கெடப்பாக. எவளோ ஒரு உருப்படாத கிளவிக்கி ஊரைக் கூட்டி விளா எடுப்பாக. இந்த நாடு வெளங்கவா செய்யும்...?

மூச்சிரைக்கப் போகிறார் என்று நினைத்தபடி நான் அமைதியாகக் கேட்டவாறு நடந்தேன். அவருமே அப்படி உணர்ந்திருக்கலாம். விட்ட இடத்திலிருந்து மௌனத்தைத் தொடர்ந்தார். பிறகு, தான்

விட்டிருந்த சிறு இடைவெளியின் முடிவாக ஒரு நீண்ட பெருமூச்சை வெளியேற்றினார். கனிந்து மெலிந்த குரலில் சொன்னார்.

> ...ராசரத்தினம் பிள்ளைக்கும் காருகுறிச்சிக்கும் சமானமா வச்சுப் பேச வேண்டிய ஆள்க சார் இவங்க. ஆமா, இவரு தொணெ நாயனம் வாசிச்சவருதான். பெரியவரு செத்துப் போனதுக்குப் பெறகு வாத்தியத்தைத் தொடுறதில்லேன்னு சபதம் செஞ்சு நிப்பாட்டிக்கிட்டாரு. நீங்க கேள்விப்பட்டதில்லையா சார். 'குருவித் துறை சகோதரர்கள்'ன்னு...? பெரியவர் பேரைத்தான் நம்ம ஊர் மைதானத்துக்கு வச்சிருக்கு.

அட. இவர்தானா அது? இவர்களைப் பற்றிக் கேள்விப்பட்டிருக் கிறேன். **தில்லானா மோகனாம்பாள்** படத்துக்கு மதுரை சேதுராமன் பொன்னுச்சாமி சகோதரர்களை ஏற்பாடு செய்வதற்கு முன்னால் குருவித்துறை சகோதரர்களைத்தான் அணுகினாராம் ஏப்பி நாகராஜன். சினிமாவில் வாசிப்பதில்லை என்று இவர்கள் தீர்மானமாக மறுத்துவிட்டார்கள். இவர்களில் மூத்தவர் இன்னும் ஒருபடி மேலே சென்று,

> காருகுறிச்சி அல்பாயுசிலே போனதுக்குக் காரணமே சினிமாலெ வாசிச்சதுதானுங்களே.

என்று சொன்னதாகப் பழைய பேசும்படம் ஒன்றில் வாசித்திருக் கிறேன் - கொஞ்சும் சலங்கை படம் பற்றி ஜெமினிகணேசன் கொடுத்திருந்த பேட்டியில்.

குருவித்துறை சகோதரர்களின் ஒரே ஒரு எல்ப்பி இசைத்தட்டும் கேட்டிருக்கிறேன். பிற்பாடு ஒலிநாடாவாகவும் வெளிவந்த அந்தத் தொகுப்பே மிகவும் வித்தியாசமானதுதான். நாதசுரத்துக்கு வழக்கமான பக்கவாத்தியமாகிய தவில் கிடையாது. தாளத்துக்கு மிருதங்கமும் மோர்சிங்கும் சுருதிக்கு ஆர்மோனியமும் கொண்டு, ஹிமகிரி தனயே, வெங்கடாசல நிலையம் மாதிரியான ரம்மியமும் எளிமையும் கொண்ட எட்டுப் பாடல்களை வாசித்திருப்பார்கள். விஸ்தாரமான ஆலாபனை எதுவும் இல்லாத வாசிப்பு. விழாக்களுக்கும் விசேஷங்களுக்கும் மட்டுமான மங்கள வாத்தியம் மட்டுமல்ல நாதசுரம், வயலின்போல புல்லாங்குழல்போல இயல்பாகக் கேட்கக் கூடிய இசைக் கருவியும்தான் என்று நிறுவிய இசைத்தட்டு அது.

...மதுரை ஜில்லாவிலே எப்பெல்லாம் மழை பொய்ச்சுருதோ அப்பல்லாம் இவுகளெ ஊர்ஊராக் கூப்பிட்டு வாசிக்கச் சொல்லுவாக. இவுக அமிர்தவர்சினி வாசிச்சா மழை கொட்டும்னு ஒரு நம்பிக்கெ.

மழை பெய்யணும்னா கழுதைகளுக்குக் கல்யாணம் செஞ்சு வைப்பாங்கன்னுதானே கேள்விப்பட்டுருக்கேன்?

மதுரையைப் பத்தி அப்பிடி எந்த ஒரு தீர்மானத்துக்கும் வந்துர முடியாது சார்.

அப்பிடியா?

அதுலயும், மதுரைக்காரங்யளோடெ கலைரசனையைப் பத்தி லேசா ஒரு முடிவுக்கு வந்துர முடியாது. புதுசா நடிக்க வர்றவன் ஒத்தொருத்தனுக்கும் நம்மூர்ல ரசிகர் மன்றம் தொறந்துருவாங்ய. ஆனா, தமிழ் நடிப்புலெ சிகரத்தைத் தொட்ட சிவாஜி கணேசன் கட்சி ஆரமிச்சாக் கண்டுக்கிறவே மாட்டாங்ய. இங்கெ உதிரிப் பூக்களும் வெள்ளிவிழா ஓடும், ஜகன்மோகினியும் வெள்ளிவிழா ஓடும்.

பாண்டித்துரை சிரித்தார். நானும் சிரித்து வைத்தேன். வீடு வந்துவிட்டிருந்தது.

ஒரு பெரிய அறையும், சிறு அறை ஒன்றுமாக இரண்டு அறைகள் மட்டுமே உள்ள வீடு. அக்கம்பக்கம் உள்ள கூரைகள் எல்லாம் வைக்கோல் அல்லது ஓடு வேய்ந்ததாக இருக்க, சமதளமான காறைக் கூரையுடன் மொண்ணையாக நின்றிருந்தது இந்த வீடு. கைப்பிடிச் சுவர் இல்லாத மொட்டைமாடி. இரண்டு அறைகளின் வாசலும் தெருவை நோக்கி இருந்தன. ஒன்றுக்கொன்று நுழைவாசல் இல்லாமல். இரண்டு அறைகளுக்கும் பொதுவாக நீண்டிருந்த அகலத் திண்ணைக்கு வைக்கோல் சார்ப்புப் போட்டிருந்தது.

ரெம்பச் சின்ன வீடா இருக்கேண்டு பாக்குறீங்களோ சார்...?

திண்ணையில் வந்து உட்கார்ந்திருந்தபோது பாண்டித்துரை கேட்டுச் சிரித்தார். நான் பதிலளிக்கு முன் அவராகவே சொன்னார்.

...ரெண்டு பேர் மட்டும்தானே. நானும் அம்மாவும். எங்களுக்கு இது போதும்.

பாண்டித்துரைக்கு என் வயதிருக்கலாம். என்னுடைய மகன் ஒன்பதாம் வகுப்புப் படிக்கிறான்.

ஏன், நீங்க கல்யாணம் செய்துக்கலையா?

சாயங்காலம்தான் அறிமுகமான ஒருவரிடம் இவ்வளவு உரிமை யெல்லாம் எடுத்துக்கொள்ளலாமா என்ற ஒரு தயக்கம் கணநேரம் பீடித்தது.

நானும் காலங்காலமாச் சொல்லுறேன், கேக்க மாட்டங்கிறானே...

என்றவாறு காபித் தம்ளரைக் கொண்டுவந்து வைத்தார் பாண்டித்துரை யின் தாயார். பின்புறமிருந்தோ பக்கவாட்டிலோ பார்த்தால் அந்த அம்மாளுடைய உண்மையான வயது தெரிவதற்கில்லை. கட்டுவிடாத ஒல்லி உடம்பு. நல்ல உயரம். கண்டாங்கியாகச் சேலையைக் கட்டியிருந்தார். முன்னந்தலையிலும் ஓரங்களிலும் கடுமையாக நரை படர்ந்திருந்தது. தானும் திண்ணையில் உட்கார்ந்துகொண்டார், சற்று இடைவெளி விட்டு.

...நீங்களாவது புத்தி சொல்லிட்டுப் போங்க தம்பீ.

நான் தர்மசங்கடமாகச் சிரித்தேன். பாண்டித்துரை மனம் விட்டுச் சிரித்தார்.

ஓங்களுக்கு எந்த ஊரு?

ஏத்தா, நான்தான் சொல்லீருக்கன்ல, இங்கிட்டுத்தான் நாச்சியொளம் கரட்டுப்பட்டிக்காரரு, எனக்குப் பிடிச்ச எளுத்தாளர்ண்டு.

அடி ஆத்தே. இவுருதானா அது. எந்நேரமும் ஓங்களைப் பத்தித்தேன் சொல்லிக்கிட்டேயிருப்பான் இந்தப் பய. ஆமா, நீங்க என்னா ஆளுக?...

சொன்னேன். பாண்டித்துரை நெளிந்தார்.

...பூர்வீகம்?

மேல்மங்கலம்.

ரெம்ப நெருங்கிட்டீகளே. நான் வாக்கப்பட்ட ஊரு வடுகபட்டியில்ல? எங்கிணெ, ரெண்டே வருசம்தேன் குடுத்தனம் நடத்துனோம். அந்த ஆண்டவனுக்குப் பொறுக்கலையே. கவுத்த அறுத்துத் திருப்பி அனுப்பீட்டானே..

அவர்கள் சமூகத்தில் விவாகரத்து வெகு சகஜமாகவும் விரைவாகவும் நடக்கும் என்று கேள்விப்பட்டிருக்கிறேன். அமரிக்கையான பெண்மணியாகத்தானே இருக்கிறார். இவரைத் தள்ளிவைக்கக் காரணமென்ன இருந்திருக்கும்?

...இத்தனெ ஊரு தாண்டி வந்து இங்கிட்டுத்தான் அலங்காநல் லூர்லே மாடுபிடிக்கப் போயி கொடல் சரிஞ்சுபோச்சு இவுக அய்யாவுக்கு. கைப்பிள்ளையோட வந்த வளி திரும்பீட்டன். யாராருக்கு எமென் எங்கிணெயிருக்கான்னு யாருக்குத் தெரியும்.

அந்த அம்மாள் சட்டென்று எழுந்து வீட்டுக்குள் போனார் - சமையலறையாகப் பயன்பட்ட சிறு அறைக்குள். இறுக்கமான அமைதி நிலவியது. திடீரென்று மாடுகளின் மந்தையொன்று தெருவுக்குள் நுழைவது தென்பட்டது. நடுத்தெருவில் சாவதானமாகப் படுத்திருந்த பழுப்புநிற நாய் அவசரமாக எழுந்து ஓடி ஒதுங்கியது. விதவிதமான கழுத்துமணியொலிகள். சில மாடுகளின் கழுத்தில் தகர டப்பாக்கள் தொங்கின. ஓரிரு மாடுகள், கழுத்தில் கட்டிய மரத்துண்டு முன்னங்கால்களின் நடையைத் தடுக்க, சிரமப்பட்டு நடந்தன. அவை சென்று ஓயும் தறுவாயில், இளம் எழுத்தாளர் ஒருவரின் பெயரைச் சொன்னார் பாண்டித்துரை.

...ஜல்லிக்கட்டுலெ கிழிஞ்சது அந்த ஆளோட குடல் மட்டுமில்லை, எங்கேயோ தொலைவில் வடுகபட்டியில் திருகை முன் உட்கார்ந்திருந்த ராசம்மாளின் வாழ்க்கையும் பார்வைக்குத் தெரியாத மாயக்கரங்களால் நார்நாராகக் கிழிபட்டது. முந்தின கணம்வரை வாழ்க்கைப் பாதையில் பரப்பியிருந்த மஞ்சள்பூக்கள் சடாரென்று நெருஞ்சி முட்களாக மாறிவிட்டன. பாதங்களில் குருதி வழிய நடக்கத் தொடங்கிய

ராசம்மாளை நோக்கி, பூவரச மரத்தில் உட்கார்ந்திருந்த சிட்டுக்குருவி குரல் விட்டது...ன்னு எழுதியிருப்பாருல்ல சார் அவரு?

என்று கேட்டுச் சிரித்தார். லேசாக மூச்சிரைத்தது.

அவரு இவ்வளவு இலக்கண சுத்தமா எழுதுவாரா என்ன?

என்று கேட்டு நானும் சிரித்து வைத்தேன்.

பெரிய அறையில் புத்தகங்கள் வைத்ததுபோக ஒரு ஆள் படுப்பதற்குத்தான் இடம் இருந்தது. இத்தனை வருஷமாக எழுதிக் கொண்டிருக்கிறேன், என்னிடம் அவ்வளவு புத்தகங்கள் கிடையாது. வாசகராக மட்டும் இருப்பதற்குப் பெரிய பாக்கியம் செய்திருக்க வேண்டும் என்று நினைத்துக்கொண்டேன்.

நாங்கள் இருவரும் திண்ணையில் படுத்துக்கொண்டோம் - சமை யலறை ஜன்னலுக்கு நேர்கீழே. ராசம்மாள் சமையலறையிலேயே படுத்துக்கொண்டார். அவ்வப்போது அவர் இருமும் ஒலி தவிர, பிரம்மாண்டமான நிசப்தம் கவிந்தது.

தற்காலத் தமிழிலக்கியத்தில் வந்து சேர்ந்திருக்கும் புதிய போக்குகள், எழுத்தாளர்களெல்லாம் பத்தியாளர்களாக உருமாறிக்கொண்டிருக்கும் ரசவாதம், கவிதைகளில் பெரும் தேக்கம் வந்து சேர்ந்திருப்பது, புத்தகங்கள் மிக அதிக எண்ணிக்கையில் பிரசுரமாவதும் அவற்றைப் பற்றி மிகையான கூற்றுகளில் விளம்பரங்களும் மதிப்புரைகளும் வெளியாகி அப்பாவி வாசகனைக் கடுமையான ஏமாற்றத்துக்குள்ளாக்குவதும், ஜனநாயகமயமாகும் எல்லாத் துறையிலும் இயல்பாகவே பதர்கள் அதிகரித்துவிடுவது என்று அலைந்துகொண்டிருந்தது பேச்சு. இசைத் துறையும் விதிவிலக்கில்லை என்றும் சாஸ்திரீய சங்கீதமும் திரைப்படப் பாடல்களும்கூட இந்த ஸ்திதிக்கு வந்து சேர்ந்துவிட்டன என்றும் நாங்கள் இருவரும் சேர்ந்து கண்டுபிடித்தோம். அலைந்து ஓய்ந்த விதமாக, மீண்டும் அந்த நாதசுர சகோதரர்களிடம் வந்து நின்றது பேச்சு.

பெரிய சீனிச்சாமி இருந்தாரே, அவரு மகா மேதென்னுவாங்க ஊருக்குள்ள இருக்குற பெரிசுக.

ஓ.

வாசிச்சிட்டிருக்கும்போது சீவாளியை உருவிச் சுத்தம் செய்வாராம். திரும்ப மாட்டி, ஊதிப் பாக்காமலே விட்ட சுரத்திலேருந்து கிளம்புவாராம். விரல்கள் துளையிலே பதிஞ்சு விலகுற வேகத்தைப் பாத்தா கைவிரலாலே நாட்டியம் ஆடுற மாதிரி இருக்குமாம். அப்பிடியாக்கொத்த ஆளுக்கு இப்பிடியொரு முடிவு வந்திருக்க வேண்டாம்...

இருவருமே மௌனமாக இருந்தோம். இருட்டைக் கொஞ்சநேரம் வெறித்துவிட்டு பாண்டித்துரை தொடர்ந்தார்.

அல்பாயுசிலே போயிரப்படாதுண்டு சினிமாவுக்கு வாசிக்க மாட்டேண்ட மனுசன் அல்பாயுசிலே போய்ச் சேந்தது ஆச்சரியம்தானே சார்? லேசிலெ புரியாத ஏதோவொரு கணக்கு இருக்கு இதுக்கெல்லாம் பின்னாலேண்டு தோணுது.

என்றார் பாண்டித்துரை. பெரிய சீனிச்சாமி அகாலமாய்த் தூக்கு மாட்டிக்கொண்டு இறந்ததன் காரணத்தையும் சொன்னார்.

...எல்லாம் பொம்பளை விசயம்தேன் சார். உள்ளூர்லெ ஒரு பொம்பளையைக் காதலிச்சிருக்காரு. இவரு சவரம் பண்ணுற சாதி. அந்தம்மா மறவர் சாதி போல. எப்பிடி நடக்கும்... அந்தம்மா மாட்டேண்டுருச்சாம். இவரு சத்தம் காட்டாமெ நாண்டுக்கிட்டாரு.

அடடெ?

செயிச்ச ஆம்பளைக்கிப் பின்னாடி ஒரு பொம்பளை இருப்பாண்டு சொல்வாகல்ல, தோத்துப்போன ஆம்பளைக்கிப் பின்னாடியும் பொம்பளைதான் இருப்பாண்டு தோணுது. என்னா சொல்றீக?

என்றார் பாண்டி. நான் பதில் சொல்வதற்கு முன்னால் அவருடைய செல் ஃபோன் கதறியது. பேசி முடித்தவர்,

சார் தப்பா எடுத்துக்கிற மாட்டீகளே?

என்றார்.

சேச்சே. சொல்லுங்க.

சமயநல்லூருக்கருகில் இவருடைய கார் ஒன்று சரக்கு லாரியுடன் மோதிவிட்டதாம். பயணிகளுக்கு பலத்த அடி. போலீஸ் வந்திருக்கிறது. ஓனரை வரச் சொல்கிறார்கள்.

நான் போயிட்டு வந்துர்றேன் சார். ரெண்டு மூணு மணி நேரம் ஆகும். தப்பா எடுத்துக்கிறாதீக. கூடிய சீக்கிரம் வந்துருவேன். இப்பிடித்தான் நம்ம ஒண்ணு நெனச்சம்ண்டா அது ஒண்ணு நடக்கும். எதுனாச்சிம் வேணும்ண்டா ஆத்தாட்டெக் கேட்டுக்கிருங்க.

வேகமாகக் கிளம்பினார். சமையலறைக்குள் சென்று தாயாரிடம் ஏதோ சொல்லிவிட்டுப் புறப்பட்டார். பேசும்போது இருந்த நிதானத் துக்கு நேரெதிராக வண்டியைக் கிளப்பிக்கொண்டு பறந்தார்.

அவருடைய மோட்டார் சைக்கிள் ஒலி மெல்லத் தேயத் தொடங் கியது. நான் மானசீகமாக முடிதிருத்தகம், டீக்கடை, டிஷ் ஆண்ட் டெனா வீடு, பொட்டல் என்று வண்டியைத் தொடர்ந்தேன். ஒலி சுத்தமாக ஓய்ந்து தீர்ந்த கணத்தில் நானும் காணாமல்போய் சட்டென்று மீண்டும் இந்தத் திண்ணையில் உதித்த மாதிரி உணர்ந்தேன். நட்சத்திரங்கள் நிரம்பிய ஆகாயத்தையும், எதிர்ச்சாரி விளக்குக் கம்பத்தில் அழுது வடிந்த தெருவிளக்கின் மங்கல் ஒளிப்பரப்புக்கு வெளியில் அடர்ந்திருந்த இருட்டையும் இரவுக்கே உரித்தான பிரத்தியேக நிசப்தத்தையும் அதை அவ்வப்போது குலைக்கும் குற்றொலி களையும் கவனித்துக்கொண்டு படுத்திருந்தேன். தானாகவே தன்னை மீண்டும் மீண்டும் நிகழ்த்திக்கொள்ளும் ஒரு பொழுதின் இனம் தெரியாத ஓரத்தில் நான் ஒட்டிக் கிடப்பதுபோல ஒரு உணர்வு. ஒருக்களித்து அடைத்திருந்த சமையலறையின் கதவு திறந்தது. அந்த அம்மாள் வெளியில் வந்தார்.

தம்பீ, ஒறங்கிட்டீகளா?

இல்லையேம்மா, முழிச்சிக்கிட்டுத்தான் இருக்கேன்.

என்றவாறு எழுந்து உட்கார்ந்தேன். என் தலையணையின் அருகில் வந்து அமர்ந்தார். சாயங்காலம் இருந்த இடைவெளி இப்போது இல்லாததைக் கவனித்தேன். தழைந்த குரலில் ஆரம்பித்தார்.

...எம் மகென் சொல்லிக்கிட்டிருந்தானே அந்தப் பீப்பிக்காரரு. அந்தக் கதையிலே அவனுக்குத் தெரிஞ்ச வரைக்கும் அவன் சொன்னான். சொச்சக் கதை எனக்குத் தெரியும், அதே

யாவுகமாப் பொரண்டுக்கிட்டிருந்தேன். ஒங்ககிட்டெச் சொல்லணும்ண்டு தோணுச்சு.

சொல்லுங்கம்மா.

அவர் சொல்ல ஆரம்பித்தார். குரல் இன்னமும் தழைந்தது.

...அந்தப்பய சொன்னானே, அந்தப் பொம்பளை - அதான், பீப்பிக்காரரு ஆசெப்பட்டவ - அவ எஞ் செனேகிதிதான்.

ம்.

இந்த ரெட்டெச் சாமிக மேலே அம்புட்டு மருவாதி. அந்த நாள்லே எங்கூர்லே இருந்த எளவயசுக்காரிக அம்புட்டுப்பேருக்கும் அவுக மேலெ ஒரு அபிப்பிராயம் உண்டு. அவுகளும் எளந்தாரிகதானே அப்ப?

ம்.

இவ கலியாணத்துக்கும் அவுக வந்து ஊதுனாக. இவளுக்கும் என்னெ மாருதித்தான், சங்கீதமும் தெரியாது ஒரு மண்ணும் தெரியாது. ஆனா, இவுக ரெண்டு பேரும் ஊதுறப்ப மனசெ என்னமோ செஞ்சிரும் தம்பி. அதுலெயும் பெரியவரு பீப்பியெக் கையிலெ பிடிச்சிருக்கிறதே, மனசுக்குப் பிடிச்ச பொம்பளையை ஆம்பளெ நயமாப் பிடிச்சிருக்குற மாருதி இருக்கும்.

சட்டென்று ராசம்மாள் மௌனமானார். அந்நிய ஆண்பிள்ளையிடம் வாய்தவறி விழுந்த உதாரணம் காரணமாகக் கூச்சம் கவிந்திருக்கலாம். ஏற்கனவே அழகான அந்த வெண்முகம் வெகுவாகச் சிவந்திருக்கலாம் ஒரு வேளை. காணவிடாமல் இருள் தடுத்துவிட்டதைப் பற்றிச் சற்று ஏக்கமாக இருந்தது எனக்கு.

...பீப்பிக்காரவுகளுக்கும் இவ மேல ஒரு பார்வெ இருந்துருக்குண்றது இவ அத்துட்டு கைப்பிள்ளெயோடெ வந்து நிக்கிறப்பத்தானே தெரியிது?...

ஒரு பெருமூச்சு.

...மாரியாத்தா கோயில் மதிலுக்கிட்டெ பெரியவரு இவளெ ஒரு நா மறிச்சிட்டாரு. இந்த மாதிரி விசயம்.

ஒனக்கு சம்மதமாண்டு கேட்டாரு. இவளுக்குப் பதக்குண்டு போச்சு. 'சாதிக்காரவுக கொண்டே போடுவாகளே'ண்டு இவ நெனைக்கிறா. அவருகிட்டேர்ந்து சொல்லு உதுருது. 'அதெல்லாம் நம்மளெ இன்னமே ஒருத்தரும் கைவய்க்க முடியாது. மொதல் மந்திரி கவுனரு கலெட்டரு வரைக்கும் நம்மளெத் தெரியும்'ண்டாரு. அதும் வாஸ்தவந்தேன். சில்லா முளுக்க, மாகாணம் முளுக்க இவுக வாசிப்பெ ரசிக்கிறவுக இருக்கத்தேன் செஞ்சாக...

இந்தம்மா என்ன சொன்னாங்க?

இந்தச் சிறுக்கிதேன் பதறிப்போயி நிக்கிறாளே. எச்சியெக் கூட்டி முளுங்கீட்டு, மக்யா நா இதே நேரம் இதே லெக்குலெ சொல்லுறேன்னுப்பிட்டு, ஓடியாந்துட்டா. ராத்திரிப் பூரா அதே நெனப்பா மனசுக்குள்ளே ஓடுது. இது நம்ம முடிவு பண்ணுற விசயமில்லை, அந்தக் கருப்பணசாமிகிட்டக் கேட்டுற வேண்டியதுதாண்டு தோணுச்சு. மக்யா நாளு கோயிலுக்குத் தனியாப் போயிப் பூக் கட்டிப் பாக்குறா. வெள்ளெப் புஸ்பம் வந்திருச்சு. ஒரு மணி நேரம் முன்னாடி போயிருக்கப்புடாதா இந்த நாசமாப் போறவ.

ஏன். என்னாச்சு?

மனசு நெரம்பி வெளியெ வாரா. சின்னவரு நிக்கிறாரு. வெலகி நடக்குறா. அவரு கொரல் விடுறாரு. 'ஏத்தா, ஒரு நிமிசம் நில்லு.' இவ நிண்டுட்டா. இப்ப இப்பத் தோணுது தம்பி. கண்ணுக்கு இருக்குற மாரி, காதுக்கும் ஒரு மூடியெப் படெச்சிருந்தாண்டா எம்புட்டு நல்லாயிருந்திருக்கும். வேணுமிங்கிறப்ப மூடிக்கிறலாமால்லியா?...

அந்த அம்மாள் பேச்சை நிறுத்தினார். தலையணைக்கருகில் இருந்த தண்ணீர்ச் செம்பை எடுத்து களகளகளவென்று ஆவேசமாய்க் குடித்தார். திடீரென்று திண்ணை முழுக்க ஈரம் நிரம்பிய மாதிரி ஒரு குளிர் தட்டியது எனக்கு. நலுங்காமல் செம்பைக் கீழே வைத்து விட்டு அவர் தொடர்ந்தபோது, குரலில் பழையபடி நிதானம் வந்து சேர்ந்திருந்தது.

...பெரியவரு கேட்டதெத்தான் இவரும் கேட்டாரு. இவருகிட்டெயும் தவணை வாங்கிக்கிட்டுத் திரும்பீட்டா.

மனசுன்னா கெடந்து அந்த அடி அடிச்சிக்கிருது. ஒட்டிப் பெறந்த ரெட்டெப் பீப்பிக்கு நடுவுலே திடீர்ன்னு ஒரு பொம்பளெ செம்மம் குறுக்கெ புகுந்துப்புட்ட மாரி ஒரு பெரமெ.

அவர் மீண்டும் அமைதியானார். இதுவரை சாதாரணமாகக் கேட்டு வந்த எனக்கு, இந்த இடம் வந்ததும் ஒரு சிறுகதையின் முதல் சொட்டு கிடைத்த மாதிரி உணர்வு தட்டியது. சரசரவென்று மனம் வாக்கியங்களையும், வர்ணனைகளையும் உருவாக்கத் தொடங்கியது. குறுகுறுப்பும் அவமானமும் குற்றவுணர்வும் சமமாகப் பொங்க, மானசீகமாகப் பின்னந்தலையில் தட்டி அடக்க முயன்றேன்.

...அம்புட்டுத்தேன். சாயங்காலம் பெரியவர்கிட்டெ முடிவெச் சொல்லியாச்சு. அன்னைக்கி ராத்திரியே அந்த மனுசன் நாண்டுக்கிட்டாரு. அம்புட்டுத்தேன், ஊரே தீப்பிடிச்ச மாரி ஆயிருச்சு. அடுத்த நாலு நாளும் பேப்பர்க்காரவுகல்லாம் வந்தாக. அதிகாரிக வந்தாக. போலீசு வந்துச்சு. வவுத்த வலி தாங்காமெத்தேன் நாண்டுக்கிட்டாருண்டு சொல்லி கதெயெ முடிச்சிட்டாக. தம்பிக்கார மனுசன் பீப்பியெக் கீளெ வச்சுட்டு, சவரக்கடை போட்டுட்டாரு. இந்தப் பாவி முண்டெ சரீண்டு சொன்னா எது நடந்துரும்ண்டு பயந்தாளோ, அதுவே நடந்து போச்சு. ரெட்டப் பீப்பி வெட்டுப்பட்டுருச்சு. இவ மாட்டேண்டு சொல்லி, தானும் தனிமரமா நின்னதுதான் மிச்சம்.

அந்த அம்மாளிடமிருந்து வெளியேறியது பெருமூச்சுதானா, அல்லது குமுறலா என்று தீர்மானிக்க இயலவில்லை. இருட்டில் எங்கேயோ இலக்கில்லாமல் பார்வையும் ஞாபகமும் திரிந்துகொண்டிருந்ததோ என்னவோ. தெருவிளக்கின் பரிதாப ஒளியைப் பின்புலமாகக் கொண்டு ஒரு பெண்ணுருவத்தின் கருந்தகட்டு வடிவம் என் முன்னால் உட்கார்ந்திருந்ததையும் அது அவ்வப்போது குலுங்குவதையும் மௌன மாய்ப் பார்த்துக்கொண்டிருந்தேன். ஏதோ ஒரு கேள்வி நான் கேட்பதன் மூலம் நினைவின் புதைமணலிலிருந்து அந்த அம்மாளை மீட்டு வந்துவிட முடியும் என்று தோன்றி, தவறான கேள்வியைக் கேட்டுவிட்டேன் என்று இப்போது தோன்றுகிறது.

அந்த அம்மா என்ன ஆனாங்க?

இந்தப் பய ஒருத்தன் இருக்கானே. இவனுக்காகவாச்சும் அந்தப் பாதகத்தி இருந்துதானெ தீரணும். எந்தப் பெறவியிலெ யாரு குடியெக் கெடுத்தனோ, இந்தப் பயலும் ஒத்த மரமா நிக்கிறான். என்னைய மாரி ஒரு செம்மம் பெறக்கவே கூடாது தம்பீ.

அந்த அம்மாள் நெஞ்சில் மாறிமாறி அறைந்துகொண்டார். சற்று உரிமை எடுத்துக்கொண்டால் தவறில்லை என்று முன்னேறி அவருடைய இடதுகையை இறுக்கிப் பிடித்தேன். பெரும் நடுக்கம் மின்னோட்டம்போல அவருடைய உடல் முழுவதும் ஓடிக்கொண்டிருந்தது புலப்பட்டது. கொஞ்ச நேரம் கழித்து, ஓய்ந்து, நிலைக்குத் திரும்பினார். முந்தானை நுனியை எடுத்துக் கண்களையும் முகத்தையும் அழுத்தித் துடைத்துக்கொண்டார்.

தம்பீ...

சொல்லுங்கம்மா.

இதெல்லாம் நாப்பது வருசப் பளங் குப்பெ. என்னாமோ, அந்தப் பய ஒங்ககிட்டெச் சொன்னதெக் கேட்டுக்கிட்டுருந்தனா, ஊத்து மண்ணு சரிஞ்ச மாரி எல்லாம் யாவுகம் வந்துருச்சு. சொல்லி ஆத்திக்கிட்டா மனசுலெ கனம் கொறையும்ண்டுதேன்...

ஆமோதிப்பாக நான் தலையாட்டியது அந்த அம்மாளுக்குப் பார்வையில் பட்டிருக்கும். வெளிச்சம் முகத்தில் விழும் கோணத்தில்தான் நான் அமர்ந்திருந்தேன்.

...பாண்டிகிட்டெ எதுவும் பகுந்துக்கிற வேணாம். சின்னப் பையென். தாங்க மாட்டான். என்னா சொல்றீக?

நீங்க சொல்றதுதாம்மா சரி.

அவர் எழுந்துகொண்டார். என் உச்சந்தலையில் தன் வலது உள்ளங் கையை நன்கு பதித்தவாறு ஓரிரு கணங்கள் நின்றார். பிறகு சமைய லறைக்குள் சென்று கதவைச் சாத்திக்கொண்டார். தாழிடும் ஓசை கேட்கவில்லை.

ராத்திரி நான் திரும்பி வந்தப்ப நீங்க நல்லா அசந்து ஒறங்கிட்டிருந்தீக.

என்றார் பாண்டித்துரை.

அவருடைய இரு சக்கர வண்டியை சோழவந்தான் கடைத்தெருவில் ஒரு ஓரமாக நிறுத்திவிட்டு நின்றிருந்தோம். நான் சிகரெட் பிடித்துக் கொண்டிருந்தேன்.

ஆமாமா. நல்ல காத்து. கொசுத் தொந்தரவுகூட அவ்வளவு ஒண்ணும் அதிகமா இல்லே.

பாண்டித்துரை திடீரென்று என் வலதுகையைத் தன் இரண்டு கைகளாலும் பிடித்துப் பொதிந்துகொண்டார். நான் ஆச்சரியமாகப் பார்த்தேன்.

இந்த நிமிசம் ஒங்ககிட்டெ ரொம்ப நெருக்கமா உணர்றேன் சார். ஒங்களோட நட்பு கிடைச்சது என் வாழ்க்கையிலே மிக முக்கியமான விசயம்னு தோணுது...

சந்நதத்தை நெருங்கிக்கொண்டிருக்கிறார் அவர் என்று தோன்றியது எனக்கு. இடது கைவிரல்களில் புகைந்த சிகரெட்டை ஆழ்ந்து ஒருமுறை உறிஞ்சினேன். சிறு இடைவெளிக்குப் பின் பாண்டித்துரை சமனமடைந்தார்.

...நீங்க இவ்வளவு சரளமா என் ஊருக்கு வருவீக, இப்பிடி இயல்பாப் பளகுவீகண்டெல்லாம் நான் எதிர்பார்க்கவேயில்லெ சார்.

ஏன் அப்பிடி!

இல்லெ சார். உங்க எழுத்து மூலமா ஒங்களைப்பத்தி அந்த மாதிரி ஒரு அபிப்பிராயம் வந்திருந்தது - இறுக்கமான ஆளுன்னு...

நான் சிரித்தேன். மாரியம்மன் கோவிலடியைத் தாண்டி வரிசையாக நாலைந்து சரக்கு லாரிகள் அலறிக்கொண்டே வந்து கடந்து செல்வதை வெறித்துக்கொண்டிருந்தார் பாண்டித்துரை. ஓசை தேய்ந்து அடங்கிய மாத்திரத்தில் தலையை உலுப்பிக்கொண்டார்.

...நேத்து அந்த நாயனக்காரரு கதையைப் பாதியிலே விட்டுப் பிட்டேன் இல்லே?...

நான் மௌனமாக இருந்தேன்.

...எப்பிடியாயிருந்தாலும் இப்ப ஒங்களைக் கொண்டுபோய் விட வரும்போதுதான் சொல்லி முடிச்சிருப்பேன். எங்க வீட்டுத் திருணையிலெ வச்சி அந்தக் கதையெ முடிக்க முடியாது.

பாண்டித்துரை புன்னகைத்தார். அதிலிருந்த வறட்சியும் விலகலும் இனம் புரியாத சங்கடமாக எனக்குள் குறுகுறுத்தன.

ஏன்?

அதுல வந்த பொம்பளே யாரு தெரியுமா சார்?...

எதிர்மறையாகத் தலையாட்டினேன்.

...எனக்குத் தெரியாதூண்டு எங்க ஆத்தா நெனச்சிக்கிட்டிருக்குது. இருவது வருசத்துக்கு முன்னாடியே எனக்குத் தெரியும்ண்றது அந்தப் பொம்பளைக்கித் தெரியாது, பாவம்.

பாண்டித்துரை பெருமூச்சு விட்டார். ஏனோ தெரியவில்லை, எனக்குள்ளும் வெகு ஆழத்திலிருந்து ஒரு பெருமூச்சு கிளம்பி மேலேறியது.

வார்த்தை, ஜூன் 2008

காணாமல் போனவனின் கடிதங்கள்

சிவாவுடைய கடிதங்களை முறையாகத் தொகுத்து வைத்திருக்கிறேன்.

சீரற்ற இடைவெளியில் அவற்றை எடுத்து வாசிக்கவும் செய்வேன். புனைகதைக்கு நிகரான சுவாரசியம் கொண்டவை அவை.

சமீபத்தில் ஒருமுறை எடுத்து வாசித்தேன். மூன்று காரணங்கள். இரண்டாவது காரணம்தான் முதல் காரணத்துக்கே காரணம். முதலாவது, ஒரு புத்தகம். **இடவல மாற்றம்** என்ற தலைப்பில் என்னுடைய இரண்டாவது சிறுகதைத் தொகுப்பு எட்டு வருடங் களுக்கு முன்னால் வெளியானது. அதை **ஜே டி சிவச்சந்திரனுக்கு** என்று சமர்ப்பணம் செய்திருந்தேன். அதன் மறுபதிப்பு சமீபத்தில் வெளிவரவிருக்கிறது.

இரண்டாவது காரணம், எங்கள் ஊழியர் சங்கம். சீரான இடை வெளியில் சுற்றறிக்கை அனுப்புவார்கள் - என்றாலும், மூன்று மாதத்துக்கொரு முறை வரும் பிரத்தியேகச் சுற்றறிக்கையை மட்டும் நான் கவனமாக ஊன்றிப் படிப்பேன். ஓய்வு பெற்ற, பணி நீக்கம் அல்லது இடைநீக்கம் செய்யப்பட்ட, இறந்துவிட்ட, ஊழியர்களின் பட்டியல் அதில் இருக்கும். அகில இந்திய அளவிலான பட்டியல்.

இதெப்போயி எதுக்குங்க இம்புட்டு அக்கறையாப் படிக்கிறீங்க!

என்று அப்போதைய கிளைச் செயலர் கேலி செய்வார்.

ஒரு எழுத்தாளனாக, வேற்றுப்பிரதேசப் பெயர்கள் என்னுள் கிளப்பும் அகஉந்துதல் பற்றி அவரிடம் எவ்வாறு விவரிக்க? அவற்றில் சிலவற்றை என் கதை மாந்தருக்குச் சூட்டுவதன் மூலம் கதைப் பரப்பில் ஒருவித புறவயத் தன்மையை நான் உருவாக்கிக்கொள்வதை விளக்க முடியுமா? அல்லது, அதில் இருந்த பணிநீக்கப் பட்டியலில் 'ஜே டி சிவச்சந்திரன் - உதவியாளர் - மடிக்கரே கிளை - கர்நாடகா வட்டாரம்' என்ற வரி எனக்குள் எவ்வளவு ஆழத்தில் போய்த் தைத்தது என்பது அவருக்குத் தெரியுமா?

குறைந்தபட்சம் ஏழு வருடங்கள் எவ்விதத் தகவலுமின்றிப் பணிக்கு வராமல் இருந்தால்தான் அப்படி வேலையை விட்டு நீக்குவார்கள். ஆனால், அதற்கான கோப்புகள் துவங்கப்பட்டு இங்குமங்கும் அவை பயணம் செய்து கிடப்பில் கிடந்து தைரியமாக ஒரு மேலதிகாரி முடிவெடுத்து உத்தரவு பிறப்பிப்பதற்குள் எப்படியும் இன்னும் மூன்று நான்கு வருடங்கள் ஓடிவிடும். அடேயப்பா, சிவாவுடைய கடிதங்கள் வருவது நின்று அவ்வளவு நாளாகிவிட்டதா? காலம்தான் எவ்வளவு விரைவாக ஓடுகிறது ...! என்று அந்தச் சமயத்தில் வியந்து மாளவில்லை எனக்கு.

வேறு எந்த விதத்திலும் விசாரித்தறிய முடியாத சங்கதி அது - சிவா காணாமல் போனது. ஆனால், அவன் கடிதங்களிலும், நேரிலும் வெளிப்பட்ட அவனுடைய ஆகிருதிக்கு வெகு பொருத்தமானதுதான் என்று ஒரு எண்ணமும் எனக்குள் ஓடியது. என்னளவில் ஒரு அஞ்சலி மாதிரி சிவாவின் கடிதங்களை எடுத்து உடனே வாசித்தேன்.

ஏற்கனவே வாசித்து பத்திரப்படுத்திய கடிதங்கள்தாம். ஆனால், எட்டு வருடங்கள் கழித்து இந்த முறை வாசித்தபோது, மூன்றாவது காரணமாக, வேறொரு அம்சமும் என் வாசிப்பில் சேர்ந்துகொண்டது. சிவா காணாமல் போவதற்கான தடயங்கள் எதுவும் அந்தக் கடிதங்களில் ஒளிந்திருக்கிறதா என்று தேடும் ஆவல். அவற்றைக் கோத்திருந்த ஃபைலில் கைக்குக் கிடைத்த மாதிரித் தோராயமாக வாசித்துக் கொண்டு போனேன்.

1

நானெல்லாம் திட்டமிட்டு எழுத்தாளன் ஆனவனில்லை. அப்படி யாராவது ஆக முடியுமா என்பதும் எனக்குத் தெரியாது. நான் ஆகவில்லை - அவ்வளவுதான். அதற்காக, 'பிறவிக் கலைஞன், சரஸ்வதியின் எச்சில் தாம்பூலம் ஒரு இணுக்கு முழுங்கியவன்' என்றெல்லாம் சொல்ல வரவில்லை. தமிழ் நவீன இலக்கியத்தின் இன்றைய வாசகர் ஒருத்தருக்கு 'கிருஷ்ணன்' என்ற பெயர் அந்நியமாக இருக்காது - என்ற இடத்துக்கு வந்து சேர்ந்திருக்கிறேன். இதில் எனக்கே கொஞ்சம் ஆச்சரியம்தான்.

என் கதைகளின் பாணிக்கு மிகப்பெரிய முன்மாதிரியாக அமைந்தவை சிவச்சந்திரனின் கடிதங்கள். இத்தனைக்கும், சிவா எழுத்தாளனோ தொழில்முறை விமர்சகனோ அல்ல. பணிரீதியாக வாய்த்த குறுகியகால நண்பன். 'நாடோடி நண்பன்' என்று சொன்னால் இன்னும் பொருத்தமாக இருக்கும். வாழ்க்கையை வாழ்வாங்கு வாழ்ந்து தீர்த்தவன். அந்த அனுபவங்களை சளைக்காமல் எனக்கு எழுதிப் பகிர்ந்துகொண்டவன்.

அவனுடைய நடைக்கு ஒரு உதாரணம் வாசிக்கிறேன், பாருங்கள்...

> ...ஹிந்துஸ்தானி இசைக்கும் கர்நாடக இசைக்கும் ஒரு முக்கியமான வேறுபாடு உண்டு கிருஷ்ணா. ஹிந்துஸ்தானியை நீ கண்ணாலும் கேட்கமுடியும் - குறிப்பாக, குரலிசையை. இன்று நான் அளவுக்கதிகமாகக் குடித்துவிட்டேனோ என்று தோன்றுகிறதில்லையா? இசைப் பதிவுகளைக் கேட்பதோடு நிறுத்திக்கொள்ளாமல், நேரடிக் கச்சேரிகள் ஓரிரண்டைக் கேட்டுப் பார்த்தாய் என்றால், நான் இன்னதுதான் சொல்கிறேன் என்பது புரிந்துவிடும். ஹிந்துஸ்தானிப் பாடகர்கள் குரலைப் பழக்க மேற்கொள்ளும் பிரயாசை மாதிரியே, உடம்பைத் திருகிப் பாவனைகள் காட்டவும் தனியாகப் பயிற்சி எடுக்கிறார்களோ என்று சந்தேகம் உதிக்கும்.
>
> ...வானுயரம் வளர்ந்த கம்பத்தில் கொடியேற்றுகிற மாதிரி, விடைக்கோழியைப் பிடிக்கத் துரத்துகிற மாதிரி, திருகையில் சேர்க் கணக்காகக் கேழ்வரகு திரிக்கிற மாதிரி, கப்பியில்

கோத்த அனுமார் வாலை வைத்து ஆழ்துளைக் கிணற்றிலிருந்து நீர் சேந்துகிற மாதிரி, உலக அழகிபோல வற்றலான உடல்வாகு கொண்ட புளியமரத்தை விடாமல் உலுக்கிப் பழம் உதிர்க்கிற மாதிரி, வெகுநேரமாகத் தோள்ச்சுமையாய் வைத்திருந்த பெரும் சுள்ளிக்கட்டை சபையின் முன் பொத்தென்று கொட்டி ஒவ்வொரு சுள்ளியாகப் பரப்புவது மாதிரி, இரண்டு கைகளாலும் நீரை விலக்கிக் கரை நோக்கி முன்னேறுகிற மாதிரி... என்று எத்தனை விதமான உடல் அசைவுகள்.

இன்று முன்னிரவில் நான் கேட்ட கச்சேரியில் பாடினாரே, அர்ஜுன் மிஸ்ரா, அவர்தான் உச்சம்...

கிட்டத்தட்ட மூன்று மணிநேரம் குதிரை ஓட்டினார் - உட்கார்ந்த இடத்திலேயே. மகா சண்டிக் குதிரை அது. இவர் இரண்டு கைகளாலும் கடிவாளத்தை இறுகப் பிடிக்கிறார் - அது முன்னங்கால் இரண்டையும் செந்தூக்காய்த் தூக்குகிறது. மிஸ்ராவின் உடம்பு சற்றுப் பின்னோக்கிச் சரிகிறது. குதிரையின் பிடரியில் இடதுகையால் தட்டிக் கொடுக்கிறார். மேடை முழுவதும் ஒய்யார நடை போட்டு வட்டமிடுகிறது குதிரை. முன்னால் நீட்டிய இரண்டு கைகளுடன் குதித்துக்குதித்துச் சவாரி செய்கிறார் மிஸ்ரா. வலதுகையில் கடிவாளம், உயர்த்திய இடதுகையில் பிடித்த சவுக்கைச் சக்கரவட்டமாகச் சுழற்றுகிறார்... பாவனைகள் அளவுக்கு அவருடைய குரல் சஞ்சரிக்க மறுக்கிற மாதிரிப் பட்டது எனக்கு...

அவ்வளவுதான். அர்ஜுன் மிஸ்ராவைப் பற்றி மேற்கொண்டு இந்தக் கடிதத்தில் வேறு எதுவும் இல்லை. இவரைப் பற்றி அடுத்த கடிதத்தில் தொடர்வானா, மாட்டானா என்பது உறுதியில்லை.

நம்முடைய பதில் கடிதத்தில் நினைவூட்டினாலும், அவனுடைய பதிலில் எழுதுவான் என்பதற்கும் உத்தரவாதம் இல்லை. ஆனால், இதே அர்ஜுன் மிஸ்ரா பற்றிக் கிட்டத்தட்டப் பத்து வருடம் கழித்து ஒரு கடிதத்தில் எழுதியிருந்தான். அது பிறகு. அவனுடைய கடிதங்கள் வழியாகத்தான் ஹிந்துஸ்தானி இசையின் போதையில் நான் மூழ்க ஆரம்பித்தேன் - அதைச் சொல்லி விளக்க முடியாது.

ஆனால், என் கதைகளின் மொழிநடையில் சிவாவின் கடிதங்கள் செலுத்தும் செல்வாக்கு சொல்லாமலே விளங்கும்.

அவனுடைய கடிதங்களுக்குள் போவதற்கு முன்னால் அவனைப் பற்றி இன்னும் கொஞ்சம் சொல்ல வேண்டும்.

எங்கள் வங்கியின் மத்தியத் தணிக்கைப் பிரிவில் எழுத்தர் - தட்டச்ச ராக இருந்தான் சிவா. ஒரே அதிகாரியின் உதவியாளனாகப் பதினாலு வருடங்கள் இந்தியா முழுக்கச் சுற்றியவன். நான் பணியில் சேர்ந்த கொஞ்ச நாளில் தணிக்கைக்காக அவர்கள் வந்து சேர்ந்தார்கள்.

அவர்கள் வந்திறங்கிய அன்று எங்கள் மேலாளர் ஒரு சுற்றறிக்கை விட்டார். 'மத்திய தணிக்கை அதிகாரி உயர்திரு ஜோகீந்தர் சிங் கிளை ஊழியர்கள் அனைவரையும் ஒரே இடத்தில் சந்தித்து ஓர் ஐந்து நிமிடம் உரையாட விரும்புகிறார். உணவு இடைவேளையில் மத்திய ஹாலில் குழுமவும்.'

சிங் என்றவுடன் அடர் தாடி தலைப்பாகை கையில் எவர்சில்வர் கங்கணம் முகம் முழுக்கச் சிரிப்பும் முட்டைக் கண்களும் என்று ஒரு சீக்கிய உருவத்தை எதிர்பார்த்துக்கொண்டு போனேன். அதிர்ச்சி. நன்கு கழுவிய, மழுமழுவென்ற, மகா உருளைக்கிழங்கைக் கழுத்தில் சுமந்துகொண்டு ஒரு சதைப்பொதி நின்றது. வெற்றிலைக் கறை படிந்த வாய், அதில் நிரந்தர விரசம் உள்ள சிரிப்பு, மகத்தான தொந்தி, அபாரமான வழுக்கை என்று கேலிச் சித்திரம் மாதிரி நின்றார் அவர். அருகில் பவ்யமாக சிவா.

நான் புதிதாக வேலையில் சேர்ந்தவன் என்பதால் சீக்கிரம் வீடு திரும்ப விடமாட்டார் மேலாளர். எட்டு மணி ஆகிவிடும். இப்படியெல்லாம் மற்றவர்களை வதைத்து வேலை வாங்கி, இரண்டு மூன்று படிகள் வேகமாக உயர்ந்து, விவசாயக் கடன் வழங்குவதில் தகிடுதத்தம் செய்தார் என்று பின்னாட்களில் அவர் பணிநீக்கம் செய்யப்பட்ட செய்தி வந்த நாளை மறக்க முடியாது எனக்கு. அன்றுதான் என்னுடைய முதல் கதைத் தொகுதி வெளியானது.

எட்டரை மணிக்கு என்னோடு பேசிக்கொண்டே கிளம்பினான் சிவா.

சிங் என்றவுடனே சர்தார்ஜி என்று எடுத்துக்கொள்ள வேண்டிய தில்லையாம். வடக்கத்தியர்களில் பல ஜாதியினரும் இந்தப்

பின்னொட்டைச் சேர்த்துக்கொள்வதுண்டாம். ஜோகீந்தர் சிங் ‘ஜாட்’ என்ற இனத்தைச் சேர்ந்தவர். உ பி மாநிலத்தவர்.

> ...சரியான பச்சை. சிந்துபாத் கதைக் கிழவன் மாதிரி. என்ன, அந்தக் கிழவனைப் பாவப்பட்டு சிந்துபாத் தோள்லெ தூக்கி வச்சிக்கிட்டான். இந்த ஆளு தானாவே என் தலைலே ஏறி ஒக்காந்துக்கிட்டவன்.

தொடர்ந்து ஜாட் இனத்தவரைப் பற்றியும், அவர்களின் பொதுவான குணாம்சங்கள் பற்றியும், ஜோகீந்தர் சிங்கின் கீழ்மைகள் பற்றியும், ஜாட்களுக்கு இணையாகத் தமிழ்நாட்டில் உள்ள ஜாதிகள் பற்றியும் என்று அவன் உதிர்த்துக்கொண்டு வந்த பல்வேறு விஷயங்கள் எனக்குப் பசுமையாக நினைவிருக்கின்றன. அவற்றை அப்படியே பதிவுசெய்ய, தமிழ்ச் சூழலின் பொலிட்டிக்கல் கரெக்ட்னெஸ் இடம் கொடுக்காது. சிவாவும், தொடர்ந்து ஆயிரத்தொரு அராபிய இரவுகளில் புகுந்துவிட்டான்.

நாங்கள் ஏழுபேர் சேர்ந்து ஒரு வீட்டை வாடகைக்கு எடுத்திருந் தோம். பார்த்த மாத்திரத்தில் சிவாவுக்குப் பிடித்துவிட்டது. மறுநாளே பெட்டி படுக்கையைக் கொண்டுவந்து விட்டான். தணிக்கைக் காலம் முழுவதும் - மூன்று வாரங்கள் - எங்களுடன் வசித்தான்.

தணிக்கை உதவியாளனாவதற்காகவே பிறந்தவன் மாதிரி அப்படி யொரு தேசாந்திர மனோபாவம் கொண்டவன் சிவா. அபூர்வமான உரையாடலாளன். ஒரேயொரு பிரச்சினை, பேச ஆரம்பித்தால் ஓய மாட்டான்.

கோவாவின் முந்திரிச் சாராயத்துக்கும் தேங்காய்ச் சாராயத்துக்கும் உள்ள ருசிபேதம், ஸரோடை அலி அக்பர் கான் கையாள்வதற்கும் அம்ஜத் அலிகான் வாசிப்பதற்கும் உள்ள வேறுபாடு, பெல்காமுக்கு அருகில் உள்ள புராதன கிராமத்தில் ராம்பாவு பிஜப்பூரி என்ற கிழவர் வாசித்த ஹார்மோனியத்தில் ஸாக்ஸஃபோன் மாதிரியே ஓசை எழும்பியது, எரிசேரி என்றால் என்ன; புளிசேரி என்றால் என்ன, ‘நகரத்தில் ஜிம்போ’ என்ற படத்தில் ஜமுனாராணி பாடிய ‘மோகம் பிறந்திடாதா -இன்பம் சுரந்திடாதா’ என்ற பாடலின் தனித்தன்மை, வெந்தயத்தின் மருத்துவ குணங்கள் என்று அது ஒரு முடிவற்ற பட்டியல்.

மற்றவர்களுடன் அவனுக்குத் தொடர்பு நீடித்த மாதிரித் தெரிய வில்லை. இவனுடைய ஓயாப் பேச்சு மட்டும் காரணம் என்று நான் நினைக்கவில்லை. அவர்களுக்கு இவன் பேசிய விஷயங்களில் ஆர்வம் இல்லை. நான் கைக்குக் கிடைப்பதையெல்லாம் வாசிப்பதிலும், எப்போதாவது தைரியம் ஊறும்போது எழுதிப் பார்ப்பதிலும் ஈடுபட்டிருந்த பருவம்.

என்மீது சிவாவுக்கு தனிக் கவனமும் அபிமானமும் இருந்தது என்றுதான் நினைக்கிறேன். இதற்கு அவன் எழுதிய ஏகப்பட்ட கடிதங்கள் சாட்சி. நாலைந்து முறைகள் பரிசுகள்கூட அனுப்பி வைத்திருக்கிறான். பீஹார் மாநிலத்திலிருந்து மஞ்சள் துணியில் அச்சுப் பதித்த மதுபானி ஓவியம், ராஜஸ்தானத்தின் லங்கானியர்களும் மங்கார்களும் பாடிய நாட்டுப்புற இசைக்கோவைக் கேஸட், புவனேஸ்வர் பழைய புத்தகக் கடையில் வாங்கிய போர்ஹேஸின் The Book of Sand, சண்டீகரில் இவனுடைய விடுதிக்கு நாலு கட்டடம் தள்ளி குண்டுவெடித்தபோது சிதைந்த உடல்களின் புகைப்படம் என்று.

ஏழெட்டு வருடங்கள் கழிந்து, என் முதல் குழந்தை சரவணன் பிறந்தபோது அவனுக்கு ஒரு பரிசு அனுப்பினான். புத்த கயாவில் கைவினைப் பொருட்கள் கடையில் வாங்கியதாகக் குறிப்பெழுதி - வெண்தேக்கில் செய்யப்பட்ட கையடக்கமான புத்தர் சிலை. கைகளை உயரத் தூக்கி மனம் விட்டுச் சிரிக்கும் புத்தர். சிவா 'லாஃபிங் புத்தா' என்றே குறிப்பிட்டிருந்தான். பத்மினியின் தாயார் அதைக் 'குபேரன் பொம்மை' என்றாள்...

2

என் கதைகள் மீது வழக்கமாக ஒரு குற்றச்சாட்டு உண்டு.

...கிருஷ்ணனின் கதைகளில் வரும் கிராமமும் அங்கு ஓடும் முல்லையாறு, நாயக்கர் தோப்பு, என்பன போன்ற விவரணங்களும் திகட்டுகின்றன. திரும்பத் திரும்ப ஒரே களத்தில் நிகழும் கதைகளைப் படிப்பது, வாசித்ததையே மறுபடி வாசிக்கும் உணர்வைத் தருகிறது.

பல வருடங்களாக மாநகரவாசியாக இருக்கும் கிருஷ்ணன், மாநகர வாழ்க்கை பற்றி எழுதுவதேயில்லை. கிராம வாழ்க்கை பற்றி அவருடைய ரொமான்ட்டிக் பார்வையைப் பதிவு செய்யும் களமாகவே புனைகதைப் பரப்பைப் பயன்படுத்துகிறார்...

பின்னாட்களில், என்னுடைய ஆரம்பக் கதைகளை சிவாவுக்குத் தபாலில் அனுப்பியபோது, இணைப்புக் கடிதத்தில், அவனுடைய கடிதங்களிலிருந்தே என் கதைகளுக்கான பின்புல அமைப்பை உருவாக்கிக்கொண்டேன் என்பதை நன்றியுடன் தெரிவித்திருந்தேன். கூடவே, மேற்படிப் புகாரையும் குறிப்பிட்டிருந்தேன். சிவா விரிவாக ஒரு விமர்சனக் கடிதம் எழுதினான். அதில் ஒரு பத்தி இப்படிச் செல்கிறது...

> ...அந்தக் கருத்து மிகவும் முக்கியமானதாகவே எனக்குப் படுகிறது கிருஷ்ணா. ஆனால், எதிர்மறையான கருத்து என்று அதைக் கொள்ளவேண்டியதில்லை என்றும் தோன்றுகிறது. வாஸ்தவத்தில், எழுதும் பணியில் ஈடுபடுகிறவன் பற்றிய உளவியல் பகுப்பாய்வுக்கு உதவிகரமாக இருக்கக் கூடிய கருத்து இது.
>
> ...என்னைப் பொறுத்தவரை, சிறு பிராயத்தில் உன்னுடைய கிராமத்தில் உனக்குப் பார்க்கக் கிடைத்த நிலவெளியும், அனுபவங்களுமே உனது சிருஷ்டிகரத்தின் ஊற்றுக் கண்களாக இருக்கின்றன. வாலிபத்தின், முன் வயோதிகத்தின், சொற்சேகரிப்பைக் கால்வாயாகக் கொண்டு பாய்வது பால்யத்தின் சுனைதான்.
>
> ...மாறாத துடிப்புடன் உனக்குள் நிரந்தரமாய் இருக்கும் அந்தச் சிறுவன், தான் முதன்முதலாய்ப் பார்த்த நிறங்களின், கேட்ட ஒலிகளின், நுகர்ந்த மணங்களின், ருசித்த சுவைகளின், உணர்ந்த ஸ்பரிசங்களின் பலவீன நகல்கள் தொடர்ந்து எங்கெங்கும் அனுபவிக்கக் கிடைப்பதை வாழ்ந்து வருகிறான்.
>
> ...மற்றபடி, நான் மேலே சொன்ன சிறுவன், வாலிப அனுபவத் தொகுப்பின் பின்னணியில், கடந்த காலத்தை எட்டிப் பார்க்கும்போது அசட்டுத்தனமான மிகையுணர்ச்சி பொங்கிவிடாமல் பார்த்துக்கொள்வது முக்கியம்.

> ...ஒருவிதத்தில், உன் கடந்த காலத்தின் பகுதியாக நிகழ்ந்த பாத்திரங்களுடன் நீ மேற்கொள்ளும் மறு உரையாடலே உன் கதைகள். நேரில் நடக்கும்போது சாதாரணமாக இருந்த சம்பவங்களில், நீ விவரிக்கும்போது லேசாக அமானுஷ்யம் சேருவது உனது கதைகளின் தனித்தன்மை என்று நான் கருதுகிறேன்.

இவ்வளவும் எழுதியிருக்கிறானே தவிர, இந்தக் கடிதத்தில்கூட, தன்னுடைய பிறந்த ஊர் எங்களது கரட்டுப்பட்டிக்கு அருகில் உள்ள இரட்டைமங்கலம்தான் என்று குறிப்பிடவில்லை, அந்தக் கிறுக்கன். அதைத் தெரிந்துகொள்ள மேலும் ஒரு வருடம் ஆகியது எனக்கு. அதுவும்,இரட்டைமங்கலம் போய்வந்த நினைவுகள் பற்றி ஒரு கடிதத்தில் எழுதியிருந்ததை வைத்து நானாகத் தெரிந்து கொண்டேன்...

> ...தற்சமயம் நாக்பூரில் முகாம் கிருஷ்ணா. சென்னையிலிருந்து வரும் நண்பரிடம் சில தமிழ்ப்புத்தகங்கள் வாங்கிவரும்படி கேட்டிருந்தேன். அதைப் பெற்றுக்கொள்ள ரயில்நிலையம் போனால், இந்தப் பயல் பன்னீர்ச்செல்வம் நிற்கிறான். நீண்ட விடுமுறையில் சென்றவனை, எல்லையில் பதற்றம் என்று உடனடியாகப் பணிக்குத் திரும்பச் சொல்லிவிட்டார்களாம்...
>
> ...ஏழாம் வகுப்புப் படிக்கிற காலத்திலிருந்தே நாட்குறிப்பு எழுதி வந்திருக்கிறேன் கிருஷ்ணா. ஸ்தனிஸ்லாஸ் ஸார் நாட்குறிப்பு எழுதுவதன் அவசியத்தை ஒரு வகுப்பு முழுவதும் எடுத்துச் சொன்னார். தற்சமயம் நீதிநாளுக்காகக் காத்திருக்கும் அவருடைய ஆன்மாவுக்கு இந்த ஒரு புண்ணியத்தின் காரணமாகவே நல்ல தீர்ப்பு வரக்கூடும். என் முதல் நாட்குறிப்பேட்டை அன்பளிப்பாக வழங்கியவன் பன்னீர்ச்செல்வம். அவனுடைய அப்பாவுக்கு யாரோ அன்பளித்ததாம்.
>
> ...உடனடியாக என்னுடைய பழைய நாட்குறிப்புகளை எடுத்துப் படிக்க ஆரம்பித்தேன். பன்னீரின் கல்யாணத்துக்கு நான் இரட்டைமங்கலம் சென்று திரும்பிய குறிப்புகளைக் கீழே பிரதி செய்திருக்கிறேன். அந்தத் தாளில், இரட்டைமங்கலம் பற்றி அந்தச் சமயத்தில் வெளிவந்த கட்டுரைப் பக்கங்களைக்

கிழித்து ஒட்டி வைத்திருந்தேன். உனக்குப் பிடிக்கும் என்று தோன்றுவதால், கட்டுரையின் நகலையும் நாளை ஜெராக்ஸ் போட்டு இணைக்கிறேன்.

கரட்டுப்பட்டியிலிருந்து நிலக்கோட்டை செல்லும் வழியில் மட்டப்பாறைக்கும் சிலுக்குவார்பட்டிக்கும் இடையில் உள்ள கிராமம் இரட்டைமங்கலம்.

சிவாவின் கடிதம் 1

மதுரை நிலையத்தில் பாண்டியன் எக்ஸ்பிரஸில் வந்து இறங்கியபோதே, ஃப்ரான்ஸிஸின் இரு சக்கர வண்டியை இரவல் வாங்கிக்கொண்டு இரட்டை மங்கலம் போக முடிவெடுத்தேன். நீண்ட தூரம் வண்டி ஓட்டி நாளாகிவிட்டது என்பதோடு, பள்ளிக்கூட சகாக்களைப் பார்க்கப் போகிறேன் என்பதால், சிறு பையனாக நான் மாறிவிட்டமாதிரி ஒருவித யௌவனப் பெருக்கு என் உடலெங்கும் மனமெங்கும் நிரம்பியிருந்தது.

நான் வருகிறேன் என்று முந்தின நாளே பெட்ரோல் டாங்க்கை நிரப்பி வைத்துவிட்டதாகச் சொன்னான் ஃப்ரான்ஸிஸ். தவிர்க்க முடியாத வேலையொன்று இருப்பதால்தான் இயலவில்லை, இல்லாவிட்டால் தானும் இரட்டைமங்கலம் வந்திருப்பான் என்னுடன் என்றும் சொன்னான்.

பன்னீரின் வீட்டு வாசலிலேயே பந்தல் போட்டிருந்தது. என் பக்கத்து நாற்காலியில் பாண்டுரங்கன் அய்யா. மணமக்களை வாழ்த்தி அவர் எழுதிய மடலை என் வகுப்புத் தோழனும், தற்சமயம் தேனி உதவிக் கலெக்டருமான தவமணி ஜோஷ்வா ஒலிபெருக்கியில் வாசிக்க வந்து நின்றான். மடலை மரச்சட்டம் போட்டு எடுத்து வந்திருந்தார் அய்யா. அவரே வாசித்திருக்க முடியும். ஆனால், தொண்டை கட்டிய மூன்று காக்கைகள் ஒரே சமயத்தில் குழறுவது போன்ற குரல் அய்யாவுக்கு. ஜோஷ்வாவுடையது வெண்கலக் குரல். பள்ளி நாட்களிலும் செய்யுள் பகுதியை அவன்தான் உரத்து வாசிப்பான்.

ரெட்டைநகர் தோன்றி வளர்தங்கம் - எதிரிப்
பெட்டைகளைப் புறமுதுகு கண்ட ஆண்சிங்கம்
செந்நீர் பெருக்கெடுக்கும் எங்கும் - எங்கள்
பன்னீர்த் தலைவனது படையின் புகழ் தங்கும்

அய்யா என் காதருகில் கரகரத்தார்:

அண்ணாமலை ரெட்டியாரோட காவடிச் சிந்து மெட்டு. மொதோ வரியிலேயே வினைத்தொகை போட்டு அசத்தியிருக்கேன் பாத்தியா?

நான் ஆமோதித்துவிட்டு ஒரு புன்னகையையும் மாட்டிக்கொண்டேன். அய்யாவின் பாடல் விரிய விரிய, ஜெனரல் கரியப்பா, ஃபீல்டு மார்ஷல் மானெக்ஷாபோல பிரம்மாண்டமான ஆகிருதியாக ஆகிக் கொண்டு போனான் பன்னீர்ச்செல்வம் என்ற இளம் சிப்பாய். ராணுவத்தில் சேரும்போதே முப்படைக்கும் தலைமைத் தளபதியாய்ச் சேர்ந்த மாதிரித் தென்பட்டான்.

ஜோஷ்வா திருமணத்துக்கும் அய்யா வந்திருந்தார். பதினோரு ரூபாயை எல்லாரும் பார்க்க அவன் உள்ளங்கையில் அழுத்தியதோடு சரி. பன்னீருக்கு கண்ணாடிச் சட்டமிட்ட வாழ்த்து மடல். ஆனால், அய்யா தரப்பிலும் ஒரு நியாயம் இருக்கத்தான் செய்கிறது. ஜோஷ்வா என்ன விடுமுறையில் வரும்போதெல்லாம் நயமான மிலிட்டரிச் சரக்கு கொண்டு வந்தா தருகிறான்?

கிட்டத்தட்ட நூறு வரிகள் நீண்ட மடல் முடிவதற்குள் அவையினர் நெளிய ஆரம்பித்துவிட்டார்கள். அடுத்து வந்தவர் மாநில ஆளுங்கட்சியின் வட்டச் செயலாளர். இரட்டை மங்கலத்தில் பன்னீர்ச்செல்வத்தின் ஜாதி ஓட்டுக்கள் இரண்டாயிரத்துக்குக் குறையாமல் இருக்கிறது. அவர்கள் சமூகத்தின் அறிவிக்கப்படாத தலைமைப் பொறுப்பில் இருப்பவர் பன்னீரின் தகப்பனார்.

'இன்னார் அவர்களே, அன்னார் அவர்களே' என்று மேளகாரர்கள், சமையல் உதவியாளர்கள்வரை கிட்டத்தட்டக் கல்யாணத்துக்கு வந்திருந்த அனைவரையுமே அவர் விளித்து முடிவதற்குள் மணமக்கள் நாலைந்து கொட்டாவிகள் விட்டு முடித்து, கலங்கிய கண்களுடன் காட்சி தந்தார்கள். இடையில் ஒரு முழு கோலிசோடா வேறு குடித்து முடித்தார் அவர்.

இரட்டைமங்கலத்தின் சிறப்புகளை விவரித்துக்கொண்டே வந்தவர், நான் கேள்வியே பட்டிராத ஒரு புதிய தகவலையும் சொன்னார். கூர்க்கா ரெஜிமென்ட், பெங்கால் ரெஜிமென்ட் என்பதுமாதிரி 'இரட்டைமங்கலம் ரெஜிமென்ட்' என்றும் உருவாக்குவதற்கான திட்டவரைவு இருந்ததாம், கிருஷ்ணமேனன் காலத்தில். பஞ்சாபியர்களிடமிருந்து தங்கள் தரப்பாக எழக்கூடும் ஊர்ப்பெயர் கொண்ட உத்தேசப் பட்டியல்களின் எண்ணிக்கையும், திடீர் சீனப் படையெடுப்பும் அந்தத் திட்டத்தையே கைவிடச் செய்துவிட்டன. 'அதை மீண்டும் உயிர்ப்பிக்க ஆவன செய்ய வேண்டும்' என்று கோரிக்கை விடுத்தார் செயலாளர். எதிரில் குழுமியிருக்கும் பாமர ஜனங்களில் யார் வழியாக இந்தக் கோரிக்கை மத்திய அரசிடம் போய்ச்சேரும் என்ற வியப்பு எனக்கு.

> ...தமிழ்நாட்டிலிருந்து பாராளுமன்றத்துக்குச் சென்றிருக்கும் தடிமாடுகள் என்ன செய்கின்றன?

என்று கோபமாகக் கேள்வி எழுப்பினார். கடந்த தேர்தலில் இவருடைய கட்சிக்கு ஒரு இடம்கூட வழங்கவில்லை தமிழக மக்கள்.

> ...வானும் விண்மீனும்போல, பூவும் தேனும் போல, நீரும் மீனும் போல, கனியும் சுவையும் போல புதுமணத் தம்பதியர் என்றென்றும் பிரியாமல் இருக்க உளமார வாழ்த்துகிறேன்...

என்று பலத்த கைதட்டலுக்கிடையில் உரையை முடித்தார்.

> முட்டாப்பயடா அவென்...

என்று என் காதுக்கருகில் அலறினார் அய்யா. கீழ்நாச்சிகுளம் வரை என்னோடு வண்டியில் வந்து கொண்டிருக்கிறார் அவர்.

> ...'நல்லா இரு'ன்னு வாழ்த்துவானா, 'நாசமாப் போகாமெ இரு'ன்னு வாழ்த்துறதா? சேந்து இருக்கட்டும்ன்னு வாழ்த்துறது தானே? பிரியாம இருக்கணுமாம். கரிநாக்குப் பய. ஞாபகம் வருதாடா, சிலப்பதிகாரம்?...

என்று என் முதுகில் ஓங்கித் தட்டினார். எட்டாம் வகுப்பில் அவர்

எடுத்த பாடம் எனக்கு நினைவு வந்துவிட்டது. இன்று சொல்லும் இதே வார்த்தைகளைத்தான் அன்று வகுப்பிலும் சொன்னார் அய்யா. 'நாடகக் கீழறை நிலை' என்ற சொற்றொடரும் உதிர்த்தார். பின்னாட்களில் அதற்கு இணையாண ஆங்கிலச் சொற்றொடர் dramatic irony என்று தெரியவந்தது... நான் தலையாட்டிக்கொண்டே கத்தினேன்.

> காதலர் பிரியாமல் கவவுக்கை ஞெகிழாமல் தீதறுக...
>
> சபாஷ்...

முன்னிலும் ஓங்கித் தட்டினார் அய்யா.

> ...இப்பிடிப் பிள்ளைகள் கிடைக்கிறதில்லையேடா இப்பல்லாம்...

நாட்குறிப்பு இன்னும் நீண்டுகொண்டு போகிறது. எனக்குத்தான் பார்த்தெழுதக் கண்கள் ஒத்துழைக்கவில்லை. மணி இரவு இரண்டரை. குட்நைட் கிருஷ்ணா...

பின்னிணைப்பு

கடிதத்துடன், சஞ்சிகை ஒன்றிலிருந்து வெட்டியெடுத்த இரண்டு பக்கங்களின் ஜெராக்ஸ் பிரதியைக் குண்சீடுசியால் இணைத்திருந்தான். ஆங்கிலப் பத்திரிகை. எழுத்துக்களையும் பக்கத்தின் அளவையும் வைத்துப் பார்க்கும்போது 'இல்லஸ்ட்ரேட்டட் வீக்லி ஆஃப் இந்தியா'வாக இருக்கலாம் என்று தோன்றுகிறது. அல்லது 'ப்ளிட்ஸ்'ஆக இருக்குமோ?

இரட்டைமங்கலத்துக்கு இன்னொரு பெருமையும் உண்டு என்கிறது கட்டுரை. சோழர் காலத்திய செப்பேடுகள் மூன்று அகழ்வாய்வில் கிடைத்த கிராமம் அது. பண்டைய நாட்களில் 'யுத்த மங்கலம்' என்று பெயர் பெற்றிருந்த ஊர். கிடைத்த ஏடுகள் சாமானியமானவை அல்ல. ஆனைமங்கலச் செப்பேடுகளுடன் கச்சிதமாக ஒத்துப் போகிறவை. கட்டுரையின் நடுவில் பக்கத்துக்கொன்றாகக் கட்டம் கட்டிப் போட்டிருந்த பெட்டிச் செய்திகள் இரண்டும் சுவாரசிய மானவை. முதல் செய்தியின் தலைப்பு - Change in Name - not Fame.

இந்திய சுதந்திரத்துக்குப் பிறகு தென்மாவட்டங்களில் பிரயாணம் செய்த அன்றைய மதறாஸ் ராஜதானியின் முதல்வர் திரு ராஜாஜி, இந்தக் கிராமத்துக்கும் விஜயம் செய்தார். புதிதாக ஆரம்பிக்கப்பட்ட ஆரம்பப் பள்ளியைத் துவக்கிவைத்துப் பேசியவர், 'இவ்வளவு புகழ்வாய்ந்த கிராமத்தின் பெயர் 'யுத்த மங்கலம்' என்று அச்சானியமாக இருப்பது தம்மை வேதனைப்படுத்துவதாக'க் குறிப்பிட்டார். புராதனப் பெருமையும், நிகழ்காலத்தில் பாரத ராணுவத்துக்கு எண்ணற்ற சிறுத்தைகளைப் பெற்றுத் தந்த புகழும் கொண்ட ஊருக்கு, 'இரட்டை மங்கலம் என்று புதிதாக நாமகரணம் செய்கிறேன்' என்று அறிவித்தார். 'இரட்டை மங்கலத்துக்கு ஜே' என்ற கோஷம் கூட்டத்தில் உரத்துக் கிளம்பியதாம்... என்று முடிகிறது பெட்டிச் செய்தி.

இரட்டை மங்கலம் என்ற பெயருக்கு இன்னொரு இன்னொரு பொருத்தமும் உண்டு. தமிழ்நாட்டிலேயே இரட்டைக் குழந்தைகள் அதிகம் பிறக்கும் ஊர் இதுதான் என்கிறது **1981**-ம் வருடத்திய மக்கள்தொகைக் கணக்கெடுப்பு. புகழ்பெற்ற மருத்துவர்கள் ஏழெட்டுப் பேரிடம் விசாரித்ததில் 'இந்த மாதிரி அசாதாரண நிகழ்வுகளுக்கெல்லாம் நேரடியான காரணம் கண்டுபிடிப்பது இயலாத காரியம்' என்று ஒரேவிதமாகப் பதிலளித்திருக்கிறார்கள்.

இரண்டாவது பெட்டிச் செய்தியின் தலைப்பு, When the Law of Averages prevailed.

சோழர் காலத்திலிருந்து ஏகப்பட்ட பேரை ராணுவத்துக்கு வழங்கி வந்திருந்தபோதும், இரட்டைமங்கலத்துக்காரர்களில் எட்டே எட்டுப்பேர்தான் வீரமரணம் அடைந்தவர்கள். அவர்களின் பெயர்ப் பட்டியல், பங்கேற்ற போர்கள் பிற விபரங்கள் பற்றிய குறிப்புகளை வழங்குகிறது பெட்டி.

இரண்டுபேர் சோழர் காலத்தில் இறந்தவர்கள். கிராம எல்லையில் அவர்களுக்கு நடுகல் ஊன்றப்பட்டிருக்கிறது. ஒருவர் நேதாஜியின் ஐ என் ஏ வில் பங்குபெற்று பர்மிய முனையில் உயிரிழந்தார். அடுத்த இருவர் '**62**ல் சீனப் படையெடுப்பு நிகழ்ந்தபோது. இன்னொருவர் '**64** பாக்கிஸ்தான் யுத்தத்தின்போது. பங்களாதேஷ் உருவான '**72** போரில் இரண்டுபேர்.

இவர்கள் அனைவருக்குள்ளும் இருக்கும் பொது அம்சங்கள் என்று சிலவற்றைக் குறிப்பிடுகிறது பெட்டிச் செய்தி. அத்தனைபேருமே,

1. இரட்டையரில் ஒருவர்.
2. தலைப் பிரசவத்தில் பிறந்தவர்கள்.
3. இவர்களுடன் ஒரே பிரசவத்தில் உடன்பிறந்தவர்கள் பெண் குழந்தைகள்.
4. முப்பத்தெட்டாவது வயதில் மரணமடைந்தவர்கள்.
5. தலைச்சன் குழந்தையாக இரட்டைக் குழந்தைகள் பெற்றவர்கள்.
6. விடுமுறையில் போயிருந்தபோது போர்க்கால அவசரம் கருதித் திருப்பி அழைக்கப்பட்டவர்கள்.
7. அனைவருக்குமே வலது கையில் ஆறு விரல்கள் உண்டு...

இந்தக் கடைசி அம்சத்தை எப்படித் தேடிப்பிடித்தார் செய்தியாளர் என்று அந்தச் சமயத்தில் ஒரு வாரம் முழுவதும் ஆச்சரியப்பட்டுக் கொண்டிருந்தேன்.

இதற்குப் பிறகு, சுமார் ஒரு மாதத்துக்கு சிவாவிடமிருந்து கடிதம் இல்லை. அவனுடைய கடிதங்கள் பெரும்பாலும் ஏ4 தாளில்தான் எழுதப்பட்டிருக்கும். அந்த ஒரு கடிதம் மட்டும்தான் இன்லண் லெட்டரில் வந்தது.

> இரட்டைமங்கலம் தொடர்பான நாட்குறிப்பைப் படித்து உனக்காக நகலெடுத்துவிட்டு உறங்கப் போனேனா, அன்றைக்கும் நள்ளிரவில் பதறிப்போய் விழித்துக் கொண்டேன். பன்னீர் விடைபெறும்போது பற்றிக் குலுக்கிய அவனது வலதுகையின் ஆறாவது விரல் திடீரென்று கனவில் உறுத்தியதுதான் காரணம்.
>
> ...வியர்த்துக் கொட்டிவிட்டது. பெட்டிச்செய்தி சுட்டிக் காட்டிய பிற அம்சங்களும் அந்தச் சண்டாளனுக்கு ஒத்துப் போகின்றன. மிகப் பெரிய தவிப்பு எனக்குள் அலையடித்துக்கொண்டே இருந்தது.

...இரண்டே நாட்கள். காஷ்மீரின் பாரமுல்லாவில் மசூதிக்குள் பதுங்கிய தீவிரவாதிகளுடன் இரண்டு நாட்கள் இடைவிடாமல் நிகழ்ந்த சண்டையில் என் அன்பு நண்பன் வீரமரணம் எய்திய செய்தியை தினத்தாளில் படித்தேன்.

...ஆக, அவன் இறப்பு சம்பந்தமான செய்தி அவன் இறப்பதற்கு முன்பாகவே எனக்குத் தெரியும் என்பதும், வேறு யாருக்கும் தெரிவதற்கு முன்னரே எனக்குத் தெரியும் என்பதும் புதுவிதமான பீதியை எனக்குள் கிளப்பின. எதிர்காலம் அவ்வளவு ஒன்றும் புகைமூட்டமானது அல்ல போலும் கிருஷ்ணா. மிகத் துல்லியமான கணக்குகள் மூலம் எட்டிப்பார்த்தால் எதிர்காலம் எல்லாப்புறமும் திறந்து கிடக்கும் வெட்டவெளிக் கட்டாந்தரைதான் என்று தோன்றுகிறது...

3

தணிக்கை முடிந்து புறப்படும் நாளில், சிவா சற்று நெகிழ்ந்த மனநிலையில் இருந்தான். என்னுடைய இருக்கைக்கு அருகில் ஒரு நாற்காலியை இழுத்துப் போட்டுக்கொண்டு,

கிருஷ்ணா, எந்த ஊரெ விட்டுப் பொறப்புடுறபோதும் இப்பிடி நான் ஃபீல் பண்ணினதில்லே. ஒன்னெ நான் ரொம்ப மிஸ் பண்ணுவேன்னு தோணுது.

என்று சொன்னான். காலையிலிருந்து நாலைந்து முறை இதைச் சொல்லிவிட்டான்.

நீ என்னமோ புதுசா ஒரு ஃப்ரெண்டு கிடைச்சிட்ட மாதிரித் துள்ளுறே. தான் உளர்றதெயெல்லாம் கேட்டுக்கிர்றதுக்கு ஒரு ஜோடிக் காது கெடெச்சிருச்சுன்னுதான அவன் நெனெச்சிக்கிட்டிருக்கான். பஸ்ஸேறுனவொடனே ஒன்னெயக் களட்டி வீசிருவான் பாரு...

என்று அறைத் தோழன் ரவிச்சந்திரனும் நாலைந்து நாளாகச்

சொல்லிக்கொண்டுதான் இருந்தான். ரவி இப்போது என் அருகில் இருந்து சிவா மறுகுவதைப் பார்க்க வேண்டும் என்று ஆசையாக இருந்தது.

> ...நெனைச்சதை நெனைச்ச மாதிரிப் பகுந்துக்குற சிநேகிதன் கிடைக்கிறது அவ்வளவு லேசா கிருஷ்ணா...

சிவாவை மேற்கொண்டு தொடரவிடாமல் அவன் தோளைத் தட்டினார் ஜோகீந்தர் சிங். இந்தியில் அவனிடம் ஏதோ கேட்டார். சிறு கோபம் அவர் குரலில் இருந்தது. 'ஹாங் ஜீ' என்று சொல்லிக் கொண்டே, பந்தடித்த மாதிரி எழுந்து நகர்ந்தான் சிவா.

மேலாளர் அறையிலிருந்து ஒரு அகலமான தட்டில் ஏகப்பட்ட சாக்லேட்டுகளுடன் அவன் நடந்து வர, ஒவ்வொரு இருக்கைக்கு அருகிலும் நின்று உபசார வார்த்தைகள் சொல்லிவந்தார் ஜோகீந்தர் சிங். இத்தனைநாளும் தணிக்கைக்கு ஒத்துழைத்ததற்கு நன்றி சொல்லி வருகிறார் என்றே நினைத்தேன். என் எண்ணம் தவறு.

மூன்று வருடங்களுக்கு முன் மனைவியை இழந்த இளங்கிழவர் மறுமணம் செய்துகொள்வது உறுதியாகியிருக்கிறதாம். மத்தியப் பிரதேசத்தைச் சேர்ந்த, அவருடைய வயதில் பாதிக்கும் குறைவான பிராயமுள்ள, இளம்பெண் ஒருத்தி சம்மதம் தெரிவித்திருக்கிறாள். ஐம்பது வயதை நெருங்கிக்கொண்டிருக்கும் ஜோகீந்தர் சிங் என் பக்கத்து இருக்கைத் தோழனிடம் உரத்த குரலில் சிரித்துக்கொண்டே சொன்னபோது, நான் ஏனோ அருவருப்பாக உணர்ந்தேன்.

என்னிடம் அவர் சாக்லேட்டை எடுத்து நீட்டியபோது கண்களை நேருக்குநேர் பார்க்கப் பிடிக்காமல் அவருடைய புடைத்த தொந்தியையே பார்த்துக்கொண்டிருந்தேன்...

ஜோகீந்தர் சிங்கின் திருமணத்துக்குப் போய்த் திரும்பிய சிவாவின் கடிதம் கண்ணில் படுகிறது. யதேச்சையாகக் கண்ணில் பட்ட பத்தியில்,

> ...கல்யாண வீடு மாதிரியே இல்லை கிருஷ்ணா. விருந்தினர் கூட்டம் அதிகம் இல்லை. வந்திருந்தவர்கள் முகத்திலும் சுரத்து இல்லை. எப்படி இருக்கும்? பால் நிறத்தில் பேரழகியாய் இருக்கும் மணமகள். அருகில், கருகிய மரத்தின் நிறத்தில்

காவிப் பல் கிழவன். வங்கி அதிகாரியாய் மட்டும் இல்லை என்றால் இவனை யாராவது சீந்தவாவது செய்வார்களா? இல்லாக் கொடுமைதானே, பாவம், அந்தப் பெண்ணை இவன் அருகில் கொண்டுவந்து நிறுத்தியிருக்கிறது. நீத்தார் கடனுக்காக எள்ளையும் அரிசியையும் கலந்து வைத்த மாதிரி இருந்தது கிருஷ்ணா.

...இதில், இனி தணிக்கைக்குப் போகும் இடங்களுக்கெல்லாம் புதுமனைவியையும் அழைத்துக்கொண்டு வரத் திட்டமிட்டிருக் கிறான் கிழவன். என்னை நினைத்தால் எனக்குப் பயமாய் இருக்கிறது கிருஷ்ணா...

சிவா பயந்தது முழுக்கச் சரி என்பதை உறுதிப்படுத்துவதுதான் நான் தேடும் குண்டக்கல் கடிதம். கதைக்குள் சம்பவத்தை ஒத்திப்போடுவதன் மூலம் வாசக மனத்தைக் கட்டிப்போடும் உத்தியை எனக்குச் சொல்லித் தந்த கடிதம் அது. கதைகளில் விவரணைகளின் தன்மையும் விகிதமும் என்னவாய் இருப்பது உசிதம் என்பதையும் அந்தக் கடிதத்தில்தான் கற்றுக்கொண்டேன்.

இதோ, கிடைத்துவிட்டது.

கடிதம் *2*

...நேற்றிரவை என்னால் மறக்க முடியாது கிருஷ்ணா. மென்மையும் இதமுமாய்க் கடந்த அதன் முற்பாதியையும் சரி, வன்மமும் பயங்கரமுமாய்க் கடந்த இரண்டாம் பாதியையும் சரி, வாழ்நாள் உள்ளவரை மறக்க மாட்டேன். பெண் மனம் சமுத்திரம் மாதிரி, ஆழம் காண இயலாதது என்று வெவ்வேறு காலகட்டத்தில் வெவ்வேறு கவிஞர்கள் பாடிவைத்திருக்கிறார்கள் என்பதெல்லாம் சரிதான் - நேரில் தரிசிக்கும் வாய்ப்புக் கிடைக்கும்போது, முன்னர் கேள்விப்பட்டபோது இருந்த மாதிரி இருக்குமா எந்தப் பயங்கரமாவது? தவிர, ஆண் மனம் மட்டும் ரகசியங்கள் அற்றதா என்ன? அல்லது, சொல்லப்படுவது மாதிரி, தைரியம் மட்டுமே நிரம்பியதா?

இன்பத்தின் அலைகளுக்குச் சமமான அளவில் உயிர்க்கொல்லிச்

சுறாக்கள் துள்ளிமறியும் நீர்ப்பரப்பை விட்டுக் கரைமணலில் கால்கள் புதையப் புதைய எங்காவது ஓடிவிட வேண்டும் போலிருக்கிறது கிருஷ்ணா. ஓடும்போதுதான் தெரியவருகிறது, நாம் அடைக்கலமென்று புகுந்த மணல்பரப்பு வெறும் மணல் அல்ல, அத்தனையும் புதைமணல், தன் மேனி முழுவதும் சமுத்திரம் கரையேறி வந்த ஞாபகங்களைப் பதிவுகொண்டிருப்பது, என்று...

நேற்று சாயங்காலம் திரு. ஜோகீந்தர் சிங் தமக்கு மூச்சுத் திணறல் இருப்பதாகத் தெரிவித்தார். 'ரத்த அழுத்தத்தைச் சீர்படுத்துவதற்காகத் தினசரி எடுத்துக்கொள்ளும் மாத்திரையை மறந்துவிட்டாரா' என்று கேட்டார் இந்தக் கிளை மேலாளர். இவருக்கும் திரு. சிங் வயதுதான் இருக்கும். தொடர்ந்து, 'வியர்த்துக்கொட்டவில்லை, இடது கையில் உளைச்சல் இல்லை, மார் வலியும் இல்லை என்பதால் பயப்படுகிற மாதிரி ஒன்றும் இருக்காது. ஓர் இரவு ஓய்வெடுத்துக்கொண்டால் சரியாகிவிடும்' என்று சொல்லிக் கண்சிமிட்டினார்.

மேலாளரின் சொந்தத் தம்பியே இந்த ஊரின் முதல்நிலை மருத்துவர்தாம். பிரசித்தி பெற்ற ஆஸ்பத்திரி ஒன்றை நடத்திவருகிறார். ஜோகீந்தர் சிங்கை உள்நோயாளியாக அனுமதித்துச் சிகிச்சை தொடங்கினார்கள். மல்லாந்து படுத்தாலும் ஒடுங்காத தொந்தி சீசாப் பலகைபோல அசைய, மயக்க மருந்தின் கிறக்கத்தில் அமிழ்ந்துவிட்டார் அவர். உரத்த குறட்டை. பக்கத்து அறை வரை கேட்கும் போல.

அவருடைய இளம் மனைவியும் நானும் படுக்கைக்கு அருகில் காவல் இருந்தோம். ஆஸ்பத்திரிக்கு வந்ததிலிருந்தே பார்த்துக்கொண்டு தான் இருக்கிறேன் - அந்தப் பெண்ணிடம், 'தன் கணவனுக்கு உடம்பு முடியாமல் போனதே' என்ற கவலை இருந்த மாதிரித் தெரியவில்லை. கடமையுணர்வுள்ள தாதியின் முகம் மாதிரித்தான் இருக்கிறது.

முன்பு ஒரு கடிதத்தில் நான் குறிப்பிட்டிருந்த பயவுணர்வு எனக்குள் உயர ஆரம்பித்தது. அவள் எழுந்து கழிவறைக்குப் போனாள். ஐயோ, உள்ளிருந்து கேட்கும் ஒவ்வொரு ஒலிக்கும் என் மனம் கற்பித்துக்கொண்ட சித்திரங்களின் பளு தாங்காமல் எனக்கும் மூச்சுத் திணறுவதுபோல உணர்ந்தேன் கிருஷ்ணா.

அவள் வெளியில் வந்தாள். நிதானமாக நடந்து சென்று அறைக்

கதவைத் தாழிட்டாள். பிறகு நேரே என்னிடம் வந்தாள். கிழவருடைய கட்டிலுக்குத் தலைமாட்டில் மூன்றுபேர் தாராளமாகப் படுத்து உருள்கிற அளவுக்கு இடம் இருந்தது. என் கையைப் பிடித்து அங்கே அழைத்துப் போனாள். பலநாட்களுக்கு முன்னரே பேசி முடிவெடுத்து, ஓரிரு முறைகள் ஒத்திகையும் பார்த்த மாதிரி மிகக் கச்சிதமாக நடந்தன - இவையெல்லாமே.

கனவொன்றின் மத்தியில் இருக்கிற மாதிரி உணர்ந்தேன். அறைக்குள் சாந்தமான நீலநிற வெளிச்சத்தைப் படர வைத்திருந்தது விடிவிளக்கு. அதற்கு நேரெதிரான கலவர மனநிலையின் பிரளயத்தில் நான் அல்லாடிக்கொண்டிருந்தேன்.

அவள் தெளிவாக இருந்தாள். கை நிறைய அணிந்திருந்த கண்ணாடி வளையல்களை ஜாக்கிரதையாகக் கழற்றினாள். தாலிக்கொடியையும் மருந்து மேசைமீது கழற்றி வைத்தாள். ரவிக்கைப் பித்தான்களை முன்னரே கழற்றிவிட்டிருந்தாள்.

சொன்னால் சிரிப்பாய், கி ரா தொகுத்த நாட்டுப்புறக் கதையில், மரண தண்டனை விதிக்கப்பட்ட குற்றவாளியின் அனுபவம் [1]பற்றி நாம் ஒருநாள் பேசிச் சிரித்தோமே நினைவிருக்கிறதா?

அதே நிலைதான் எனக்கு. பயம் தனியாகச் சுழல்கிறது. இச்சை தனியாக எதிர்ப்புறமாய்ச் சுழல்கிறது. ஆனால், பயத்தைவிடவும் காமத்தின் உந்துதலுக்கு விசை அதிகம்தான் போலிருக்கிறது

1. அவனுடன் அறிமுகமான முதல் நாளிலேயே அந்தக் கதையை அவன் சொன்னதும் நாங்கள் விழுந்து விழுந்து சிரித்ததும் நன்கு நினைவிருக்கிறது எனக்கு... .

மரண தண்டனை விதிக்கப்பட்ட கைதி ஒருவன். கற்பழிப்புக் குற்றத்துக்காகத்தானோ என்று தோன்றுகிறது இப்போது. 'கழுத்தளவு புதைத்து, யானைக் காலால் இடறிக் கொல்லுங்கள்' என்று தீர்ப்பு வழங்கிவிட்டார் ராஜா.

புதைபட்டு நிற்கிறான். அந்த வழியாக ஒரு இளம்பெண் நடந்து போனாளாம். இவன் சிரித்திருக்கிறான். ராஜா திகைத்துப்போனார். சிம்மாசனத்தைவிட்டு இறங்கி வந்து இவனிடம் குனிந்து 'என்ன விவரம்' என்று விசாரித்திருக்கிறார். இவன் சொன்னானாம்:

> மண்ணுக்குள்ளெ பொதைஞ்சு நிக்கேன். இன்னா போயிரப் போகுது உசுரு. இப்பக்கூட, அந்தா போறாள்லா, அவளெப் பாத்தவொடனே இந்தத் தூக்கு தூக்குதே, என்னா செம்மம் இதுன்னு நெனைச்சேன். சிரிப்பு வந்துருச்சு.

ராஜாவும் சிரித்துவிட்டாராம். தண்டனையை உடனடியாக ஆயுள் தண்டனையாகக் குறைத்துவிட்டார் என்று சிவா சொல்லி முடித்த ஞாபகம்.

கிருஷ்ணா. அவளையும் என்னையும் வேடிக்கை பார்த்துத் தீரவில்லை. ஆட்டுவிக்கும் கயிற்றின் ஆணைக்குப் பெருவிருப்பத்துடன் கட்டுப்படும் பொம்மை மாதிரி இயங்கினேன்.

பெண்ணுடம்புக்குள் முழுக்கப் பொருந்திக்கொள்ளும் அனுபவம் எனக்கு அதுதானே முதல் தடவை கிருஷ்ணா. அவளுக்கும் ஒருவேளை முதல்தடவையாய் இருந்திருக்கலாம் என்று எனக்குத் தோன்றியது. அவளுடைய ஆவேசத்திலிருந்து இதை நானாக யூகித்துக்கொண்டேன். எங்கள் தவறுகளைப் பார்த்து நாங்களே சிரித்துக்கொண்டு, சரி செய்துகொண்டதும் அதிகரிக்கும் இன்பத்தில் புதைந்துகொண்டு.. என்ன, நான் சற்றுப் பதற்றமாகச் செயல்பட்டேன். அவளுடைய அசைவுகளில் அபாரமான நளினமும் நேர்த்தியும்.

மிகுந்த நிறைவு ததும்பும் முகத்துடன் கண்மூடி வெற்றுத் தரையில் கிடந்தவளைப் பார்த்துக்கொண்டு ஒரு கணம் நின்றேன். இவ்வளவு நேரமும் அடங்கிக் கிடந்த பயம் பல மடங்கு அதிகரித்து நிரம்பியது எனக்குள். உபரியாக, மெல்லிய குற்ற உணர்ச்சியும் கிளம்பியது.

என் உடம்பில் மிச்சமிருந்த விறுவிறுப்பின் மின்னோட்டத்தைத் தணித்துக்கொள்ளும் பொருட்டு, மருத்துவமனை வாசலுக்கு வெளி யேறி ஒரு சிகரெட் பற்றவைத்தேன்.

புகையின் மறுபக்கம் அடர்ந்திருந்த இருட்டுக்குள் நிலா மாதிரி ஒளிர்கிறது அவள் முகம். சிகரெட் முடியும் தறுவாயில் என் தோளை யாரோ மிருதுவாகத் தொடுகிறார்கள். திடுக்கிட்டுத் திரும்பினேன். அவள்தான். ‘இரண்டாவது சவாரிக்கு அழைக்க வந்திருக்கிறாளோ?’ என்று தன்னிச்சையாக ஓடிய கேள்வியை முறிக்கும் விதமாக, நிதானமான குரலில் சொன்னாள்:

வா, உள்ளே போய் அந்தக் கிழவனைக் கொன்றுவிடலாம்.

எனக்குத் தூக்கிவாரிப் போட்டது கிருஷ்ணா. விளையாட்டாக ஏதோ சொல்கிறாள் என்றே நினைத்தேன். சண்டாளி, நிஜமாகத்தான் சொல்கிறாள்.

> கிழவனுக்கு மூச்சுத் திணறல் என்பதற்கு வலுவான சாட்சியம் உருவாகியிருக்கிறது. முகத்தில் தலையணையை வைத்து அழுத்தினால் யாருக்கும் தெரியப் போவதில்லை. நிஜம் போலவே அழுது கதறி

ஊரை நம்பவைப்பது என் பொறுப்பு. நாளையிலிருந்து நீ உன் வழி போகலாம். நான் என் வழியில் போய்க் கொள்வேன்...

அவள் முகத்தை உற்றுப் பார்த்தேன். மருத்துவமனை வராந்தாவின் விளக்கொளியில் அவள் முகம் வெகு வசீகரமானதாக இருந்தது. இன்னும் சில கணங்கள் அங்கேயே நின்றால் அவள் சொல்படி நடந்துகொண்டுவிடுவேனோ என்று அச்சமாக இருந்தது.

ஹலோ... ஹலோ...

என்று தீனமான குரலில் அவள் கூப்பிடுவது கேட்காதவன்போல விறுவிறுவென்று நடந்து என் அறைக்குத் திரும்பிவிட்டேன்.

இதோ, கைகள் நடுங்க உனக்கு எழுதித் தீர்த்தவுடன் எனது படபடப்பு சற்றுத் தணிந்த மாதிரி இருக்கிறது. கீழே கையெழுத்துப் போட்டவுடன் உறையில் இட்டு ஒட்டிவிடுவேன். விளையாட்டாகக்கூட இதையெல்லாம் யாரிடமும் உளறிவிடாதே கிருஷ்ணா. ஒரு கொலைப் பழியிலிருந்து தப்பித்த நடுக்கத்தை வடித்துக்கொள்வதற்காக எழுதியதுதான் இது. படித்தவுடன் நீ கிழித்துப் போட்டுவிட்டாலும் உசிதம்தான்...

பின்னர் வந்த கடிதங்கள் எதிலும் அந்தப் பெண்மணி பற்றி நேரடியான குறிப்பு இல்லை - ஒரே ஒரு தடவை தவிர. வாஸ்தவத்தில், கடிதங்களின் எண்ணிக்கை குறையத் தொடங்கிய காலகட்டமும் அதுவேதான். அவற்றின் தொனியும் மாற ஆரம்பித்திருந்தது. மாதக் கணக்கில் இடைவெளிவிட்டு வந்த இரண்டு மூன்று கடிதங்களில் பெரும்பாலும் புலம்பித் தள்ளியிருக்கிறான்.

ஒரு கடிதத்தில் மட்டும் சிறு ஆசுவாசத்தின் கீற்று தெரியவருகிறது. அந்த வருடத்தின் பிற்பகுதி முழுக்க தெற்குக் கர்நாடகத்தின் வளமான பிராந்தியங்களில் தணிக்கை நடந்து சென்றது. தாங்கள் செல்லுமிடமெல்லாம் மழையும் பசுமையும் பின்தொடர்வது ஆனந்தமாய் இருக்கிறது என்று எழுதியிருந்தான். அதில் மட்டும்தான் பழைய சிவா இருந்தான். மடிக்கரேவிலிருந்து அவன் எழுதிய கடிதம். ஆனால், அந்தக் கடிதத்திலும் ஒரு சிறு குறிப்பு ஓடத்தான் செய்கிறது.

> ...துப்பாக்கிக் குண்டு பாய்ந்து இறந்த ஹொன்னப்பாவின் உறைந்த விழிகள் அல்லும் பகலும் என்னைத் துரத்தி வருகின்றன கிருஷ்ணா. இந்த நாட்களில் சுரேகாவின் ஆறுதல் மட்டும் இல்லாமல் போயிருந்தால் நான் சுக்குநூறாக நொறுங்கிப் போயிருப்பேன்...

அவனுக்கு ஹொன்னப்பாவின் மரணம் உறுத்திய அளவு எனக்கு சுரேகா என்ற பெயர் உறுத்தியது. யார் அந்தப் பெண்? மடிக்கரே கிளையில் நிரந்தரப் பணியில் அமர்ந்து நாலைந்து மாதம்கூட ஆகவில்லை, அதற்குள் அவளிடம் எப்படி நெருங்கினான்? சக ஊழியை, என்ன விதமான ஆறுதலை வழங்கிவிடக் கூடும்? இதெல்லாம் போக, பெண்களுடன் உள்ள உறவு சம்பந்தமாக சிவச்சந்திரனுக்கு உள்ள அபிப்பிராயம் பற்றித்தான் எனக்குத் தெரியுமே.[2]

மடிக்கரேவில் நிரந்தரப் பணிக்குப் போகுமுன் அவன் எழுதிய கடிதத்தைத் தேடி ஃபைலை முன்னோக்கிப் புரட்டத் தொடங்கினேன். தும்கூரிலிருந்து எழுதிய கடிதம் அது.

4

சேலத்தில் எனக்கொரு வாசகர் இருக்கிறார். கந்தசாமி. ஊர்திகளுக்கான பழைய உதிரிப்பாகங்கள் விற்பனையாளர். என்னுடைய படைப்புகளை அவை பிரசுரமான அச்சுக் காய்வதற்கு முன்னாலேயே படித்துவிடுவார். தொலைபேசியிலும் கடிதங்களிலும்

2. 'பிம்பத்தைக் காதலித்துக் கல்யாணம் செய்துகொண்டு, நிஜ ஆளுமையுடன் வாழ்க்கை நடத்துவதில் எதிர்கொள்ள நேரும் ஏமாற்றங்களும் சங்கடங்களும் ஒரு வாழ்நாள் புழுக்கத்தை விளைவித்துவிடும் கிருஷ்ணா. மாறாக, பிறர் பார்த்து முடிவெடுக்கும் பெண்ணைத் திருமணம் செய்வதில் உள்ள அநிச்சயமும் பயங்கரமாய்த்தான் இருக்கிறது. நிரந்தரமாக ஒரு அமைப்புக்குள் சிறைப்படுவதைவிட, வியாதி வரும்போது மட்டும் மருத்துவமனையை எட்டிப் பார்த்து வருவது உத்தமமானது என்று கருதுகிறேன். வியாதி இன்னமும் கைமீறிப் போகவில்லை கிருஷ்ணா.' - என்று ஒரு கடிதத்தில் எழுதியிருந்தான். இதில் 'கைமீறி' என்ற சொற்றொடரை மூன்றுமுறை அடிக்கோடிட்டிருந்தான்!

அபிப்பிராயங்களைப் பிரியமாய்க் கொட்டுவார். சில வேளைகளில், அவர் எழுத்தாளர் போலவும் நான் தற்குறி வாசகன் போலவும் உணர்வேன்.

அவருடைய நண்பர்கள் வட்டாரத்தில் எனக்கு 'ஆடிக் கிருஷ்ணன்' என்று செல்லப் பெயர் வைத்திருக்கிறார்களாம். 'ஒன்று வாங்கினால், நாலு இலவசம்' என்கிற ஆடித் தள்ளுபடி சமாசாரங்கள் மாதிரி என்னுடைய கதைகள் இருக்கின்றனவாம்.

> ...வாஸ்தவத்தில், இந்த மாதிரிக் கதைகளில் எழுதுகிறவனுக்கு உள்ளதைவிட, வாசிக்கிறவருக்கு மிக அதிகமான சுதந்திரம் இருக்கிறது. இரண்டாம் வாசிப்பில் உட்கதைகளை வாசகர் தம் இஷ்டப்படி வரிசைமாற்றிக்கூட வாசித்துக்கொள்ளலாம். உன்னுடைய கதைகளில் நீ உருவாக்கும் உதிரிக்கதைகள் உத்தியின் சிறப்பம்சம் அது. மொத்தத் தொகுப்பை வாசிக்கும் ஒருவர், தமக்குப் பிடித்த கதைகளை ஒவ்வொரு கதையிலிருந்தும் உருவி தமக்குப் பிடித்த மாதிரியான முழுக்கதை வேறொன்றை சிருஷ்டித்துக்கொள்ளலாம்...

என்று சிவா முன்பு ஒருமுறை எழுதியிருந்தான். கதைக்குள் கதையாகச் செருகி வழங்கும் இந்த உத்தியும் சிவாவிடமிருந்து கற்றதுதான். இது அவனுக்கே தெரியாது. ஹொன்னப்பாவின் தற்கொலை பற்றி அவன் எழுதிய கடிதத்தில், என்னுடைய கதைப் பாணிக்கான முன்னோட்டம்போல ஒரு பத்தி இருக்கிறது.

கடிதம் *3*

...நேற்று ஹொன்னப்பா தற்கொலை செய்துகொண்டுவிட்டான் கிருஷ்ணா. இரவுக் காவல் பணியிலிருந்த ஹவில்தார் புட்டண்ணா லேசாகக் கண்ணயர்ந்தபோது அவரது இரட்டைக் குழல் துப்பாக்கியைப் பறித்து தன் நெற்றிப் பொட்டில் வைத்துக் கால் விரலால் குதிரையை அழுத்தி இறந்துவிட்டதாக முதல் தகவல்.

...விசாரணைக்கு வந்த அதிகாரி வேறு மாதிரி அபிப்பிராயப் படுகிறார். ஹொன்னப்பா துப்பாக்கியைப் பிடித்திருந்த விதத்தைப் பார்க்கும்போது, நடந்தது தற்கொலை மாதிரித் தெரியவில்லை என்கிறார். மிக நெருக்கமான ரேஞ்சில் - அவர் பாய்ன்ட் ப்ளாங்க்

என்கிறார் - துப்பாக்கிக் குழலை வைத்து வேறு யாரோ சுட்ட மாதிரித்தான் தெரிகிறதாம். ஹொன்னப்பா இறந்து கிடந்த இடத்தில் தகராறும் தள்ளுமுள்ளும் நடந்ததற்கான தடயங்களும் இருந்ததாகச் சொன்னார்.

...உடலில் பாய்ந்த ரவை மற்றும் சிந்திய ரத்தத்தின் வாடையை மீறி ஹொன்னப்பாவுக்குள் இறங்கி நிரம்பியிருந்த மதுவின் நாற்றம் நெடி அடித்ததாக ரேகைப் பதிவு எடுக்க வந்த போலீஸ்காரர் சொன்னார். உடனடியாகக் கைது செய்யப்பட்ட புட்டண்ணாவும் மிதமிஞ்சிக் குடித்திருந்தான். காவல் நேரத்தில் குடித்தது, துப்பாக்கியைக் கவனக்குறைவாக வைத்திருந்தது, இதுபோக இடைநீக்கம் செய்யப் பட்டவனை இரவுநேரத்தில் கிளைக்கட்டடத்துக்குள் அனுமதித் தது என்று மூன்று குற்றச்சாட்டுக்கள் அவன்மீது - இப்போதைக்கு...

...எனக்கென்னமோ, மேற்சொன்ன சம்பவம் அனைத்துமே தன்னிச்சையானவை அல்ல. பக்கத்துக் கதை இன்னொன்றின் பின்விளைவுகள்தாம் என்று படுகிறது. அவையிரண்டையும் அடுத்த மற்றொரு கதைக்குள் நான் நடமாடுகிற மாதிரி அழுத்தமாக உணர்வு தட்டுகிறது, கிருஷ்ணா.

...மூன்றுமே மேல்பார்வைக்கு வெவ்வேறு கதைகள் மாதிரித் தென்பட்டாலும், ஒன்றுக்கொன்று ஆழமான ஊடுபாவுகள் கொண் டவை என்றும் படுகிறது. சொல்லப்போனால், வெகு சூட்சுமமான சன்னச் சரடு ஒன்று அவற்றை உறுதியாக இணைக்கிறது என்றே தோன்றுகிறது.

இந்தக் கடைசிப் பத்தியிலிருந்துதான் மேற்சொன்ன என் கதைப் பாணியை உருவியெடுத்துக்கொண்டேன்.

5

இதற்கு அடுத்த கடிதம் தொடங்கும் விதமே வேறு மாதிரி இருக்கிறது. சிவாவின் கடிதம் போலவே இல்லை அதன் த்வனி.

யாரோ துரத்துகிறார்கள் என்ற உணர்வுடன் அவசரமாக எழுதிய மாதிரிக் கிறுக்கித் தள்ளியிருக்கிறான் - அல்லது, அவனே பின்குறிப்பில் சொன்ன மாதிரி அமிதமாகக் குடித்திருந்ததுதான் காரணமோ.

ஆனாலும், சிவாவின் ஆரம்பக் கடிதங்களில் இருந்த உல்லாசமும் விட்டேற்றித் தன்மையும் தொடர்ந்து மங்கிக்கொண்டே வந்தது குறித்து இனம் புரியாத விசனம் எனக்குள் அந்நாட்களில் மண்டி யிருந்தது.

கடிதம் 4

...*சற்று நீண்ட இடைவெளி விட்டுவிட்டேன் இல்லையா, கிருஷ்ணா? போன மாதத்தில் மூன்று முக்கியமான விஷயங்கள் நடந்தன. முதல் விஷயம்தான் உனக்கே தெரியுமே. ஹொன்னப்பாவின் கோர மரணமும், ஹவில்தார் புட்டண்ணாவின் கைதும்.*

...இரண்டாவது, திரு. சிங் தமது மனைவியைச் சொந்த ஊரில் கொண்டுபோய் விட்டுவிட்டு வந்தார்.

...மூன்றாவது, 'தணிக்கை இலாகாவில் பணிபுரிந்தது போதும், என்னை கர்நாடகத்தில் ஏதாவது ஒரு கிளையில் நிரந்தரமாகப் பணியமர்த்துங்கள்' என்று நான் விண்ணப்பித்த ஒரே வாரத்தில் என்னை மடிக்கரே கிளையில் போட்டுவிட்டார்கள். குடகுப் பிரதேசத்தில் உள்ள அழகான ஊர் அது.

...திரு. சிங் எனக்குப் பிரத்தியேகமாக ஒரு பிரிவுபசாரம் நிகழ்த்தினார். தமது அறைக்கு என்னை அழைத்து, என்னோடு ஆனந்தமாகக் குடித்தார். இத்தனை வருடம் சேர்ந்து சுற்றியதில் இதுதான் அவரோடு நான் குடிக்கக் கிடைத்த முதல் சந்தர்ப்பம். எவ்வளவு குடித்த பின்னும்,போதையேறிக் கிறங்காமல் இருந்த முதல் சந்தர்ப்பமும் இதுதான். சந்தேகமும் உயிர் பயமும் என்னை ஊசலாட்டி வதைத்த முன்னிரவு அது, கிருஷ்ணா.

...காரணமற்ற பயம் இல்லை என்று உணர்த்துகிற மாதிரி திரு. சிங் வழக்கத்தைவிட சரளமாகவும் அந்தரங்கமாகவும் தொடர்ந்து

பேசிக்கொண்டேயிருந்தார். இடையில் படு தீவிரமான குரலில் அவர் பேசிய வசனங்கள் எனக்குள் அசாதாரணமான பீதியைக் கிளப்பின கிருஷ்ணா.

> ‘ஷிவா, கேவலம் ஒரு சிறு பெண் என்னுடன் சதுரங்கம் விளையாட இறங்கியிருக்கிறாள். கறுப்பு ராஜாவை வீழ்த்த அவள் அனுப்பிய சிப்பாய் வெட்டுப்பட்டுக் கிடந்தபோது அவளுக்குப் புத்தி வர ஆரம்பித்திருக்கும். இறுதித் தோல்வியை அவள் உயிரோடிருந்து சந்திக்கவேண்டும், தலைகுனிந்து என் பலத்தை ஒப்புக்கொள்ள வேண்டும்... இந்த யுத்தத்தில் சம்பந்தப்பட்டவர்களில் ஒருவர் தலைகூட மிஞ்சப் போவதில்லை பார்...’

என்று காலி பாட்டிலை வன்மத்துடன் ஜன்னலுக்கு வெளியில் வீசினார். அது கலீரென்று சுற்றுச் சுவரில் மோதி உடைந்து சிதறிய ஓசை கேட்டது. திருமதி. சிங்கின் சிரிப்பொலி போல ஒலித்தது அது...

இந்த இடத்தில், ஹொான்னப்பாவின் இடைநீக்கம் குறித்து சிவா எழுதிய கடிதத்தை மீண்டும் வாசிக்கத் தோன்றியது எனக்கு.

சற்றுப் பின்னகர்ந்தேன். மூன்றே கடிதங்கள் தாண்டியதும் ஹொான் னப்பாவின் பெயர் அடிபடுகிற தாள் தட்டுப்பட்டது.

...இந்தக் கிளையில் ஹொான்னப்பா என்று ஒரு குமாஸ்தா இருக்கிறான் கிருஷ்ணா. உன்னுடைய கதைகளில் இடம்பெற வேண்டிய கதாபாத்திரம் அவன். பார்ப்பதற்குக் கார்ட்டூன் மாதிரி இருக்கிறான். செய்யாத தொழில் இல்லை. அபூர்வமான பறவைகள் வாங்கி விற்கிறான். ‘லவ் பேர்ட்ஸ் ஸ்பெஷலிஸ்ட்’என்று தன்னைப் பெருமையாகச் சொல்லிக்கொண்டான். மீன் தொட்டி விற்கிறான். பக்கத்தில் மிகப் பெரிய விவசாயச் சந்தை இருக்கிறது. அதிலுள்ள பெரு வியாபாரிகளுக்கு தின வட்டிக்குக் கடன் கொடுப்பதாகவும் சொல்கிறார்கள்.

...இதுபோக, கிளை மேலாளர் முதல் பிற அதிகாரிகள்வரை எல்லாருக்கும் எடுபிடி வேலைகள் செய்து தருகிறான்.

...திருமதி. சிங்கின் உதவியாளனாக நாங்கள் இங்கு வந்த மறுநாளே பொறுப்பேற்றுக்கொண்டுவிட்டான். அப்படியானால், அந்த வேலையிலிருந்து நான் விடுபட்டுவிட்டேன் என்றுதானே ஆகவேண்டும்? திருமதி. சிங் கொத்தடிமைகளை அவ்வளவு சுலபமாக விடுவிக்கக் கூடியவளல்ல. மாறாக, புதிய புதிய அடிமைகளைத் தன் தொகுப்புக்குக் கொண்டுவருவதில் மிகுந்த ஆர்வமுள்ளவள்.

...இந்தக் கிளையின் ஹவில்தார் புட்டண்ணாவையும் தன் ஆளுகைக்குக் கீழ் கொண்டுவந்திருக்கிறாள். முன்னாள் ராணுவ வீரனான புட்டண்ணாவின் மிடுக்கு ஆண்களையே வசீகரிக்கக் கூடியது.

...இதுபோன்று உதவியாளர் வேலைக்கு ஆள்சேர்க்கும் நடவடிக்கை களில் திரு. சிங் எந்த அளவு ஒத்தாசையாய் இருக்கிறார், நடக்கிற உதவிகள் அவருக்குத் தெரிந்துதான் நடக்கின்றனவா என்பதெல்லாம் புதிராகத்தான் இருக்கிறது.

...வேளைகெட்ட வேளைகளிலும், பகல் பொழுதுகளிலும் ஏதாவது வேலை கொடுப்பதற்காக எங்கள் தங்குமிடத்துக்கு என்னை வரச் சொல்கிறாள். உப்புப் பெறாத வேலை எதையாவது கொடுக்கிறாள். நேற்றுக்கூட, அவசரமாக ஒரு லிட்டர் பால் வேண்டுமென்று மதியப் பொழுதில் தொலைபேசியில் தன் கணவனிடம் சொன்னாள். கிழவன் என்னை உடனடியாக அனுப்பினான்.

...பால் பாக்கெட்டுடன் எங்கள் விடுதியை நெருங்குகிறேன். திரு. சிங் குடும்பம் தங்கியுள்ள அறையிலிருந்து அசட்டுச் சிரிப்புடன் ஹொன்னப்பா வெளியில் வருகிறான். என்னைப் பார்த்தவுடன் அவனுடைய குதிரைச் சாயல் முகம் ஒரு கணம் இருண்டது. பிறகு இயல்பானது. நெற்றி வியர்வையைத் துடைத்துக்கொண்டே போய் விட்டான்.

...திருமதி.சிங் பால் பாக்கெட்டை வாங்கிக்கொண்டு, தன் வழக்கமான வசனத்தை உதிர்த்தாள். 'நான் கேட்ட உதவியைச் செய்ய மாட்டேன் என்றாயல்லவா, உன்னைச் சும்மா விடுவேன் என்று நினைத்துக்கொள்ளாதே'. இந்த வசனத்தை திரு. சிங் இருக்கும் போதேகூடச் சொல்வாள் - எனக்கு மட்டும் கேட்கும்படியாக.

...எப்படியோ, நிம்மதியாகப் போய்க்கொண்டிருந்த என் வாழ்க்கை, ஒரே ஒரு இரவு சறுக்கியதன் காரணமாக மர்மமான வலைப்பின்னலுக்குள் நுழைந்துவிட்ட மாதிரி உணர்கிறேன்...

இந்தக் கடிதத்தை ஆரம்பித்த நாளில் முடிக்கவில்லை சிவா. மறுநாள் இரவு தொடர்ந்துவிட்டு, அதற்கடுத்த நாள்தான் தபாலில் சேர்த்திருக்கிறான். பின்குறிப்பு அப்படித்தான் சொல்கிறது. இரண்டாம் பகுதியில் நாலைந்து வாக்கியங்கள் கவனத்தை ஈர்க்கின்றன.

...இன்று ஹொன்னப்பா இடைநீக்கம் செய்யப்பட்டான் கிருஷ்ணா. காலையில் அவனிடம் தலைமைக் காசாளர் வங்கிப் புழக்கத்திற்காக வழங்கும் சில லட்ச ரூபாய்களில் ஒரு பகுதியைக் கடுமையான வட்டிக்குச் சந்தை வியாபாரி ஒருத்தருக்கு ஒரு நாள் கடனாகத் தருகிறான் என்பது புகார். திரு. சிங் முன்னறிவிப்பின்றி அவன் கவுண்ட்டரைப் பரிசோதித்தபோது ஒரு லட்ச ரூபாய் குறைந்தது. ...பணி நேரம் முடியும் தறுவாயில் பணத்தைத் திருப்பித் தர வந்த வியாபாரியிடமும் வாக்குமூலம் வாங்கிவிட்டார்கள்...

6

மடிக்கரே கிளையில் சேர்ந்து சுமார் பதினோரு மாதம் கழித்து ஒரு இருபக்கக் கடிதம் எழுதியிருக்கிறான். அதில் சுரேகாவைப் பற்றி இன்னும் சில வரிகள் உள்ளன.

> ...மடிக்கரேவுக்கு வரும்போது என் மனநிலை அவ்வளவு தெளிவாக இல்லை கிருஷ்ணா. யாரும் துரத்தாமலே நான் ஆரம்பித்த ஓட்டம் இப்போது ஒரு ஜனக்கூட்டமே துரத்துவதாக மாறிப்போனது என்று தோன்றுகிறது.
>
> ...கிட்டத்தட்ட ஒரு வருடமாகிறது கிருஷ்ணா. நிச்சிந்தையாக நான் உறங்குவதேயில்லை. தூக்கத்தின் எந்த முடுக்குச் சந்திலிருந்து புறப்பட்டு வருகின்றன என்று தெரியவில்லை,

ஹொன்னப்பாவின் மரணம் உறைந்த விழிகள் என்னைப் படுத்தி எடுக்கின்றன. நீர்க்குமிழி போல எனக்குள் அவை உயரும்போது, பின்னணி ஒலியாக ஓயாமல் நொறுங்குகிறது ஒரு சீசா.

...எனக்குள் ஊறி ஊறிப் பொங்கும் நடுக்கம் லேசில் அடங்க மறுக்கிறது. நள்ளிரவில் விழித்து, பித்துப் பிடித்தவன் மாதிரிப் படுக்கையில் எழுந்து உட்கார்ந்துவிடுகிறேன். கணக்கற்ற சிகரெட்டுகள் குடித்துத் தள்ளுகிறேன். நான் பத்தடி தொலைவில் வரும்போதே சிகரெட் நாறுவதாகச் சொல்கிறாள் சுரேகா...

அடுத்த கடிதம், சற்று நீளமானது. அன்று படித்தபோது எனக்குப் பொறாமையூட்டிய கடிதம். இப்போது படிக்கும்போது சில கேள்வி களை விளைவிக்கிறது. முதலில் கடிதத்தைப் படித்துவிடுங்கள். கேள்விகள் பிறகு.

கடிதம் 5

...சுலேகா. பெண்கள் சம்பந்தமான என் அபிப்பிராயத்தை சுத்தமாக மாற்றியமைத்தவள். மிகத் தெளிவான எண்ணங்களும் மிக நிதானமான சிந்தனைப்போக்கும் உடையவள். கடந்த பத்துப் பதினைந்து நாட்களாக என்னுடைய எண்ணவோட்டமுமே சதா அவளைச் சுற்றிச் சுழன்றவாறிருக்கிறது.

...அதிலும் அவள் கண்கள். எந்நேரமும் ஈரம் மினுங்கும், தூய வெண்ணிறம் பளபளக்கும் விழிகள். முகம் முழுவதும் படர வேண்டிய உணர்ச்சித் ததும்பல் மொத்தமும் இரண்டே விழிகளில் பொங்கி வழியும் மாயம். உலகத்தின் பரிவு அனைத்தையும் தனக்குள் பொதிந்து குவித்திருக்கும் குரல்.

...திருமணம் செய்துகொண்டுவிட்டால் என்ன? என்று ஒரு ஊசலாட்டம் உதித்தது, சென்ற வாரம். சுலேகா போன்ற ஒரு பெண் கிடைக்கும் பட்சத்தில் திருமணம் செய்துகொள்ளலாம்தான். ஆனால், அவளுடைய சமூகம் போர்க்குணம் மிக்கது. தெற்குக் கர்நாடகத்தின் பிரசித்தி பெற்ற கூர்க் இனத்தவள் அவள். பிற

சமூகத்தவருடன் மணஉறவு கொள்வதற்கு எளிதில் சம்மதிக்காத குடும்பம் அவளுடையது. இதையெல்லாம் அவளேதான் சொன்னாள். சென்ற வியாழக்கிழமை நாங்கள் இருவர் மட்டுமே உணவறையில் இருந்தபோது சொன்னாள்.

...அன்று தவறுதலாக ஒரு பேருந்தில் ஏறிவிட்டாளாம். ஏதோ கவனம் அல்லது கவனமின்மை. இவள் கைகாட்ட, ஓட்டுநரும் நிறுத்தி ஏற்றிக்கொண்டுவிட்டான். இவள் சுதாரித்துக்கொண்டு ஓட்டுநரிடம் சொல்லி இறங்கிக்கொள்ளுமுன் இரண்டு மூன்று நிறுத்தங்கள் தாண்டிவிட்டது பேருந்து. இதெல்லாம் சாதாரணமாக எல்லாருக்கும் நடப்பதுதான். ஆனால் அதை அவள் விவரித்த விதம்... அவள் சொல்கிறாள்,

‘பேருந்தில் ஏறிய மாத்திரத்தில் எனக்கு முதல் வித்தியாசம் தட்டுப்பட்டுவிட்டது மிஸ்ட்டர். சிவா. தனியார் பள்ளிக்கூடப் பேருந்து அது. சீருடை அணிந்த சுமார் ஐம்பது குழந்தைகள் நிரம்பியிருந்தனர். கடைசி வரிசையில் பர்தா அணிந்த இளம்பெண்கள் நால்வர் அமர்ந்திருந்தனர். ஆசிரியைகளாக இருக்கலாம்.’

...பேருந்து ஒரு நிறுத்தத்தைத் தாண்டிய பிறகுதான் இரண்டாவது வித்தியாசம் புரிந்திருக்கிறது. அவ்வளவு குழந்தைகள் இருக்கும் இடத்தில் பேச்சரவமே இல்லை. குழந்தைகள் அனைவருமே சைகையால்தான் பேசிக்கொள்கிறார்கள். ‘ஆஹா, செவிட்டூமைப் பள்ளியின் பேருந்தா!’

...ஓட்டுநரின் தோளைத் தொட்டு வண்டியை நிறுத்தச் சொன்னாளாம் ... அத்தனை குழந்தைகளும் ஒருமித்து, சீராகக் கையசைத்து, இவளுக்கு விடைகொடுத்தார்கள்.

...‘மனசே இல்லாமல் பேருந்தைவிட்டு இறங்கினேன் மிஸ்ட்டர் சிவா. கிளையை நோக்கி நடக்கும்போது கால்கள் பின்னின. ஆனால், எனக்குள் அழுத்தமான சஞ்சலம் தொற்றியிருந்தது.’ தொடர்ந்து அவள் கூறியதன் சாராம்சம் இதுதான்:

...மொழியும் செவித்திறனும் இல்லாமல் இருந்தால் அந்தப் பேருந்து போலத்தானே இருந்திருக்கும் உலகம். ஓசைகள் அற்று, புதைந்திருக்கும் அர்த்தங்களின் அனர்த்தங்கள் அற்று, உடல் அசைவுகளின் சீர்மை தவிர்த்து வேறு தொடர்பு ஊடகங்கள் அற்று. அட,

அந்தக் குழந்தைகளின் கண்களில்தான் எவ்வளவு அன்பு?

இயற்கை தங்களுக்கு ஒரு அநீதி இழைத்திருக்கிறது என்ற புகாரும் வேதனையும் சற்றும் இல்லாத கண்கள் அவை. ஒரு நிறுத்தத்தில் ஏறி மறு நிறுத்தத்தில் இறங்கிப் போகிறவளைத் தங்களைச் சேர்ந்த வளாகப் பாவித்துக் கையசைத்த பாங்கு... (வார்த்தைகள்தாம் என்னுடையவை கிருஷ்ணா. விஷயம் அவள் சொன்னதேதான்.)

'அவர்கள் எதையுமே இழந்தவர்கள் அல்ல என்று தோன்றியது மிஸ்ட்டர் சிவா... நாமெல்லாரும்தான் இழந்தவர்கள். புலன்கள் ஊனமுறாத காரணத்தால் அன்பின் கூர்மையை இழந்தவர்கள். என் வாழ்நாள் முழுதும் அந்தப் பார்வைகளை மறக்க மாட்டேன் என்றுதான் தோன்றுகிறது...'

...நான் அவள் கைகளைப் பற்றினேன் கிருஷ்ணா. 'நானும்தான், உன் பார்வையை மறக்கவே மாட்டேன் சுலேகா...' என்று ஆரம்பித்து நாலைந்து வாக்கியங்கள் உளறினேன்.

...அவள் பதறிப் பின்வாங்கினாள். தன் குடும்பம் பற்றியும் உறவினர்கள் பற்றியும் எச்சரிக்கையாகச் சில வாக்கியங்கள் பேசினாள். இந்தக் கிளையிலேயே அவள் குடும்பத்துக்கு வேவுகாரர்கள் இருப்பதாகச் சொன்னாள்... இருக்கட்டுமே... அதனாலென்ன?...

அத்தனை வருடங்களில் என் நம்பிக்கைக்குப் பாத்திரமல்லாத ஒரு வாக்கியம்கூட எழுதாத என் நண்பன் என்னிடம் பொய் உரைத்திருக்கிறானோ என்று முதல் தடவையாகத் தோன்றுகிறது. முந்தைய கடிதத்தில்கூட சுரேகாவாக இருந்த பெண்மணி இந்தக் கடிதத்தில் **சுலேகா**வாக மாறியிருப்பது வெறும் எழுத்துப் பிழையாகப் படவில்லை எனக்கு.

1. தனியார் பேருந்து -அதிலும் பள்ளிக் குழந்தைகளுக்கான பேருந்து - முன்பின் அறியாத பெண்மணியை அவ்வளவு சுலபமாக ஏற்றிச் செல்லுமா என்ன?

2. அடையாளம் தெரியாமல் ஏற்றிக்கொண்டார்கள் என்றால், ஏன் அவ்வாறு நிகழ்ந்தது?

3. இவளைப் புதிதாக வந்திருக்கும் ஆசிரியை என்று ஓட்டுநர் நினைத்துவிட்டாரோ?

4. கடைசி இருக்கையில் இருந்த முதிர் பெண்கள் நால்வரும் பர்தா அணிந்திருந்தார்கள் என்பதில் ஒரு குறிப்பு இருக்கிறதோ?

5. சுரேகா அல்லது சுலேகாவின் கண்களையும் குரலையும் தவிர வேறு எதுபற்றியும் சிவச்சந்திரன் குறிப்பிடவே இல்லையே?

6. அந்தப் பெண்ணின் பெயர் ஒருவேளை **சுலைஹா**வாக இருக்குமோ?

7. சிவா காணாமல் போனதற்கும் அவனுடைய பருவம் தப்பிய காதலுக்கும் ஏதாவது தொடர்பு இருக்குமா?

7

அவ்வளவுதான். இதுவரையிலும் குறிப்பொன்றும் கிடைக்கவில்லை. கிடைத்தாலும் நான் என்ன செய்துவிட முடியும். மின்னல் போன்ற பிரகாசம் கொண்ட ஒரு நண்பன் என் வாழ்க்கையில் வந்து சென்றிருக்கிறான் - மின்னல் போலவே. கிட்டத்தட்டப் பத்து வருடங்கள் நீடித்த மின்னல். '83 கடைசியில் அறிமுகமாகி, 1993 ஆரம்பம்வரை கடிதத் தொடர்பில் இருந்தவனை, முதல் தடவைக்குப் பிறகு நேரில் சந்திக்கவே வாய்க்கவில்லை. மனம் கனக்கிறது.

பத்து வருடங்களில், அவன் எனக்கு எழுதிய கடிதங்கள் சுமார் எழுபது இருக்கலாம். ஆரம்பத்தில் படு ஆவேசமாகப் பல பக்கங்கள் நீண்ட கடிதங்கள் அடிக்கடி வரும். பின்னாட்களில் வெகு சுருக்கமாகியதோடு, நாலைந்து மாதங்களுக்கு ஒன்றாக வந்தன. கடைசி இரண்டு கடிதங்கள் விதிவிலக்கு.

முதலாவது கடிதம், என்னுடைய முதல் கதைத் தொகுப்பின் கைப்பிரதியை அவனுக்கு அனுப்பியபோது விமர்சனமாக அவன் எழுதிய கடிதம். இரண்டாவது, மஹாராஷ்ட்ராவின் சதாராவுக்கு

அருகில் ஒரு கிராமத்தில் நடந்த இசைவிழாவுக்கு அவன் சென்றது பற்றி எழுதிய கடிதம். அதுதான் சிவாவிடமிருந்து எனக்கு வந்த கடைசிக் கடிதம்.

பழைய தோரணையில், உல்லாசமான மனநிலையில், கதை சொல்லும் பாவனையில் அவன் எழுதிய கடிதம் அது. இரண்டு கடிதங்களுக்கும் இடையில், சுமார் ஏழு மாத இடைவெளி இருந்திருக்கிறது என்பதை இப்போதுதான் நானே கவனிக்கிறேன். தவிர, முடிவில் சிவாவின் கையெழுத்து இல்லாமல் சடாரென்று முடிகிற ஒரே கடிதமும் இதுதான்.

மேற்சொன்ன கடைசிக் கடிதத்தின் ஆரம்ப வரிகள் தற்போதைய மனநிலையில் எனக்குள் விளைவிக்கும் துயரம் இரும்புக்குண்டு மாதிரிக் கனக்கிறது. ஆனாலும், போகப் போக, விரிந்துகொண்டே போகும் மாயப்புலத்தில் நானுமே காணாமல் போகிற மாதிரித்தான் உணர்கிறேன்.

...யாரோ என்னை வேவு பார்க்கிறார்கள் என்ற உணர்வு நிரந்தரமாக என்னுள் குடியேறியிருக்கிறது கிருஷ்ணா. நான் குடிக்கும் ஒவ்வொரு சிகரெட்டுக்கும், எனக்குள் ஓடி மறியும் ஒவ்வொரு எண்ணத்துக்கும் கூட சூசகமான தலைமையிடத்துக்கு அறிக்கைகள் பறக்கின்றன என்று தோன்றுகிறது. இத்தனைக்கும் பின்புலமாக, ஒரு மருத்துவமனைக் கட்டிலின் தலைமாட்டில் முயங்கி இயங்கும் இரண்டு உருவங்களின் சித்திரம் அநாவசியமாக வந்து வந்து போகிறது.

...மடிக்கெரேவின் பிரபல மனநல மருத்துவரிடம் சிகிச்சை எடுத்துக்கொள்ளத் தொடங்கியிருக்கிறேன். முந்தின பத்தியின் கடைசி வாக்கியத்தைத் தவிர்த்து பிற விஷயங்கள் எல்லாவற்றையும் அவரிடம் சொல்லித்தான் மருந்துகள் பெற்றுக் கொண்டிருக்கிறேன் - ஆனாலும், அடிக்கொரு தடவை எனக்குள் பொங்கி உயரும் உந்துதலைத் தணிப்பதற்கு அவை பிரயோசனப் படாது என்றே தோன்றுகிறது கிருஷ்ணா.

…ஓடும் ரயிலின் வாசலுக்கு அருகில் வந்தால் குதித்துவிடத் தோன்றுகிறது. முகக்ஷவரம் செய்துகொள்ளும்போது, தொண்டைக் குழியில் பிளேடை அழுத்தி இறக்கிக்கொள்ள ஆசையாய் இருக்கிறது. எதையாவது தூக்குவதற்காக இறுகும் மணிக்கட்டு நரம்பைப் பார்க்கும்போது மனம் பரபரவென்கிறது. விடுபடும் ஆசையுடன் இங்கே இசைவிழாவுக்கு வந்த இடத்திலும், துரிதமான நதியோட்டம் வேறொரு விதமான கிளர்ச்சியை உண்டுபண்ணுகிறது. மூச்சுத் திணறத் திணற நீர்ப் பிரவாகத்துக்குள் அமிழ்ந்து நிரந்தரமாகக் கிடந்துவிடவேண்டும் என்று ஆவலாய் இருக்கிறது…

…போகட்டும் விடு, இதெல்லாம் உனக்கெதற்கு. தற்சமயம், நான் ஆறுதல் தேடி வந்திருக்கும் இசைவிழா பற்றி எழுதத்தான் காகிதத்தை எடுத்தேன்.

…நதிக்கரையில் போடப்பட்ட பந்தலில் இரண்டு நாட்கள் நடக்கும் கச்சேரித் தொடர் இது. காலை பத்து மணிக்குத் தொடங்கி விடியவிடியக் கச்சேரிகள். வலதுபக்கம் ஜலப் பிரவாகமும், சுற்றிலும் ஜனப் பிரவாகமும் சூழ இசை மண்டிய வேளைகளில் கால் மரக்க மரக்க உட்கார்ந்திருப்பது வேறொரு வகையான ஆனந்தம். ஆர்வமுள்ளவர்களுக்கு மட்டுமே பிடிக்கும்…

…இன்று காலையில் கேட்ட அர்ஜுன் மிஸ்ரா கச்சேரியைப் பற்றிச் சொல்லட்டுமா…

மேற்சொன்ன பத்தியின் பக்கவாட்டில், இரு வரிக் குறிப்பொன்று நெடுக்காகப் போகிறது. முந்தின இரவில் விழிப்புத்தட்டியபோது ஜன்னலருகில் யாரோ நிற்கிற மாதிரி உணர்ந்தானாம். ‘அந்நிய இடத்தில் வந்து தங்கும் முதல்நாள் இரவு உருவாக்கிய பிரமை’என்று சமாதானப்படுத்திக்கொண்டதாக எழுதியிருக்கிறான்.

8

என் இரண்டாம், மூன்றாம் கட்டக் கதைகளை முடிக்கும் இடம் மற்றும் விதம் பற்றிய கல்வியை சிவாவின் இந்த ஒரு கடிதத்திலிருந்து மட்டுமே கற்றுக்கொண்டிருக்கிறேன் என்பதை அறியும்போது ஆச்சரியமாக இருக்கிறது. எல்லாக் காலகட்டத்திலுமே இப்படித்தான் நடக்கிறதோ என்னவோ... கதைகளை எழுதித் தள்ள வேண்டியவர்கள் பலரும் சும்மா இருக்கிறார்கள். அல்லது காணாமல் போகிறார்கள். எழுதுகிறவர்களாக வெளிச்சத்துக்கு வந்தவர்களைவிடப் பல மடங்கு கெட்டிக்காரர்களாகவும் அவர்கள் இருப்பதற்கு வாய்ப்பிருக்கிறது, இல்லையா?

சிவாவின் கடைசிக் கடிதம்

...இதே அர்ஜுன் மிஸ்ராவைப் பத்துப் பனிரெண்டு வருடங்களுக்கு முன்னால் தார்வாரில் கேட்டிருக்கிறேன். அந்தச் சமயத்தில் உனக்கு எழுதியதுகூட நினைவிருக்கிறது கிருஷ்ணா.

...அப்போது இவருடைய குருநாதர் உயிரோடிருந்தார். அமோல் மஜும்தார். இவர் பின்பாட்டுப் பாடினார். குருநாதரைவிடவும் இவர் குரல் நயமாகவும் ஆழமாகவும் இருந்தது. பெரும் பிரயத்தனம் செய்து குரு எட்டும் இடங்களை இவர் அநாயாசமாகத் தொட்டார். ஒரு இடத்தில் இவர் பாய்ந்த பாய்ச்சலுக்கு அரங்கம் வெறி பிடித்த மாதிரிக் கரகோஷம் செய்ததும், குருநாதர் பக்கவாட்டில் திரும்பி இவரை வெறித்துப் பார்த்ததும் எனக்கு நினைவிருக்கிறது.

அந்தக் கச்சேரிக்குப் பின்னர் இரண்டோ மூன்றோ வருடங்கள்தாம் குருநாதர் உயிருடன் இருந்தார். ஹரித்துவார் பயணத்தின்போது அவர் காணாமல் போய்விட்டார் என்று பேப்பரில் செய்தி வந்தது. அந்த வருடமே அவருக்கு பத்மஸ்ரீ விருது அறிவித்தது மத்திய அர சாங்கம். விருது வழங்கிய சமயத்தில் அவருடைய மறைவு பற்றிப் புதிய சர்ச்சை ஒன்று உதித்தது. 'இசைமேதை அமோல் மஜும்தார் காணாமல் போகவில்லை, ஜல சமாதி அடைந்துவிட்டார்' என்று **தி வீக்** புலனாய்ந்து சொன்னது. அது தவறு என்று நாலு இந்திப்

பத்திரிகைகளில் தலையங்கம் வந்தது. பிறகு எல்லாரும் மறந்து விட்டார்கள்.

சீடர் அர்ஜுன் மிஸ்ராவும் சென்ற வருடம் பத்மஸ்ரீ வாங்கினார். இன்னும் வயது இருக்கிறது இவருக்கு, பத்மவிபூஷண் வரை வாங்க முடியும். ஒன்று வாங்கிவிட்டால் போதும், பிறகு அந்த ஏணி தானாகவே ஏற்றிக் கொண்டுவிடும்...

ஆனால், தார்வாரில் கேட்ட குரல் இல்லை இது. இந்தக் குரல் தட்டையாகிவிட்டது. மேல்ஸ்தாயிக்குச் செல்லும்போது நாராசமாகக் கீறுகிறது. கீழ்ஸ்தாயியில் ஒருமுறை காற்று மட்டும் கேட்டது. பிறகென்ன, உச்சபட்ச விருதுக்கு இப்போதே தகுதி வந்தாகிவிட்டது. இவ்வளவுக்கும், குரு இறந்த சமயத்தில் Homage to my Master என்று ஒரு தொகுப்பு வெளியிட்டிருந்தார் அர்ஜுன் மிஸ்ரா. குருநாதர் இயற்றிப் பாடிய இரண்டு பந்திஷ்களையும், இரண்டு தரானாக்களையும் அடிபிறழாமல் இவர் பாடிய தொகுப்பு. பிரமாதமாக இருக்கும்.

AGA என்று சுருக்கமாகக் குறிப்பிடப்படும் Alternative for Grammy Awards விருதுக்குப் பரிந்துரைக்கப்பட்டது அந்த வருடம். மூன்றாம் உலக நாடுகளிலிருந்து வெளியாகும் இசைத் தொகுப்புகளுக்காக ஸ்பெயினில் உள்ள ஒரு அமைப்பு உருவாக்கியுள்ள விருது அது... அந்தக் குரல் இல்லை இப்போது.

குரலால் மேலேறியவாறே, தன் இடது கையையும் உயர்த்தி 45 டிகிரி கோணத்தில் சுட்டுவிரலால் சுட்டி நிறுத்தினார் மிஸ்ரா - அறிஞர் அண்ணாவின் சிலை மாதிரி. பக்கத்திலிருந்த நண்பர் ஆங்கிலத்தில் கேட்டார்.

> இவர் இப்போது சுட்டிக்காட்டினாரே, அதற்கு அர்த்தம் என்ன தெரியுமா?

சஞ்சய் ராவ்லே என்று பெயர். இந்த இசைவிழாவில்தான் பழக்கமாகியிருக்கிறார். அவ்வப்போது அபிப்பிராயங்களை என்னிடம் பகிர்ந்துகொள்வார். கறுப்பு நிறக் கோலிக்காய்கள் மாதிரிப் புடைத்த விழிகளில் அநியாயக் குறும்பு கூத்தாடும். உதடுகள் செல்லமாகக் கோணியிருக்கும்.

> உங்கள் அளவு அதிகமாக நான் இசை கேட்டதில்லையே சஞ்சய்?

என்று சிரித்தேன்.

> அதாவது, தன் குரலைக் கொண்டு நிறுத்த அவர் உத்தேசித்திருந்த இடத்தை நமக்குக் காட்டுகிறார். தெம்பு இருக்கிறவர்கள் போய்ப் பார்த்துக்கொள்ளலாம். அவரால்தான் ஏறிப் போக முடியவில்லை, பாவம்!

> இனி ஆயுள் காலத்துக்கும் இவனால் அந்த இடத்துக்கெல்லாம் போகவே முடியாது. அயோக்கியன்.

என்று ஒரு பெண்குரல் கேட்டது. இருவரும் திடுக்கிட்டுத் திரும்பிப் பார்த்தோம். காதிலும் மூக்கிலும் வைரங்கள் மினுமினுக்க உட்கார்ந் திருந்த அதே பெண்மணிதான். தான் எதுவுமே சொல்லாத மாதிரி மேடையை உற்றுப் பார்த்துக்கொண்டிருந்தார். கல்யாணப் பெண் மாதிரிக் குத்திட்டு அமர்ந்த நிலை சற்றும் மாறாமலே காலை முதல் உட்கார்ந்து இசை கேட்கிறவர். அடிக்கொருதடவை என் பார்வையைப் பார்வையால் இடைவெட்டுகிறவர்.

லேசாகப் பச்சை படர்ந்த மேலுதடு. இருபத்தைந்து பைசா அகலத்தில் ஒட்டுப் பொட்டு. எரிக்கும் சிவப்பு நிறத்தில். அதே நிறம் கொண்ட சன்னமான உதடுகள். ஈர்க்குச்சி போன்ற உடல்வாகு. நாள்முழுக்க நிலைபிறழாமல் நிமிர்ந்து அமர்ந்திருக்கும் உடல்வலு. பழுப்போடிய பூனைக் கண்கள். பிடரியுடன் நின்றுவிடும் கேசத்தில் கறுப்பின் சிறு ரேகைகூட இன்றி, முழுக்க நரைத்திருக்கிறது. கோணல் வகிடும் கூரான ரோமானிய நாசியும். மீண்டும் மீண்டும் பார்க்க வைக்கும் வசீகரம் கொண்ட பெண்மணி - பிராயத்தில் சுற்றுவட்டார இளைஞர்கள் கிறங்கிக் கிடந்திருப்பார்கள் என்று நினைத்துக்கொண்டேன்.

அந்த அம்மாளின் குரலும் இனிமையாக இருந்தது. ஆனாலும், யாரோ ஒரு பாடகர்மீது இவ்வளவு வன்மம் இந்தப் பெண்மணிக்கு எதற்காக இருக்க வேண்டும்? கொஞ்சநேரம் மனம் விடை தேடிக் கொண்டிருந்தது. பிறகு இயல்பாக அதை மறந்துவிட்டேன்.

அடுத்ததாக ஸித்தார் வாசிக்க வந்த பஞ்சாபி இளைஞன் புதியவன். ஹர்நாம் சிங் லோங்கோவால். அமோகமான இடங்களுக்கு

அழைத்துச் சென்றான். தபலா வாசித்த ராகேஷ் யாதவ் உலகப் புகழ் பெற்றவர். பித்தனைப்போலக் கலைந்து கிடக்கும் பம்பைத் தலையை அடிக்கடி குலுக்கிக்கொண்டும், நீர்ப்பிராணிபோல வாயைத் திறந்து திறந்து மூடிக்கொண்டும் அவர் வாசித்தது பக்கவாத்தியம் அல்ல, ஸித்தாருக்குச் சமானமான இன்னொரு இசைக்கருவி. கச்சேரி முடிந்தபோது, இவ்வளவு நேரமும் அடக்கியிருந்த மூச்சு வெளியேறியது மாதிரி உணர்ந்தேன்.

அதன்பிறகு மதிய உணவுக்கான இடைவேளை. இனி சாயங்காலம் நாலு மணிக்குத்தான் கச்சேரிகள் மறுபடி தொடங்கும்.

> அறையில் சென்று கொஞ்சநேரம் உடம்பைக் கிடத்திவிட்டு வருகிறேன்.

என்று ராவ்லேயிடம் விடைபெற்றேன்.

> உங்களுடைய உடம்பைத்தானே?

என்று கேட்டுச் சிரித்தார் நண்பர். நானும் சிரித்துக்கொண்டே நகர்ந்தேன். அரங்கத்தின் வெளிவாசலைக் கடந்து என் அறைக்குப் போகும் சாலையில் திரும்புகிறேன், பின்னால் ஒரு குரல்.

> பையா... பையா...

பரிச்சயமான குரல்தான். திரும்பிப் பார்த்தேன். அந்தப் பெண்மணி.

> உனக்கு ஆட்சேபமில்லையென்றால் உன்னுடைய அறையில் வந்து நானும் ஓய்வெடுக்கலாமா?

ஹிந்தி மொழியின் வங்காளி உச்சரிப்பும், அதைவிட, அந்நியனான என்னை அந்த அம்மாள் ஒருமையில் அழைத்ததும் ஏனோ எனக்குப் பிடித்திருந்தது.

என் தாயார் இறந்தபோது எனக்கு ஒரு வயதாம். மல்லாந்து கிடப்பவளிடம் பால் குடிக்கப் பறந்தேன் என்று சொந்தக்காரர்கள் சொல்வார்கள். பின்னர் வந்த சித்தி மன்னார்குடியைச் சேர்ந்தவள். என்னிடம் எவ்வளவோ பிரியமாக இருந்தாள். தனக்கென்று குழந்தை பிறக்காத அவளுக்குக் கொள்ளிபோட்டு அனுப்பிவைக்கும்வரை என்னிடம் ஒரு சுடுசொல் பேசியதில்லை. என்றாலும் அவள் வெறும் சித்திதான் என்ற நினைப்பு என்னைவிட்டு ஒருபோதும் அகன்றதில்லை.

மானசீகமாக என்னுடன் இருந்துவரும் அம்மாவிடம் நிரந்தரமான உரையாடல் உண்டு எனக்கு. வயதில் முதிர்ந்த பெண்மணிகள் யாரைப் பார்த்தாலும் அவர்களில் என் அம்மாவைக் கொஞ்சம் தேடிப் பார்ப்பேன். இந்தப் பெண்மணி ஒருமையில் அழைத்த மாத்திரத்தில் இவளிடம் என் அம்மா கொஞ்சம் தென்பட்டாள்..

ஆஹா. தாராளமாக.

அறை வந்து சேரும்வரை எதுவும் பேசிக்கொள்ளாமலே நடந்தோம். சாப்பாடு வரவழைக்க அறைப் பையனை மணியடித்துக் கூப்பிடுமுன், அந்த அம்மாளும் சாப்பிடுகிறாளா, இந்த விடுதியில் பஞ்சாபி தாலி மட்டும்தான் கிடைக்கும்; பரவாயில்லையா என்று கேட்டேன்.

ஆஹா. தாராளமாக.

நான் சொன்ன அதே தொனியில் சொன்னாள். இருவருக்கும் சிரிப்பு வந்தது. ஒரு சிரிப்பின் வழியாக வெகுகாலம் ஒன்றாக வசித்தவர்கள் மாதிரியான நெருக்கத்தை அடைந்துவிட்ட உணர்வு எனக்கு.

இதோ வந்துவிடுகிறேன்.

என்று சொல்லியவாறு கழிவறைக்குள் நுழைந்தேன்.

தட்டுகளால் மூடிய உணவுத் தட்டுகளைக் கொண்டுவந்து வைத்தான் அறைப் பணியாள். அந்த அம்மாள் கைகழுவ எழுந்தாள். வாஷ்பேஸின் வரை நடந்தவள் திரும்பி நின்று என்னை ஒருமுறை பார்த்துவிட்டுப் போனாள். கண்ணாடிப் பிம்பத்தில் இடதுமூக்குத்தி வலதுபுறம் மாறி, புடவை முந்தானையும் இடதுபுறம் திரும்பியிருந்தது. ஒரு கணம் தமிழ்நாட்டுப் பெண்மணியாகவே தென்பட்டாள்.

உன் பெயரைக் கேட்டுக்கொள்ளவேயில்லையே மகனே. நான் பிருந்தோ.

நான் சிவச்சந்திரன்...

ஓ. ஷிப்சொந்ரோன். ஷிப்சொந்ரோன். ஷிப்சொந்ரோன்.

இரண்டாம் மூன்றாம் தடவைகளில் கிசுகிசுப்பாக உச்சரித்துப் பார்த்துக்கொண்டாள். தலையை ஆட்டிக்கொண்டாள்.

ஷிபூ, சோர்வாக இருக்கிறாயா? உன்னுடைய மதியத் தூக்கத்தைக் கெடுத்துவிடவில்லையே நான்?

சேச்சே. அதெல்லாமில்லை. என்ன, இடையில் ஓரிரண்டு தடவை சிகரெட் பிடிப்பேன். நீங்கள் இருப்பதால் வெளியில் சென்று பிடிக்கவேண்டும், அவ்வளவுதான்.

காலையிலிருந்தே கவனிக்கிறேன் பையா. சிகரெட் கொஞ்சம் அதிகம்தான் குடிக்கிறாய். குறைத்துக்கொள். உனக்கென்ன வயதாகிறது?

முப்பத்தேழு.

அதுதானே. இந்த வயதில் எல்லாம் நன்றாகத்தான் இருக்கும். முதுமை விடியும்போது உடம்பின் ஒவ்வொரு அங்கமும் பதில் சொல்ல ஆரம்பிக்கும். தவறாக நினைத்துக்கொள்ளாதே. உன் தாயார் வயது எனக்கு.

ஆஹா. நிஜமாகவே தாயார்தான். எதிரெதிராய் உட்கார்ந்து சாப்பிடும்போது ஒருவித சுவாதீனம் உருவாகி, மெல்லமெல்ல இறுக்கமாக, சிலந்திவலை மாதிரிப் பின்னுவதை உணர்ந்தேன். சற்றுத் தணிந்த குரலில் கேட்டேன்:

அர்ஜுன் மிஸ்ரா மீது உங்களுக்கு அப்படியென்ன கோபம்?...

கிழவிக்குப் புரையேறிவிட்டது. நீளமான விரல்களால் உச்சந்தலையில் லேசாகத் தட்டிக்கொண்டாள்.

...ஸாரி, தவறாக ஏதும் கேட்டுவிட்டேனா என்ன?

அதெல்லாமில்லை. ஒரு அயோக்கியனை யாருக்குத்தான் பிடிக்கும்? அது தவிர...

சற்று இடைவெளி விட்டாள். ஓரிரு வாய் ரொட்டியை மென்று விழுங்கும்வரை அமைதியாக இருந்துவிட்டு,

...நீ கேட்காவிட்டாலும் நான் சொல்லித்தான் இருப்பேன்...

என்று முடித்தாள்.

...உன்னைமாதிரி இசையின் காதலர்களை இந்த மாதிரிப் பொறுக்கிகள் ஏமாற்றுவது தவறில்லையா.

ஜன்னலில் தெரிந்த வெற்று ஆகாயத்தில் எதையோ கூர்ந்து கவனிக்கும் அவளுடைய பார்வையை விலகாமல் பார்த்துக்கொண்டிருந்தேன். கண்ணாடிக் கிண்ணத்தில் எலுமிச்சைத் துண்டு மிதந்த வெதுவெதுப்பான நீரில் விரல்களை நனைத்தபடி அந்த அம்மாள் சொல்லத் தொடங்கினாள்.

...குருத்துரோகி மகனே, இவன். அவரிடம் இசை கற்றுக்கொள்ள வந்ததே குருவின் நாற்காலியைப் பறித்துக்கொள்ளும் நோக்கத்தில்தான் என்பது பிறகுதானே தெரியவந்தது? இசையை ஆத்மார்த்தமான வேள்வி என்று கருதிய தலைமுறையைச் சேர்ந்தவர் அவர். இவன் வெறும் வித்தைக்காரன். வியாபாரி.

ம்.

குருவின் நம்பிக்கையைப் பெற்றதோடு, அவர் மகளையும் திருமணம் செய்துகொண்டான். அவருடைய புகழையும் ஆஸ்தியையும் சுவீகரித்துக்கொண்ட பிறகும், அவர் இருப்பது இவனுக்கு இடைஞ்சலாக இருந்தது போல. அல்லது இவனுக்கு மட்டுமே தெரிந்த வேறேதாவது காரணம் இருந்து தொலைத்ததோ என்னவோ?

ம்.

ஹரித்துவாரத்தில் நீராடச் சென்ற சமயத்தில், தண்ணீரில் மூழ்கிய குருவின் காலை மூன்றாம்பேர் அறியாமல் உள்ளே இழுத்துக் கொன்றுவிட்டான்.

கச்சேரிப் பந்தலில் நுழைந்ததிலிருந்து ஓய்ந்திருந்த நடுக்கம் என்னுள் மீண்டும் உதயமாகி வேகமெடுத்தது.

அவர் காணாமல் போனதாக அல்லவா செய்தி வந்தது?

அப்படித்தான் வரும். அவர் ஜலசமாதி ஆகிவிட்டார் என்று இன்னொரு செய்தி வந்ததல்லவா? அப்படியும்கூட வரும். செய்திகளெல்லாமே நிஜத்தின் வெவ்வேறு வடிவங்கள் தானே?

இதெல்லாம் உங்களுக்கு எப்படித் தெரிய வந்தது.

குடிவெறியில் இவனே என்னிடம் உளறியபோதுதான்...

அந்த அம்மாளின் சிரிப்பைப் பார்க்கச் சங்கடமாக இருந்தது. கசப்பும் கையாலாகத்தனமும் நிரம்பிய சிரிப்பு. குடித்திருக்கும் நபருடன் உங்களுக்கென்ன பேச்சு என்பதில் ஆரம்பித்து, இந்த அம்மாள் பொய் சொல்கிறாளோ, அல்லது சித்த சுவாதீனம் லேசாகத் தப்பியவளோ என்பதுவரை வேகவேகமாகக் கேள்விகள் ஓடி அடங்கின எனக்குள். சமாளித்துக்கொண்டு,

நீங்கள் போலீஸுக்குப் போயிருக்கலாமே.

என்று நிதானமாகக் கேட்டேன்.

இரண்டு காரணங்கள். ஒன்று, சம்பவம் நடந்து நாலு வருடங்கள் கழித்துத்தான் எனக்குத் தெரிய வந்தது. இரண்டாவது, தனியாக நிற்கும் பெண்பிள்ளை நான். கூரையேறிக் கூவ முடியாதவள். இத்தனை காலம் கழித்துக் கூவத் தொடங்கினால், உலகம் எனக்குப் பைத்தியக்காரப் பட்டம் கட்டும். பிரபலஸ்தர்களைக் காப்பாற்றுவதற்கு ஏகப்பட்ட வக்கீல்கள் வந்துசேர்வார்கள். இவர்களை வைத்துத் தொழில் நடத்தும் நிறுவனங்கள் பாய்ந்து வரும். உன்னை மாதிரி ஒருத்தனிடம் சொல்லி ஆற்றிக்கொண்டால், எனக்கும் ஒரு ஆத்ம திருப்தி. என்ன சொல்கிறாய்?

ஆமாம்.

என்று சொல்லிவிட்டு, ஒரு சிகரெட்டை எடுத்துக்கொண்டு வராந்தாவுக்கு வந்தேன். ஜன்னல் வழியாகப் பார்த்தபோது, கட்டிலில் குத்திட்டு அமர்ந்திருந்தார் அந்தப் பெண்மணி. தலை கவிழ்ந்து ஏதோ தீவிரமான சிந்தனையில் ஆழ்ந்திருந்தார். வெற்றுச் சுவரின் இளநீலப் பின்னணியில், தூய வெள்ளை உடை அணிந்து, ரவிவர்மாவின் ஓவியம் போலத் தென்பட்டார். அவரைச் சூழ்ந்து மூடியிருந்த தனிமையின் கனத்த உறையைக் கிழித்தெறியும் உத்வேகம் பொங்கியது எனக்குள். நான் வாய் திறக்குமுன் அந்த அம்மாள் பேசினாள்:

என்னளவில், பிரிந்து வாழ்வது என்ற ஒரு முடிவை மட்டும் நான் எடுத்தேன்.

என்ன சொல்கிறீர்கள், அம்மா?

ஆமாம். அமரர் அமோல் மஜூம்தாரின் ஒரே மகள் பையா நான்.

அப்படியானால், அப்படியானால்...

அந்த அபாக்கியவதி நானேதான் மகனே..

வார்த்தை, அக்டோபர் 2009

கிறக்கம்

ஆஞ்சநேயர் ராமரிடம் விரும்பிக் கேட்டு ஒரு வரம் வாங்கிக் கொண்டாராம். ராமகதை நடக்கிற இடங்களிலெல்லாம் சூட்சும உருவில் தாம் உட்கார்ந்து கேட்டுக் கண்ணீர் மல்க வேண்டும் என்று. வால்மீகி ராமாயணத்தில் இந்தச் சம்பவம் உண்டா என்று தெரியவில்லை. ஆனால், சிரஞ்சீவிகளின் பட்டியலில் வரம் கொடுத்த ராமர் கிடையாது. வாங்கிக்கொண்ட ஆஞ்சநேயர் உண்டு.

நான் எழுதுகிற எல்லாக்கதைகளையும் மானசீக உருவத்தில் என் முதுகுக்குப் பின்னாலிருந்து முனியனும் வாசிக்கிற மாதிரி ஒரு பிரமை எப்போதுமே எனக்கு இருந்து வந்திருக்கிறது. இத்தனைக்கும் அவருக்கு எழுதப் படிக்கத் தெரியாது. அதெல்லாம் அவ்வளவாக அவசியப்படாத சமாசாரங்கள் என்று இளம் வயதிலேயே எனக்கு உணர்த்தியவர் முனியன்.

இப்போதும் அப்படித்தான். மருந்தீஸ்வரனைப் பற்றி நான் எழுதத் தொடங்கும் முன்பாகவே முனியன் வந்து நிற்கிறார். அதைவிட, அவர் சொன்ன சமஸ்தானக் கதை முன்னே வந்து நிற்கிறது. தன்னைப் பற்றி ஒரு சொல்லாவது விளம்பிவிட்டே மருந்தைப் பற்றிப் பேச வேண்டும் என்கிறது. இந்தக் கதைகள் விஷயமாக

எனக்கு ஒரு அனுபவ ஞானம் உண்டு. அவை இழுக்கிற போக்கில் போனோமானால் உருப்படியாக எங்கேயாவது போய்ச் சேரும். நாமாகத் திட்டமிட்டு ஏதாவது குறுக்கிட்டோமோ, நாசம்தான். ஒரு சொல் தேறாதபடி ஆகிவிடும்.

முனியனைப் பற்றி முன்னமே நாலைந்து தடவை குறிப்பிட்டிருக்கிறேன் என்றாலும், என்னுடைய உலகத்துக்குள் இப்போதுதான் முதன்முதலாக நுழைகிறவரின் வசதி கருதி, முனியனைப் பற்றிச் சில வாக்கியங்கள்.

அவருக்கு என் அப்பாவின் வயது அல்லது நாலைந்து அதிகம் இருக்கலாம். குடும்பம் குட்டி கிடையாது. அசலான தேசாந்திரி. தமிழ் தவிர வேறு ஒரு மொழியும் பேசத் தெரியாமலே பாரதம் முழுவதும் பல இடங்கள் திரிந்தலைந்து திரும்புபவர். கரட்டுப்பட்டியில் எங்கள் வளாகத்துக்குள் வந்து உட்கார்ந்து தன் அனுபவங்களை வெகு சுவாரசியமாக விவரிக்கும் கதைக் களஞ்சியம்.

முனியனின் கதைகளில் அம்மாவுக்கு அபாரமான அவநம்பிக்கை - 'அம்புட்டும் புளுகு' என்பாள். அப்பாவுக்கு முனியனின் கதைகள் மட்டுமில்லாமல் அவரது வாழ்க்கைமுறை மீதுமே அபாரமான ஈர்ப்பு உண்டு. அந்தரங்கமான பொறாமையும் இருந்திருக்கலாம் என்று இப்போது தோன்றுகிறது. ஓரிரு தடவைகள் வாய்விட்டுச் சொல்லவே செய்திருக்கிறார் - 'நான் இருக்க வேண்டிய எடத்துலே அவன் இருக்கான்'.

முனியன் சொன்ன கதைகள் பலவும் வரி பிசகாமல் எனக்குள் வேர்விட்டு உட்கார்ந்திருக்கின்றன. இத்தனைக்கும் நான் தனியாக உட்கார்ந்து முனியனிடம் கேட்ட பல கதைகள் நான் வாலிபனான பிறகு படுமோசமாக வெளிறிவிட்டவை. ராமேஸ்வரத்தில் முனியன் பார்த்த மாடி ரயில் - ஒரு ரயில்மேலெ இன்னொரு முழு ரயிலெ வச்சிருக்கும் - தும்பிக்கையில் ஒரு ஸ்பூனு நெறையா தேன் உறிஞ்சிப் பறந்து வந்து இவர் உள்ளங்கையில் கொடுத்துவிட்டுப்போன ஆம்பளை யானை - அதன் கொம்பு கீறி இவரது முன்னங்கையில் நூல்போல ஒரு தடம் பொருக்குத் தட்டியிருந்தது - இது நடந்தது முதுனப்பூரியில், என்று அது ஒரு தனி மந்திர உலகம். உண்மையாய்

இருந்தால் என்ன, பொய்யானால் என்ன, என் இளம் வயதை ரஞ்சகமான கனவுகளால் நிரப்பியவை அந்தக் கதைகள்.

ஆனால், அப்பா இருக்கும்போது முனியன் சொல்கிற கதைகள் வேறுவிதமானவை. பெரும்பாலான கதைகளில் பெண்கள் வந்து செல்வார்கள். ஏடாகூடமாக ஏதாவது நிகழ்ந்து தொலைக்கும். அது வருவதற்கான அறிகுறிகள் தெரியும்போதே, 'தம்பி எந்திரிச்சு ஓடுங்க.' என்று முனியன் என்னை விரட்டிவிடுவார். யூகங்களால் நிரப்பிக் கொள்வதற்கும் போதாத வயதா, பிடி இழந்து தடுமாறுவேன்.

ஆனால், சிறுவர் கதையோ கிழவர் கதையோ, வட இந்தியப் பெயர்கள் முனியனிடம் பட்ட பாட்டை இப்போது நினைத்தாலும் ஒரு குறுஞ்சிரிப்பு எனக்குள் குமிழியிடத்தான் செய்கிறது. அவை தமிழ்ப்பெயர்கள் மாதிரியே இயல்பாகக் கொச்சைகொள்ளும். உதாரணமாக, முன்னர் குறிப்பிட்ட 'முதுனப்பூரி' என்பது 'மித்னாப்பூர்' என்று அப்பா பிற்பாடு சொன்னார். இப்போது ஞாபகம் வந்த கதை 'கோளியாறு'க்குப் பக்கத்தில் ஒரு குட்டி ஜமீனில் நடந்த கதை. அதுதான், க்வாலியர் ! மேற்படி சமஸ்தானம் 'துளசிபுரம்'. அதாவது துல்ஸிப்பூர்.

காலை பத்தரை மணிக்கே முனியன் வந்துவிட்டார். அப்பாவுக்கு உடல்நலம் சீர்கெட ஆரம்பித்திருந்த நாட்கள். ஒற்றை ஆளாக நடத்திவந்த ஹோட்டலை ஒவ்வொரு நாளும் ஒவ்வொரு காரணம் சொல்லி மூடிவிடுவார். அன்று காலை, அடுப்பில் ஏற்றிய ஆறுபடி பால் திரிந்துவிட்டது.

எதிரிலிருந்த சிமென்ட்டுக் களத்தில் அம்மா புழுங்கல் நெல் காயப் போட்டிருந்தாள். நானும் இரும்புக்கை மாயாவியும் நெல்லுக்குக் காவலாக உட்கார்ந்திருந்தபோது, அப்பா வந்து சேர்ந்தார். அடுத்த சில நிமிடங்களில் முனியன் வந்துவிட்டார்.

அந்தக் களம் மிகப் பிரம்மாண்டமான மைதானம் போல எனக்குள் விரிந்திருந்தது. வாலிபனான பிறகு ஒருமுறை கரட்டுப்பட்டிக்குப் போனபோதுதான் தெரிந்தது - வெறும் நாற்பதுக்கு முப்பது விஸ்தீரணம் கொண்ட சிமென்ட்டு நாடா அது. களத்தின் உருவம்தான் சிறுத்துவிட்டது - முனியனின் கதை அல்ல.

இந்தக் கதையை மட்டுமல்ல, முனியனின் எந்தக் கதையையும் அவருடைய மொழியில் சொல்ல இயலாது. எளிமையும், வெகுளித் தனத்தின் அபூர்வமான குழைவும், மதுரை மாவட்டத்தின் பிரத்தியேகக் கொச்சைவழக்கும் கொண்ட இயல்பான மொழி அது. சொல்முறையின் சுவாரசியம் கருதிச் செய்யப்பட்ட செயற்கை அலங்காரங்கள் இல்லாதது.

...குவாலியர் சமஸ்தானத்தின் எல்லையை ஒட்டி இருந்தது துல்ஸிப்பூர் ஜமீன். ஜமீன் என்று சொல்வது ராஜத்துரோகம். சாம்ராஜ் யம் என்று சொல்லவேண்டும். ஆட்சி செய்தவர் மஹாராஜா.

ஜமீன்தாருக்கு ஒரே மகன். வாரிசு இல்லாத ராஜ்யங்களையும், சமஸ்தானங்களையும், ஜமீன்களையும்கூட ஆங்கிலேய அரசு தன் ஆளுகைக்குக் கீழ் கொண்டுவரும் பசியோடு திரிந்த நாட்கள். ஆள்கிறவர்களுக்கு உள்ள வழக்கப்படி அநேக ராணியர் கொண்டவர் அல்ல ஜமீன்தார். அவருடைய மூத்த மனைவி தர்பார் மண்டபத்தில் இருக்கும்போது முனியனே பார்த்திருக்கிறார். ('அப்பேர்க்கொத்த அளகியெக் கட்டிக்கிட்டவன் வேற பொம்பளையெ மோந்துகூடப் பாக்கமாட்டான் சாமீ...')

ஜமீன்தாரின் மகனுக்கு ராஜாங்கக் காரியங்களில் அவ்வளவாக ஆர்வம் இல்லை. ('அதுக்காக ஒரேடியாப் பொம்பளை சோக்குன்னு சொல்லிக்கிற முடியாது.') தலைநகரின் நடனக் கோஷ்டிகள் ஒத்திகை நடத்துவதை வேடிக்கை பார்ப்பது, சிற்பச் சாலைகளிலும் ஓவியக் கூடங்களிலும் பொழுதைக் கழிப்பது என்று கலைப் பித்து உள்ளவனாக வளர்ந்தான்.

ஜமீன்தாருக்கானால் ஒரே கவலை. தமக்கோ வயதாகிக்கொண்டே போகிறது. எல்லையில் வெள்ளைக்காரக் கழுகுகள் காத்து நிற்கின்றன - கிழவன் எப்போது மண்டையைப் போடுவான், வாரிசுக்கு அரசாளும் தகுதி இல்லை என்று அறிவித்துவிட்டு சமஸ்தானத்தைத் தன் சட்டைப் பைக்குள் போட்டுக்கொள்ளலாம் என்று. உச்சமாக, உளவாளிகளை அனுப்பித் தன்னைக் கொன்றுவிடுவார்களோ என்ற அச்சமும் பீடிக்க ஆரம்பித்திருந்தது.

பையனை ராஜரீக விவகாரங்களில் ஈடுபடுத்த விரும்பினார். மந்திரிமார்களிடமும், சபையில் இருந்த பிரபுக்களிடமும் பாடம்

கேட்க அனுப்பியிருக்கலாம் முதலில். ராஜா கொஞ்சம் பழைய காலத்து ஆள், பையனை வேட்டைகளில் பங்கேற்க வைத்து வீரம் புகட்ட விரும்பினார்.

அதுதான் அவர் செய்த பெரும் தவறாக முடிந்து போனது. யுத்த சன்னத்துக்களுடனும் இருநூறு வீரர்களுடனும் குதிரையேறிக் கிளம்பிய இளைய ராஜா, ஜமீன் எல்லையில் இருந்த வனத்துக்குள் நுழைந்த மாததிரத்தில் படையைவிட்டு வழிதவறிவிட்டான். பத்து வீரர்கள் கொண்ட மெய்க்காவல் படைகூட அவனுக்கு உண்டு. ('எங்கே, காட்டுக்குள்ற மொளைஞ்சவொடனே எல்லாப் பயலும் குடிக்க ஆரம்பிச்சிட்டானே. குடீ ண்டா இம்புட்டு அம்புட்டுக் குடியா. எல்லாம் மொடாக் குடிகாரன்ல்ல.')

இளவரசனைக் காணோம் என்பதே இவர்களுக்கு இரண்டாவது நாள் சாயங்காலம்தான் தெரியும். தொங்கிய தலையுடனும், வேட்டைக்குப் போனால் வெறுங்கையுடன் திரும்பக் கூடாது என்ற சாஸ்திரத்துக்காக அடித்த நூறு நூற்றைம்பது முயல்கள், பத்திருபது காட்டுப் பன்றிகள், இரண்டு முள்ளம்பன்றிகள், பதினாறு மயில்கள் இவற்றுடனும் படை தலைநகரம் திரும்பியது. கணக்கில் மட்டும் முனியன் என்றுமே குறை வைத்தது கிடையாது.

எப்படித்தான் மூக்கில் வியர்த்ததோ, ஒரே வாரத்தில் வெள்ளைக் காரக் கலெக்ட்டரின் தூதுவன் வந்து சேர்ந்தான். சும்மா உபசாரம் கருதி மன்னரைப் பார்க்க அனுப்பப்பட்டவன். அந்த வாரம் முழுக்க ஜமீன் வாரிசு திரும்பி வருவதற்காகக் காத்திருந்தான் - ஜமீன்தாருக்குச் சமமாக.

அழையா விருந்தாளிக்குத் தெரியாதவண்ணம் தேடுதல் வேட்டையை நடத்தியாக வேண்டும். மணமாகிப் பல வருடங்கள் பல்வேறு சிகிச்சைகளுக்குப் பிறகு சூல் கொண்ட இரண்டாவது பட்டமகிஷி நந்தவனத்தில் உலாவச் சென்றபோது மதிலேறிக் குதித்த கருங்குரங்கைப் பார்த்ததில் பயந்து மூர்ச்சையுற்றதில் கரு கலைந்து விட்டது. இளவரசனுடன் வேட்டைக்குப் போன வீரர்கள் இருநூற்றுப் பத்துப் பேரையும் சிரச்சேதம் செய்தாக வேண்டும் - இதை ஆங்கிலேயப் பிரதிநிதி அறியாமல் செய்யவேண்டும். ('பெரியவுக தெரியாமலா சொல்லி வச்சாக - ராசாவா இருக்குறதெ விட, ராப் பிச்செயா இருக்குறது எம்புட்டோ நிம்மதிண்டு?')

அடுத்த மாதம் திரும்பி வருகிறதாகத் தெரிவித்து தூதுவன் கிளம்பிப் போனான். மறுநாளே நிரூபணமானது - கடவுள் ஜமீன்தாரின் பக்கம்தான் இருக்கிறார் என்று. இளவரசனைத் தேடிக் காட்டுக்குள் போன உளவுப் படை அவனை வெற்றிகரமாக மீட்டு நகருக்குக் கூட்டி வந்தது. உயிர்ச்சேதம் எதுவுமில்லாமலே இதைச் செய்து முடித்ததால் ஆளுக்கொரு பதக்கம் அடிக்கச் சொல்லிக் கம்மாளர் களுக்கு உத்தரவு போட்டார் ராஜா.

ஆனால், ஜமீன்தாருக்குக் கடவுளின் முழு ஆதரவு இல்லை என்பது இளவரசனைப் பார்த்தவுடனே தெரிந்துவிட்டதாம். வெறித்து ஒரே இடத்தைப் பார்த்துக்கொண்டிருந்திருக்கிறான். ('காணாததைக் கண்டவன் மாதிரி, இந்தா இப்பிடி, மலர்ந்து பாத்துக்கிட்டே இருந்தான்.') வேவுகாரர்கள் அவனைக் கண்டுபிடித்த இடத்திலும் இதேமாதிரித்தான், பிரமை பிடித்தவன் கணக்காக ஒரே இடத்தில் உட்கார்ந்திருந்தானாம்.

ஒரு குகை வாசலில் கல் மேடையில் அமர்ந்திருந்தவன் முன்னால் இளம் பெண் ஒருத்தி நின்றிருக்கிறாள். ('லவுக்கெ கெடையாது, மாராப்பும் கெடையாது மண்ணும் கெடையாது. சும்மா கும்முனு இருந்துருக்கா குட்டி.') இடுப்பில் மட்டும் மரவுரி தரித்து நிற்கிறாள். வயது இருபத்திச் சொச்சம் இருக்கலாம். வைத்த கண் வாங்காமல் ஒருவரையொருவர் பார்த்தவாறு இருப்பார்களாம். பிறகு அவள் மட்டும் குகைக்குள் சென்றுவிடுவாள். கொஞ்சநேரம் கழித்துத் திரும்புவாள்.

மிரட்டுவதற்கான அவசியமேயின்றி, அவள் சம்மதித்துவிட்டாள். ஒரே ஒரு நிபந்தனை மட்டும்தான். துணியால் மூடிய மரச்சட்டம் ஒன்றை இளவரசனிடம் கொடுப்பதற்குத் தலைமை உளவாளி சம்மதிக்க வேண்டும். இளவரசனைத் தவிர யாரும் அதைப் பிரித்துப் பார்க்கக் கூடாது...

ஆக, துல்ஸிப்பூர் சாம்ராஜ்யத்தில் அன்றைக்கு இரண்டு முக்கிய மான நிகழ்வுகள் நடந்தேறின. ஒன்று, காணாமல் போன இளவரசன் திரும்பி வந்தது. மற்றது, சஞ்சாரி முனியன் மூன்றாவது தடவையாகத் துல்ஸிப்பூருக்குள் நுழைந்தது... இரண்டாவது வைபவத்தைச் சொன்னபோது முனியனின் முகத்தில் அபூர்வமான பெருமிதம் பூத்தது.

முந்தைய இரண்டு தடவைகளில் பரிச்சயமாகியிருந்த பீடாக் கடைக்காரன் முனியனுக்கு இளவரசன் வேட்டைக்குப் போன கதை முழுக்க சாவகாசமாகச் சொன்னான்.

...நாடு திரும்பிய இளவரசன் தன் அறைக்குள் சென்று கதவைச் சாத்திக்கொண்டவன்தான். ஜன்னல்களையும் இறுக்கி அடைத்து விட்டான். தாயார் வெளியிலிருந்து அலறினாளாம். பையன் உறுதியாகத் தெரிவித்துவிட்டான் - 'அத்துமீறிக் கதவைத் திறக்கும் முயற்சியில் யாராவது ஈடுபட்டால், உடைவாளைப் பிடரியில் பாய்ச்சிக்கொண்டு மாண்டுவிடுவேன்.'

சாப்பாடு கிடையாது. தண்ணீர் கிடையாது. மூடிய அறைக்குள் இருந்த லஸ்தர்கள் ஓயாமல் எரியும் வெளிச்சம் கதவின் கீழ்ப்புறம் தெரிவதால் உறக்கமும் கிடையாது என்று யூகிக்க முடிந்தது.

மறுநாள் இரவில் ஆஸ்தானத் தச்சர் ஒரு யோசனை சொன்னார். ஜன்னல் சட்டங்களில் கருப்பட்டிப் பாகைத் தடவி அதில் நாட்டுச் சர்க்கரையையும் தூவி வைத்தால் எறும்புகள் கூடி அரித்து இடைவெளி உருவாக்கும். உள்ளே என்னதான் நடக்கிறது என்று பார்த்துவிடலாம்.

எறும்புகள் சுறுசுறுப்பாகத்தான் வேலை பார்த்தன. ஆனாலும் படைவீரர்களைப்போல எறும்புகளை அதட்டியும் மிரட்டியும் துரிதப்படுத்த முடியவில்லை. மேலும் பத்து நாள் ஆகிவிட்டது - ஒரு கண்ணால் பார்க்குமளவு ஜன்னல் பலகை இணைப்பில் விரிசல் உண்டாக.

இதற்குள் மஹாராணி படுத்த படுக்கையாகிவிட்டாள். இனி உடை வாளைத் தூக்க இளவரசனின் முன்னங்கையில் வலுவிருக்காது என்று உறுதியான பிறகு, கதவை உடைத்துத் திறந்தார்கள். கண்களில் மட்டும் உயிர் வைத்துக்கொண்டு, கையில் பிடித்த மரச்சட்டத்தில் பார்வையை அழுந்தப் பதித்து, நாற்காலியில் உட்கார்ந்திருந்த எலும்புக்கூடு திரும்பிப் பார்த்தது. வேற்று முகங்களைப் பார்த்த அதிர்ச்சியில் உடனடியாக மூர்ச்சை போட்டு விழுந்தது...

இந்த இடத்தில் முனியன் சொன்ன தகவல் கொஞ்சம் உறுத்தலாக இருக்கிறது. அறைக் கதவை உடைத்து நுழைந்த கோஷ்டியில் தானும்

இருந்ததாகச் சொன்னார் அவர். அந்நிய தேசம். மொழியறியாத ஊர். அரண்மனைக்குள், அதுவும் இளவரசனின் தனியறைக்குள், முனியன் போன்ற வேற்றாள்களை எப்படி அனுமதிப்பார்கள்? ஆனால், இந்தக் கேள்வி எனக்குள் ஊறுவதற்குள், அப்பா இறந்து, நாங்கள் வேற்றூரில் குடியேறி, முனியன் பற்றிய சிறு தகவலும் கிடைக்காத தொலைவுக்கு நாட்கள் நகர்ந்துவிட்டிருந்தன. அன்றைக்கே கேள்வி கேட்டிருக்க வாய்ப்பு இருந்த அப்பாவோ, முனியனின் கதையில் சொக்கிக் கிடந்தார்.

இத்தனை வருடம் கழித்து ஊறும் கேள்விகளில் இன்னொன்று, முனியன் துல்ஸிப்பூர் சென்றது ஜான்ஸிராணி லட்சுமிபாயின் காலத்திலா, அப்படியானால் நான் பார்த்த முனியனின் நிஜமான வயதுதான் என்ன!

...இளவரசனைப் பரிசோதிக்கக் காத்திருந்த அரண்மனை வைத்திய ரின் முகத்தில் மரணபயம் கவிந்தது. உண்மையைச் சொன்னாலும் கொன்று தொலைப்பார்கள். மறைத்தாலும் அன்று சாயங்காலமோ அடுத்த நாளோ சிரச்சேதம் நிச்சயம். அவரும்தான் என்ன செய்வார் பாவம்?

ஆக, மறுநாள் அஸ்தமனத்துக்குள் மூன்று பெருஞ்சாவுகள் நிகழ்ந்தன ஜமீனில். ஒன்று தண்டனை. மற்ற இரண்டில் ஒன்று பட்டினிச் சாவு. மூன்றாவது புத்திர சோகம் தாங்காத தற்கொலை. உடம்பு தேறி எழுந்த மஹாராணி, பிற்பாடு ஆங்கிலேயர்களுக்கு சமஸ்தான உரிமையை மாற்றிக்கொடுத்துவிட்டுக் கணிசமான மானியம் பெற ஒப்புக்கொண்டாளாம்... இந்திரா காந்தி ஆட்சிக்கு வந்து ஒழித்துக் கட்டும்வரை வாங்கினாளா என்று தெரியவில்லை...

> அவென் அப்பிடி வச்சுப் பாத்துக்கிட்டிருந்த படம் என்னான்னு தெரிஞ்சா நொந்தே போவீங்க சாமி... இம்புட்டுக்காணு பொடி இருந்தாக் குடுங்களேன்.

அப்பா பொடிமட்டையை நீட்டினார். இடுப்புக்குமேல் உடையற்ற, நான் பார்த்தறியாத பெண்ணின் படம் பற்றிய தகவலுக்காக வெகு ஆவலுடன் காத்திருந்தேன். முனியன் ஏமாற்றிவிட்டார். இளவரசன் ஆசையாகப் பார்த்துக் கிறங்கிக் கிடந்தது அவனுடைய உருவப் படமேதானாம். அந்தக் காட்டுவாசிப் பெண் வரைந்தது.

> கண்ணாடியிலெ தெரியிற மாதிரி இருந்ததுங்க, இந்த அல்பாயுசுப் பய உருவம்.

என்று வருத்தமாகச் சொன்னார் முனியன்.

> உலகம் பூராவும் பரவிக் கிடக்கிற, அழிவற்ற தொன்மம்ங்கிற துக்கு இந்தக் கதையை நல்ல உதாரணமாச் சொல்லலாம்.

என்று மருந்தீஸ்வரன் சொன்னான். அன்றைக்குத்தான் முதன்முதலாக நான் 'நார்ஸிஸஸ்' என்ற கிரேக்கத் தொல்கதை நாயகனின் பெயரையும் அதையொட்டி ஒருவகைப் பீடிப்பு நோய்க்குச் சூட்டப்பட்ட உளவியல் பெயர்ச்சொல்லையும் கேள்விப் பட்டேன்.

என் பதின்பருவம் முடிவுறும் சமயத்தில் திரும்பவும் மருந்தீஸ்வரன் கிடைத்துவிட்டது பற்றி நான் உளம் மகிழ்ந்த இன்னொரு சந்தர்ப்பம் அது.

நான் பள்ளிச்சிறுவனாக இருந்தபோது ஒரே ஒரு வருடம் இன்னொரு ஊரில் படித்தேன். அந்த ஊரின் பெயரைக் குறிப்பிடுவதில் தயக்கம் இருக்கிறது. நான் சொல்கிறவற்றில் அநேகமும் உண்மைக் கதைகள் என்பதால் கதைமாந்தருக்கும் இடங்களுக்கும் பெயர்களை மாற்றிவிடுவேன். தற்காப்பு உணர்வு மட்டும் இல்லை - மற்றவர்களின் அந்தரங்கம் மீது எனக்குள்ள மரியாதையும்தான் காரணம். இதில், யாருக்கு என்ன பெயர் சூட்டினேன் என்பது பல சமயம் மறந்தேகூடப் போயிருக்கிறது.

ஆனால், மருந்தின் பெயர் மருந்தேதான். அவனுடைய தகப்பனார் டாக்டர் ஸ்ரீபாத ராவ். தெற்கு அக்ரஹாரத்தின் கிழக்கு முனையில் மிகப் பெரிய பங்களாவில் வசித்தார். தயாள குணமுள்ளவர். ஏழை களுக்கு இலவசமாகவே வைத்தியம் பார்க்கிறவர், நோய்களையும் அவற்றின் காரணத்தையும் துல்லியமாக இனம் காண்கிற கெட்டிக்காரரர், பூர்விகத்தில் கன்னடத்துக்காரராக இருந்தும், தமிழ் வைபவங்களுக்கு நன்கொடை கேட்டுப் போனால் தாராளமாகப் பணம் தருகிறவர் - என்று டாக்டருக்கு அக்ரஹாரத்தில் மிகமிக நல்ல பெயர்.

அவருடைய ஒரே மகனான மருந்தீஸ்வரன் இதற்கு நேர்எதிரான பெயரைச் சம்பாதித்து வைத்திருந்தான். அவனுடைய கிட்டிப் புள் மற்றும் கிரிக்கெட் பந்து தாக்காத நபர்கள் கிட்டத்தட்ட யாருமே கிடையாது இரண்டு அக்ரஹாரங்களிலும். ஆரம்பித்து இரண்டு வருடங்களே ஆன ஜுபிலி நர்ஸரி பள்ளியின் வெளிச்சுவரில் அக்ரஹார வம்புகள் கரிக்கட்டை எழுத்திலும் கார்ட்டூன் போன்ற அறைகுறை ஓவியங்களிலும் அம்பலமாவதற்கு அவனே காரணம் என்று எல்லாரும் நம்பினார்கள்.

ஹிந்தி பண்டிட் ராமானுஜம் குடும்பத்தோடு ஊரை விட்டுப் போனதற்கு அவன் எழுதிய ஒரு சுவர்ச்செய்திதான் காரணம் என்று அக்ரஹாரமே திரண்டு டாக்டரிடம் சென்று முறையிட்டதும், இவனை அவர் உடனடியாக அழைத்து சபையில் ‘விசாரித்துக் கொள்ளுங்கள்’ என்று நிறுத்தியதும், நிமிர்ந்த நெஞ்சுடனும் நேர் கொண்ட பார்வையுடனும் விசாரணையை மருந்து எதிர்கொண்ட தீரமும், சம்பவத்தைப் பார்க்க நேர்ந்த யாருக்கும் மனத்தைவிட்டு அகலாது. இத்தனைக்கும் அவன் எட்டாம் வகுப்பில்தான் படித்துக் கொண்டிருந்தான்.

ஹிந்தி பண்டிட்டின் இரண்டாவது பெண் குறித்த தகவலுக்கான ஆதாரங்கள் ஊருக்கே தெரிந்தவை என்பது பற்றியும், நாலாவது பெண் பற்றிய செய்திகள் பரவுவதற்கு முன்னதாகவே அவர் வெளியேறியது அவருக்கே நல்லதுதான் என்றும் விரிவாகச் சொல்லி முடித்தான். தவிர, அந்தச் செய்தியை எழுதியது தான் இல்லை என்றும், தன்னுடைய யூகத்தில் இந்த மாதிரி வேலைகள் செய்யக்கூடியவர்கள் அக்ரஹாரத்திலேயே இன்னின்னார் என்றும் அவர்களின் பின்னணி மற்றும் முந்தைய லீலைகள் குறித்தும் விரிவாகப் பட்டியலிடத் தொடங்கினான் மருந்து.

பிரமாதமான உரை அது. ‘ஒரு சின்னப் பயல் என்ன போடு போடுகிறான்’ என்று அசந்து போய்க் கேட்டுக்கொண்டிருந்தார்கள் பலரும். சிலர் மட்டும் கையாலாகாமல் முறுமுறுத்தார்கள். ஆனால், யாருமே குறுக்கே பேசவில்லை. டாக்டர்மீது இருந்த மரியாதை அல்லது பச்சாதாபம் காரணமாய் இருந்திருக்கலாம். ஆனால், தனது உரையினுள் பொதிந்திருந்த நியாயமும் நேர்மையுமே காரணம் என்பது மருந்தீஸ்வரனின் கருத்து.

'ப்ரூட்டஸுக்கு எதிராகக் கூட்டத்தைத் திருப்பிய மார்க்கஸ் ஆன்ட்டனியின் உரைக்கு நிகரானது அது' என்று மருந்தீஸ்வரன் பெருமிதமாகச் சொன்னான் என்னிடம். கல்லூரிக்குள் புதிதாக நுழைந்திருக்கும் மாணவர்களுக்கான அறிமுகக் கூட்டத்தில் அவனை இனங்கண்டு ஓடிப்போய்க் கையைப் பற்றியபோது இதைச் சொன்னான். வாஸ்தவம்தான், பாதியிலேயே டாக்டர் முகம் சிவந்து வீட்டுக்குள் போய்விட்டார், கடைசிப் பகுதியில் கூட்டத்தின் முன்னணியில் நின்ற பலரும் தலையில் அடித்துக்கொண்டு நகர்ந்தார்கள். என்பதெல்லாம் இன்னமும் பசுமையாக எனக்கு நினைவிருக்கிறது என்று தெரிவித்தேன். அவன் அமர்த்தலாகச் சிரித்துக்கொண்டான்.

அவன் ஒருத்தன் இல்லாமலிருந்தால், மூட நம்பிக்கைகளில் என் இளமைக்காலம் கழிந்து வீணாயிருக்கும். ஸி ஆர் தாஸ் பூங்காவில் வேலியாக உள்ள படிப்புச் செடியின் ஓர் இலையைப் பாடப் புத்தகத்தில் வைத்துவிட வேண்டியது; அது வாடி மட்காமல் இருந்தால் அந்த வருடம் பாஸ். அல்லது, மயிலிறகின் ஒரு தூவி கிடைத்தால் அதைப் பாடப் புத்தகத்தில் வைக்கலாம்... அரைப் பரீட்சைக்குள் அது குட்டி போட்டுவிட்டால் ரிசல்ட் பற்றிக் கவலையே படவேண்டாம். இன்னொரு வழியும் இருக்கிறது. பிள்ளையார் எறும்பைப் பிடித்து முன்னங்கையில் விட்டுக்கொள்ள வேண்டும். அது நிற்காமல் ஓடிக்கொண்டேயிருந்தால் பாஸ். நின்று விட்டால் போச்சு.

> இதெல்லாம் வெட்டிக் கதெடா. நம்ம மூக்குப் பொடிச் செட்டியார் வீட்டு கேயார் ரமணி இம்புட்டும்தான் செஞ்சான். பத்தாம் கிளாஸ்லெ ஃபெயில் ஆயிறலையா?

என்று எனக்கு ஆறுதல் சொன்னவன் மருந்துதான். குட்டி போடாத மயிலிறகைப் பார்த்து மனம் வெதும்பி உட்கார்ந்திருந்தேன் அப்போது.

ரஹீம் தியேட்டர் தாண்டி மரத்தடியில் வீற்றிருக்கும் கைவெட்டி முனியசாமி கோயிலைக் கடக்கும்போது நாங்களெல்லாம் கைவீச மாட்டோம். ராணுவ வீரன் மாதிரி மிடுக்காகக் கைகளை வீசி நடப்பான் மருந்து. இப்படிப்பட்ட தீரனுடன் சேரக்கூடாது என்று எங்கள் வீடுகளில் கண்டிப்பார்கள். அவர்களுக்குத் தெரியுமா இவன் அருமை?

கல்லூரி முதல் நாளில் நேர்ந்த மறு சந்திப்பின்போது இதையெல்லாம் சொல்லிச் சிரித்துக்கொண்டிருந்தோம் இருவரும்.

அந்த மருந்து அல்ல இந்த மருந்து. கடைசியாகப் பிரிந்தபோது நாங்கள் எட்டாம் வகுப்பு முடித்திருந்தோம். புகுமுக வகுப்பில் சேர வந்த அன்று இவனைப் பார்த்தவுடன், முன்பின் பரிச்சயமில்லாத கல்லூரி வளாகம், நான் பிறந்து வளர்ந்த இடம் மாதிரி சுவாதீனமாகி விட்டது. ஆனால், முன்னமே தெரிந்த மருந்து, மிகப் புதிய ஆளாகி விட்டிருந்தான். ஏகப்பட்ட விஷயங்கள் படித்திருந்தான். வெகு நிதானமான ஆளாக மாறியிருந்தான். தைரியம் மாத்திரம் குறைய வில்லை. அமர்த்தலான பேச்சும்தான்.

இருவருமே முதல் வகுப்பில் தேறினோம். பட்டப் படிப்பும் அதே கல்லூரியில் சேர்ந்தோம். நான் வணிகவியல், மருந்து இயற்பியல். தினசரியும் சந்தித்துப் பேசுவோம் - ஒரு மணி நேரமாவது.

பிறகு நேரே ட்டீவியெஸ் நகருக்கு சைக்கிளில் பறப்பேன். உமாராணி யின் காதலில் நான் மூழ்கிக் கிடந்த நாட்கள் அவை. அதாவது. நான் காதலிலும், உமா தனக்கு ஒரு நல்ல அடிமை கிடைத்த சந்தோஷத்திலும்...

அவளுக்கு வரன் பார்க்க ஆரம்பித்த சமயத்தில், எங்களுக்கிடையில் நிலவியது காதலுமில்லை மண்ணாங்கட்டியுமில்லை - ஆழ்ந்த நட்பு மட்டுமே என்று உறுதியாகத் தெரிவித்தாள். திருட்டு முத்தங்கள் நட்புக்கணக்கில் சேர்த்தியா என்று கேட்க நினைத்து, கேட்காமல் விட்டுவிட்டேன். அதைரியம் அல்ல - லபித்த வரைக்கும் லாபம் என்ற நேர்நோக்குதான் காரணம். இடைக்காலத்தில் அறிமுகமாகியிருந்த கௌரி இன்னொரு காரணம்.

‘இன்றைக்கு ஒரு நாள் உமாவைப் பார்க்காவிட்டால் குடிமுழுகி விடாது. மனோவசியம் பற்றி உரையும் செய்முறையும் நிகழ்த்திக் காட்ட இருக்கிறவர் மிகப் பெரிய நிபுணர். தவறவிடக் கூடாத நிகழ்ச்சி’ என்று மருந்து வற்புறுத்தினான். ‘உமா என்னும் காந்தத்தின் ஈர்ப்பு அறியாமல் பேசுகிறானே இந்தப் பயல்’ என்று எனக்குப் பாவமாக இருந்தது.

> இது என்னமோ மேஜிக் ஷோ மாதிரித்தான்னு பிரகாஷ் சொன்னானே மருந்து?

என்று கேட்டேன்.

> அவன் ஒரு மடையன் சொன்னான்னு நீயும் கேட்டுக்கிட்டியாக்கும்? அதுசரி, மேஜிக் ஷோன்னா சாதாரணமா நினைச்சுட்டியா?

என்று ஒரு சம்பவத்தை விவரித்தான். கல்கத்தாவில் ஒரு மாயாஜால நிபுணர் இருந்தாராம். ஏதோ ஒரு வங்காளப் பெயர் சொன்னான். பத்தாயிரக்கணக்கில் கூடியிருந்த ஜனங்கள் முன்னிலையில் பயணிகள் நிரம்பிய ஒரு முழு நீள ரயிலையே சில நிமிடங்கள் மறைய வைத்தாராம் அவர். சம்பவம் தந்த பிரமிப்பைவிட, மருந்தின் உபகேள்வி வெகு சுவாரசியமாக இருந்தது.

> அந்த ரயில் காணாமப் போச்சில்லையா? அப்ப ரயிலுக்குள்ள இருந்த பிரயாணிகளெல்லாம் எங்கே இருந்திருப்பாங்க?

நாங்கள் இருவரும் காத்திருந்த கல்லூரிக் கலையரங்க வாசல் திடுமென மர்மமான இடமாக மாறியது எனக்கு.

இன்னொரு சம்பவமும் சொன்னான் மருந்து. ரிச்சர்ட் ஃபெயின்மேன் என்று ஒரு விஞ்ஞானி இருக்கிறார். மருந்தின் அபிமான இயற்பியல் கோட்பாட்டாளர். நோபல் பரிசு வாங்கியவர். தம்முடைய மாணவப் பருவம் பற்றிய ஒரு கட்டுரையில் இதேபோல ஒரு மனோவசிய நிகழ்ச்சிக்குச் சென்றதைப் பற்றி விரிவாக எழுதியிருக்கிறார்.

நிகழ்ச்சியின் இறுதிக் கட்டத்தில், மேடைக்கு வர விருப்பமுள்ள யாராவது ஒருவரை ஒரு செய்முறை நிகழ்ச்சிக்காகக் கூப்பிட்டிருக்கிறார் வசிய நிபுணர். ஃபெயின்மேன் எழுந்து சென்றாராம். இவரை வசியத்துக்குள்ளாக்கி, வலது புறங்கையில் தீக்குச்சியால் சுட்டிருக்கிறார் நிபுணர். இவர் சிரித்துக்கொண்டே இருந்தாராம். 'நடப்பதெல்லாம் வெறும் பாவனை மட்டுமே, இதில் மனத்தைப் பறிகொடுப்பதில்லை' என்று உறுதியாக இருந்தாராம். நிகழ்ச்சி முடிந்து இறங்கி வந்து பார்த்தால், கையில் தீச்சுட்ட காயம் இருக்கிறது!

எனக்கு ஃபெயின்மேனையும் அவருடைய முக்கியத்துவத்தையும் கொஞ்சமும் தெரியாது. ஆனால், இந்த நிகழ்ச்சியில் ஒரு சூட்சுமமான முன்னறிவிப்பு இருக்கக்கூடும் என்று தோன்றியது. என் பள்ளிக்காலத் தோழனான மருந்தீஸ்வரன் உலகப் புகழ்பெற்ற விஞ்ஞானி ஆவதற்கான வாய்ப்பு இருக்கிறதல்லவா. அந்த ஒரு கணத்தில், சமீபகாலமாக முகஞ் சுளிக்கும் உமாராணியைவிட ஆத்ம நண்பனுடன் ஒரு சாயங்காலத்தைச் செலவழிப்பதில் தவறில்லை என்று முடிவெடுத்தேன்.

நிகழ்ச்சி ஆறு மணிக்குத்தான். நாலு மணிக்கு வகுப்புகள் முடிந்து விடும். கல்லூரிக்கு எதிரிலுள்ள நாயர் கடையில் ஆளுக்கொரு சிகரெட் பிடித்துவிட்டுப் பேசிக்கொண்டிருந்தபோதுதான் முனியன் சொன்ன சமஸ்தானக் கதையை மருந்திடம் சொன்னேன். அவன் நார்ஸிஸஸ் கதையைச் சொல்லிவிட்டு,

இதேதானப்பா நம்ம கிளிமூக்கி கிரிஜாவுக்கும் நடந்தது.

என்றான்.

எனக்கு கிரிஜாவை ஞாபகமிருக்கிறது. அவளுக்கு என்ன நடந்தது என்று தெரிவதற்குள் நாங்கள் ஊரை விட்டுக் கிளம்பிவிட்டோம். அதற்கு முன்னால் கிரிஜா யாரென்று உங்களுக்குத் தெரிவிக்க வேண்டாமா?

மருந்தும் நானும் ஒரே பள்ளியில் ஒரு வருடம் படித்த, பெயர் சொல்ல இயலா ஊரில் தெற்கு வடக்கு என இரண்டு அக்ரஹாரங்கள் உண்டு. இணைகோடுகள் மாதிரிச் செல்லும் அவை இடைவெளி குறைந்து வந்து சந்திக்கும் கூர்முனையில் வாத்தியார் காம்ப்பவுண்ட் இருந்தது. பூர்விகத்தில் வி டி ஆர் என்ற வி டி ராமு ரெட்டியார் காம்ப்பவுண்ட். 'ஞானபீடம்' ஆரம்பப்பள்ளி ஆசிரியர்கள் மூவர் அங்கே நிரந்தரமாகக் குடியிருந்ததால் வாத்தியார் காம்ப்பவுண்ட் ஆகிவிட்டது.

அவர்களில் வயதிலும் பணிக்காலத்திலும் மூத்தவர் ரங்காச்சாரி. அவருடைய ஒரே மகள் கிரிஜா என்ற கிளிமூக்கி. கூர்மையான ரோமானிய நாசியின்மீது பொறாமை கொண்ட உள்ளூர்ப் பெண்கள் சூட்டிய பட்டப்பெயர் அது. உண்மையில் பேரழகி அவள்.

ஒடிசலான, நெடுநெடுவென்ற, உடம்பின் மத்தியப் பகுதியிலும் மேற்பகுதியிலும் மதர்த்து நடுவில் அநியாயத்துக்கு ஒல்லியான, சிற்ப வடிவம். ஒளி ஊடுருவுகிற மாதிரியான பளிங்கு நிறம். நாலைந்து பிறவிகளாகத் தாம்பூலப் பழக்கம் கொண்டவைபோலச் சிவந்த உதடுகள். அவ்வப்போது வசீகரமாகப் படபடக்கும் இமைகள்.

பால்யம் தீர்ந்து பதின்வயதில் அடியெடுத்து வைத்த காலகட்டத்தில் பார்க்கக் கிடைத்த பெண் பிம்பம் என்பதாலோ என்னவோ, அநியாயத்துக்கு அழகாய்த் தெரிந்தாள் எங்களுக்கு. ஊர் எல்லை முடிந்ததும் ஆரம்பிக்கும் பொட்டல்காட்டில் புதிதாய்த் துவக்கப்பட்ட ஒரே கட்டடம் கொண்ட கலைக்கல்லூரியில் முதல் வருடப் பட்டப் படிப்பு சேர்ந்திருந்தாள். ஆக, குறைந்தபட்சமாக எங்களைவிட ஐந்து வயது மூத்தவள். அழகை ரசித்து மயங்குவதற்கு வயதெல்லாம் ஒரு பொருட்டா என்ன?

தினசரி நாங்கள் பள்ளி செல்வதற்கு எதிர்த்திசையில் விடுவிடுவென்று நடந்து சென்று டவுன்பஸ்ஸேறிக் கல்லூரி செல்வாள். 'நாலைஞ்சு வருஷம் முன்னாலெ பிறக்காமெப் போனேனேடா'என்று புழுங்கி நாலைந்து கெட்டவார்த்தைகளை உதிர்த்துவிட்டுத் தொடர்ந்து நடப்பான் மருந்து.

இத்தனை கண் எரித்த திருஷ்டியினால்தான் கிரிஜாவுக்குத் தாய் தகப்பன் சரியாக அமையவில்லை என்று அம்மா ஒருநாள் கண்டுபிடித்தாள். அன்று சாயங்காலம் வழக்கம்போல எங்கள் கொல்லையில் பவளமல்லி பறிக்க வந்தாள் கிரிஜா. வழக்கத்துக்கு மாறாக, அம்மாவிடம் கொஞ்சநேரம் பேசிக்கொண்டிருந்துவிட்டுப் போனாள். பேசினாள் என்பதைவிட அழுதாள் என்பதுதான் சரி.

அக்ரஹாரங்களின் மறுமுனையில் ஒரு சிவன் கோவிலும் பெருமாள் கோவிலும் அடுத்தடுத்து இருந்தன. பெருமாள் கோவில் வாசலில் பூக்கடை மற்றும் காலணிகளைப் பாதுகாக்கும் இடமாக ஒரு மடக்கு மேஜையும் நாற்காலியும் உண்டு. அதன் உரிமையாளருக்கு வலது காலுக்கு பதிலாக, தோல் மூடிச் சூம்பிய ஒரு கோல் இருந்தது. அக்குளில் இடுக்கிய மூங்கில் கழியை ஊன்றி எங்களைவிட வேகமாகப் பாய்ந்து நடக்கக்கூடியவர். முரட்டு மீசை உள்ளவர்.

அவர்தான் கிரிஜாவின் பிரச்னைக்குக் காரணம். தினசரி இவள் காலையில் போகும்போதும், சாயங்காலம் திரும்பும்போதும் வழி மறிக்கிறாராம். தன்னைக் கல்யாணம் செய்துகொள்ளும்படி திரும்பத் திரும்ப மன்றாடுகிறாராம்.

'அவளுடைய அப்பாவிடம் சொல்லவேண்டியதுதானே' என்று மருந்திடம் கேட்டேன் மறுநாள். ரங்காச்சாரிக்கு மூன்று பிரதான கவலைகள் இருந்தன என்று அவன் விளக்கினான். ஒன்று, புகையிலை. இரண்டாவது, தினசரியும் கிளப்பில் சென்று சீட்டாடுதல். மூன்றாவது, பஸ் ஸ்டாண்டில் பிரம்மாண்டமான லாட்டரிச் சீட்டுக் கடை வைத்திருக்கும் மீசைக்காரருடன் தம்முடைய மனைவிக்கு உள்ள உறவை மறக்கக் குடிக்க வேண்டும். 'நிஜமாகவே அப்படி ஒரு உறவு இருக்கிறதா மருந்து?' என்று ஆவலாகக் கேட்டேன் 'அது ரங்காச்சாரிக்கும் அவர் பொண்டாட்டிக்கும்தானே தெரியும்?" என்று அவன் கபடமாகச் சிரித்தான்.

எந்நேரமும் சிடுசிடுவென்று இருக்கிற ரங்காச்சாரி வாத்தியார்மீது எனக்கு இனம்புரியாத பரிவு ஊறியது. அதைவிடவும் அதிகமான பரிவு கிரிஜாவின்மீது.

> மூஞ்சிலெ அடிச்ச மாதிரி நாலு வார்த்தெ பேசிருடி குட்டீ. தன்னாலெ விலகிப் போயிடுவன்.

என்று என் அம்மா ஆலோசனை சொன்னபோது கிரிஜா என்ன பதில் சொன்னாள் தெரியுமா?

> அவர் எதானும் கெட்டவார்த்தையோ, முரட்டுத்தனமாவோ பேசினாத் திரும்பத் திட்டிடலாம் மாமி. ரொம்ப டீஸண்ட்டா, பிரியமாப் பேசறார். கல்யாணம் பண்ணிக்கோன்னு கெஞ்சறார். நாலு வார்த்தைக்கி ஒரு வார்த்தெ நீ ரொம்ப அழகா இருக்கேங்கறார். என்ன பதில் சொல்றது சொல்லுங்கோ?
>
> நீ அழகாத்தானேடீ குட்டி இருக்கே?

என்றாள் அம்மா. வெட்கத்தால் முகம் சிவந்து சிரித்தாள் கிரிஜா. கண்ணில் முட்டி நின்ற கண்ணீருடன் அவள் மலர்ந்து சிரித்தபோது பேரழகியாய் இருந்தாள். அவளை 'அக்கா' என்று குறிப்பிட வேண்டிய அபாக்கியவானாய்ப் போனோமே என்று என்னை நானே நொந்துகொண்டேன்.

அந்த கிரிஜாவைத்தான் சொல்கிறான் மருந்து. மிகுந்த ஆர்வத்துடன் கேட்டேன்:

சொல்லு சொல்லு. அவளுக்கு என்ன ஆச்சு?

என்ன ஆச்சு பெரிசா? அந்தப் பூக்கடைக்காரனோடெ ஊரை விட்டே ஓடிட்டா.

அட!

தேவதானப்பட்டி காமாட்சியம்மன் கோவில்லெ திருட்டுக் கல்யாணம். வைகை டாம் கெஸ்ட் அவுஸிலே திருட்டு சாந்தி முகூர்த்தம்...

மருந்து சிரித்தான். இத்தனை வருடம் கழித்தும், இவ்வளவு வாசிப்பும் அறிவும் கூடியும், இன்னமும் உள்ளுக்குள் ஒரு புகைச்சல் இருப்பது அந்தச் சிரிப்பில் தெரிந்தது... ஆறு மாதம் கழித்துப் புடைத்த வயிறுடன் கிரிஜா திரும்பி வந்தபோது, மறுபேச்சுப் பேசாமல் வாத்தியார் குடும்பம் அவளை ஏற்றுக்கொண்டதாம். மருமகனையும்தான்.

...சண்டாளி, இன்னமும் அழகா ஆயிருந்தாடா.

என்று முடித்துவிட்டு,

...வா. டைம் ஆயிருச்சு.

என்று கலையரங்கத்தின் மேல்தளத்தை நோக்கி நடந்தான் மருந்து.

சுமார் அறுநூறு எழுநூறு மாணவர்கள் கூடியிருந்த அவை என்பதற்கான அறிகுறியே இல்லை. கடும் நிசப்தம். சுற்றிலுமிருந்த ஜன்னல்களின் அடர்நீலத் திரைகள் முற்றாக இழுத்து விடப்பட்டு உருவாகியிருந்த இருளில் மேடை மட்டும் பிரகாசமாய் ஒளிர்ந்தது.

பென்ஸில்வேனியா பல்கலைக்கழகத்தின் உளவியல் துறைப் பேராசிரியரான ரால்ஃப் ஷ்னைடர், ஆறடி உயரம் இருந்தார். சரளமான ஆங்கிலத்தில் உரை நிகழ்த்தினார். உரிய இடங்களில் புன்னகை வரவழைக்கிற, மிகமிக நேரடியான, சிறு சிறு உண்மைச் சம்பவங்கள் கொண்ட, அந்த உரையின் சாரம் இதுதான்.

1. மனித மனம் மூன்றடுக்குச் சல்லடைகளால் ஆனது. ஒவ்வொரு அடுக்கிலும் தேங்கும் படிவுகள் போக சாரமான நுண்மைகள் அடுத்த தளத்துக்கு வடிந்து வண்டலாகத் தேங்கும்.

2. ஆழ்தளத்தில் இருக்கும் மூன்றாவது அடுக்கில் தலைமுறை தலைமுறையாக நூறு நூறு ஆண்டுகளாகத் தொடர்ந்து வண்டல் படிந்து வரும். அதைத் தீண்டுவதோ அதன் செய்திகளை வாசித்தறிவதோ அறிவியல் முறைகளின் சக்திக்கு அப்பாற்பட்டது. அது தானாய்ப் பீறிட்டெழும் பட்சத்தில் கட்டுப்படுத்தும் முறைமைகளும் அவ்வளவு இலகுவானவை அல்ல.

3. இரண்டாம் மூன்றாம் சல்லடை அடுக்குகள் மேல் தளத்தைச் சார்ந்தவை. ஒன்று வெளிப்படையானது. மற்றது, ரகசியமானது. உதாரணமாக, தவறு செய்துவிட்ட குழந்தையை தவறு செய்துவிட்டான் என்று பிரம்பால் அடிக்கிறீர்கள். குழந்தை மனத்தின் மேல் அடுக்கு, நேரடியாகப் புரிந்துகொள்கிறது - தவறு செய்தால் அடிவிழும் என்று. இது உடனடிப் பதிவு. இரண்டாவது அடுக்கு புரிந்துகொள்ளும் விதமே வேறு. நிரந்தரமான பதிவுகளின் தொகுப்பிடம் அது. மேற்சொன்ன உதாரணத்தில், 'யாராவது தவறு செய்தால் அடிக்க வேண்டும்' என்று குறித்துக்கொள்ளும் அந்த அடுக்கு.

4. மேல் அடுக்குகள் இரண்டும் பெரும்பாலும் ஒன்றுக்கொன்று எதிராக இயங்குபவை. முதலாவது அடுக்கு விடுக்கும் கட்டளைகளுக்கு நேர் எதிராகச் செயல்படும் விழைவு ஒன்றை இரண்டாவது அடுக்கு பிறப்பித்தவாறே இருக்கும். உதாரணமாக, குடி சிகரெட் அதீதக் காம வேட்கை போன்ற காலம் தாண்டிய தொற்றுகளில் மேல்மனம் 'வேண்டாம்' என்று முடிவெடுத்த பிறகும் ஒருவர் அவற்றிலிருந்து விடுபட முடியாமலே போவதற்கு இந்த எதிர்நிலைச் செயல்பாடே காரணம். அதாவது, நீங்கள் நினைப்பதற்கு எதிராக நீங்களே செயல்படுவீர்கள்.

5. எளிமையாக விளக்குவதென்றால், மேல் அடுக்கு உடனடி நிகழ் காலத்திலும், இரண்டாம் அடுக்கு அந்தத் தனிமனத்தின் இறந்த காலத்திலும், மூன்றாவது அடுக்கு மனித குலத்தின் இறந்த காலத்திலும் வேர் ஊன்றியிருப்பவை.

இந்தக் கடைசி ஷரத்து, அதுவரை துலக்கமாகப் புரிந்துவந்த சகலத்தையும் புரியாத தொலைவில் கொண்டுபோய் விட்டுவிட்டு வந்தது. லேசாகத் தலைவலிக்கிற மாதிரி உணர்ந்தேன்.

தொடர்ந்து பேராசிரியர் பேசிய பல வாக்கியங்கள் என் தலைக்கு மேலாக மிதந்து சென்றன. அவ்வளவு பெரிய அரங்கத்தில் இருந்த காற்றோட்டம் முற்றிலுமாகக் காணாமல் போனது. நாற்காலியில் அமர்ந்து ஊன்றிய என் கால்களில் சிறு நடுக்கம் தோன்றியிருந்தது. இதற்கு கலையரங்கத் தரை மரத்தால் ஆனது காரணமா இல்லை என்னுடைய பிரமையா என்று நிதானிக்க முடியவில்லை. தவிர, இவையெல்லாம் ஒரே விஷயத்தின் பல்வேறு திரிகளா தனித்தனி விஷயங்களா என்று நான் குழம்பித் தெளிவதற்கு முன்பாக மருந்து எழுந்து நின்று கையைத் தூக்கியிருந்தான்.

தன்னுடைய மணிப் பர்ஸையும் கைக் கடிகாரத்தையும் என்னிடம் ஒப்படைத்துவிட்டு மேடையை நோக்கி நடந்து போனான்.

சுமார் ஐம்பது நாற்காலிகளைத் தாண்டி இருந்த மேடை, மருந்து நடந்து செல்லும்போது விலகிக்கொண்டே போய் சில நூறு மைல் களுக்கு அப்பால் நிலைகொண்டது.

பேராசிரியர் இவனைக் கைகுலுக்கி வரவேற்றார். இருவரும் உபசாரமாகப் பேசிக்கொண்ட நாலைந்து வாக்கியங்கள் பொருளற்ற கரகரப்பாக ஒலிபெருக்கியில் ஒலித்தன. மருந்து அவர் சுட்டிய நாற்காலியில் அமர்ந்தான். சபையினருக்குத் தென்பட்ட பக்கவாட்டுத் தோற்றத்தில், சற்றுப் புடைத்த, நன்கு விறைத்த, நாற்காலியில் ஒட்டிய பலகைபோலத் தெரிந்தான் மருந்து.

பேராசிரியர் அவனிடம் தொடர்ந்து பேசிக்கொண்டேயிருக்கிறார். மருந்து பதில் சொல்லி வருகிறான். இவருடைய நீண்ட வாக்கியங்களுக்கு அவன் சின்னஞ்சிறு சொற்களால் பதில் தருகிறான். கொஞ்சநேரம் கடந்தது... இப்போது பேராசிரியர் சின்னஞ்சிறு சொற்களை உதிர்க்கிறார். மருந்து நீளநீளமாகப் பேசுகிறான். மேடை விளக்குகள் மங்கிக்கொண்டே செல்கின்றன.

மருந்து எழுந்து ஒலிவாங்கிக்கு அருகில் வருகிறான். பேராசிரியரும் நெருங்கி வருகிறார். மேல் கோட்டுப் பையிலிருந்து ஒரு தீப்பெட்டியை எடுத்துத் திறந்தவாறு அவர் சொல்கிறார்:

திரு. மருண்டிஷ்வர், நான் உங்கள் கையில் நெருப்பால் சூடு வைக்கப் போகிறேன்.

ரொம்ப சந்தோஷம் பேராசிரியர் அவர்களே. உங்களால் என்னை ஒருபோதும் ஏமாற்ற முடியாது. உங்கள் கையில் இருக்கும் பனிக்கட்டிக்கும் தீப்பெட்டிக்கும் வித்தியாசம் தெரியாத மடையன் அல்ல நான்.

அந்த சண்டாளப் பேராசிரியர் தீக்குச்சியை உரசுகிறார். சபை விக்கித்த மௌனத்தில் உறைந்திருக்கிறது. கவிந்திருக்கும் நிசப்தத்தின் அழுத்தம் வெகுவாக அதிகரித்துவிட்டது.

தீக்குச்சியின் கனன்றெரியும் நுனியை மருந்தீஸ்வரனின் வலது புறங்கையில் வைக்கிறார். அவன் குளிர் தாங்காமல் கிளுகிளுப்பவன் போல நெளிந்து சிரிக்கிறான். பேராசிரியர் சபையை நோக்கிக் கண் சிமிட்டுகிறார்.

நன்றி, திரு. மருண்டிஷ்வர். உங்கள் இடத்துக்குத் திரும்பிப் போகலாம்.

நன்றி. பேராசிரியர் அவர்களே.

மருந்து மேடையின் விளிம்பை நோக்கி நகர்கிறான்.

ஒரு நிமிடம், நண்பரே.

என்கிறார் பேராசிரியர். இவன் நின்று திரும்பிப் பார்க்கிறான்.

தாங்கள் வந்த வழியே செல்ல வேண்டியதில்லை. இடது ஓரமாக நடந்து வந்தீர்கள் அல்லவா? இப்போது சபையின் மைய ஓடையில் திரும்பிச் செல்லலாம்.

மன்னிக்க வேண்டும் பேராசிரியர் அவர்களே. உங்கள் பசப்பு வார்த்தைகளில் நான் ஒருபோதும் மயங்க மாட்டேன். உங்களுடைய ஒரு சொல்லுக்கும் அடிபணியாமல் இந்த மேடையிலிருந்து இறங்கிப்போவேன்.

என்று சொல்லிக்கொண்டே, சபையின் மையத்தில் உருவாகியிருந்த ஓடையின் வழியாகத் திரும்பி வருகிறான் மருந்து. கூட்டம் உற்சாகமாகக் கரவொலி எழுப்புகிறது. பேராசிரியரும் கைதட்டுகிறார். இந்தக் கிறுக்கன் மருந்தீஸ்வரனும் கோலாகலமாகக் கைதட்டிக் கொண்டே நடந்து வருகிறான்.

என் அருகில் வந்து அமர்கிறான். புறங்கையில் தீச்சுட்ட காயம் ஒரு ரூபாய் நாணயம் விட்டத்துக்கு.

இதற்குள் சபையில் கூடியிருந்தவர்களின் பொறுமைக்கும், தன்னுடைய உரைக்கு ஒரு உயிருள்ள உவமானத்தை நிகழ்த்திக் காட்டுவதற்கு நிசப்தமாக இருந்து உதவிய அவர்களது ஒத்துழைப்புக்கும் நன்றி கூறி முடித்திருந்தார் பேராசிரியர்.

அரங்கத்தின் விளக்குகள் ஒரே சமயத்தில் எரிந்தன. உறக்கத்தின் மத்தியில் திடீரென விழிப்புத் தட்டிய மாதிரி இருந்தது.

மருந்து எழுந்து நின்று சோம்பல் முறித்தான். நானும் எழுந்து நின்றேன். என்னுடைய சட்டைப்பையையும், கால்சராய்ப் பைகளையும் அமுக்கிப் பார்க்கிறேன், கை நுழைத்துத் துழாவிப் பார்க்கிறேன்...

ம்ஹும்...

என்ன தேடுறே?

என்றான் மருந்து.

உன்னோடெ மணிப்பர்ஸையும் வாட்ச்சையும்.

அது ஏது உன்கிட்டே?

போகும்போது நீதானே குடுத்துட்டுப் போனே?

நான் எங்கே போனேன்?

மேடைக்கு?

எலே, கனவு கினவு கண்டயா என்ன? நான் உன் பக்கத்திலேயே தானே உட்கார்ந்திருந்தேன்?

எனக்குள் ஒருவிதமான பீதி பரவியது.

அட, இந்தப் பயல் மேடைக்குப் போகவில்லை என்றே வைத்துக் கொள்வோம், எனக்கு இடது பக்கம் உட்கார்ந்திருந்த மாணவன் மேடையில் யாரைப் பார்த்திருப்பான்?

அகநாழிகை, அக்டோபர் 2009

நான்காவது கனவு

யோசித்துப் பார்க்கும்போது, அமானுஷ்யம் என்று ஒன்றே கிடையாதோ என்று தோன்றுகிறது. சென்னையின் புறநகர்த் தெருவில் நடந்தவாறு, காதோரம் உள்ளங்கையில் எதையோ வைத்துக்கொண்டு, சற்றே சித்தம் பிறழ்ந்தவன்போலத் தனக்குத்தானே உரத்துப் பேசிக்கொண்டு போகும் தன் பேரன் வாஸ்தவத்தில் அமெரிக்காவிலுள்ள அவனது பேரனுடன் உரையாடுகிறான் என்று அறுபதுகளின் கடைசியில் அமரராகிவிட்ட என் தாத்தா இப்போது பார்த்தால் நம்புவாரா?

அல்லது, என் அத்தையை எடுத்துக்கொள்ளுங்கள். அவள் பெயர் வனஜாட்சி. இளம் வயதிலேயே கணவரை இழந்தவள். ஒரே மகன் பட்டாளத்தில் இருந்தான். இன்னும் மணமாகியிராதவன். '71 பாக்கிஸ்தான் யுத்தத்தின்போது அத்தை எங்கள் வீட்டுக்கு வந்திருந்தாள் - என்னுடைய தாத்தா திவசத்துக்கு ஆசாரச் சமையலில் உதவி செய்ய. அவள் வந்த மறுநாள் வெள்ளிக்கிழமை காலை எங்கள் வீட்டுச் சுவரில் தொங்கிய முகம் பார்க்கும் கண்ணாடி தவறி விழுந்து நொறுங்கியது. என்னுடைய அம்மா கண்ணாடிச் சில்லுகளை ஒற்றியெடுக்கச் சாணி உருண்டை தேடிப் போனாள். நியாயமாக அந்த வேலையைச் செய்ய விரைபவள் அத்தையாகத்தான் இருக்கும் - அவளோ நெஞ்சைப் பிடித்துக்கொண்டு உட்கார்ந்திருந்தாள்.

உத்தரத்தைப் பார்த்து நிலைகுத்தின விழிகளிலிருந்து கரகரகர வென்று கண்ணீர் ஊற்றியது. என்னுடைய அப்பா அவளருகில் சென்று தோளைத் தொட்டு,

என்னாச்சு வனஜீ?

என்று கேட்க முனைந்தார்.

போயிட்டாண்டா, என் ஒத்தெப் பிள்ள போயிட்டாண்டா.
என்னை ஒத்தெ மரமா நிக்க விட்டுட்டுப் போயிட்டாண்டா.

என்று குமுறி அழுதாள் அத்தை. நீண்ட நெடுங்காலமாகக் கைம் பெண்ணாய் இருந்துவரும் அவளுக்கு ஏதோ காரணத்தால் திடீரென்று மரை கழண்டுவிட்டது போலிருக்கிறதே என்று நாங்களெல்லாம் கவலைப்பட்டோம்.

ஆனால், சரியாக மறுநாளைக்கு மறுநாள் மிலிட்டரியிலிருந்து தந்தி வந்து சேர்ந்தது. கிழக்குப் பாக்கிஸ்தானில் வைத்து லட்சுமணன் - அதுதான் வனஜா அத்தையின் மகன் - எதிரியின் பீரங்கி வெடியில் அகப்பட்டுச் சிதறிவிட்டான் என்று சொன்னது. தேசசேவைக்கு மகனை அர்ப்பணித்த தாய்க்குத் தன் மரியாதையையும் ஆறுதலையும் தெரிவித்திருந்தது இந்திய அரசாங்கம்.

எங்களுக்கானால் ஆச்சரியம் தாங்கவில்லை. அது என்ன மாதிரி யான தொலைத்தொடர்பு என்று புரியவும் இல்லை... எதற்கு இவ்வளவும் சொன்னேன் என்றால், ஒரு தலைமுறைக்கு அமானுஷ்ய மாகத் தெரிவது இன்னொரு தலைமுறைக்கு நடைமுறையான விஷயமாக இருக்கிறது என்பதற்காகத்தான்.

நான் யார் என்றே சொல்லாமல் என் யோசனைகளை மட்டுமே சொல்லிக்கொண்டு போகிறேன், இல்லையா? அதன் காரணமாக, திடும்மென்று ஆரம்பித்து நான் சொல்லிவரும் விஷயங்களில் லேசாகப் புகை மூட்டம் படர்கிறது, இல்லையா? என்னைப் பற்றிய தகவல்களைச் சொல்லியபிறகும், நான் சொல்லப்போகிற விஷயத்தை விஸ்தாரமாகச் சொல்லி முடித்த பிறகும், தற்போது நிலவும் இதே குழப்பம் தொடர்வதற்கான வாய்ப்பு மிகப் பிரகாசமாக இருக்கிறது.

இத்தனை வருஷம் கழித்து எனக்கே சற்றுக் குழப்பமாகத்தானே இருக்கிறது.

நான் சுந்தரேசன். தற்போது வயது அறுபத்தொன்று. விற்பனைப் பிரதிநிதியாகத் தொடங்கி, அகில இந்திய நிறுவனமொன்றின் நிர்வாக இயக்குநர் பதவி வரை உயர்ந்தவன். சென்ற வருடம்தான் ஓய்வு பெற்றேன். முதன்முதலில் கர்நாடகத்தில் உள்ள ஒரு மதுவடிப்பு நிறுவனத்தில் வேலைக்குச் சேர்ந்தேன். பிறகு சர்வதேச மென்பான நிறுவனம். அதன் பிறகு சிகரெட் நிறுவனம். கடைசியாக வேலை பார்த்த நிறுவனம் போதைப் பாக்குக்குப் பெயர் பெற்றது. இன்றைக்கு இந்தியா முழுவதும் இளைஞர்கள் சதா மென்றுகொண்டும் துப்பிக்கொண்டும் இருக்கிறார்கள் என்றால் அதில் என்னுடைய பங்களிப்பு கணிசமானது.

வாழ்நாள் முழுவதும் லாகிரி வஸ்துக்களை விற்று வந்திருக்கிறேனே தவிர, அவற்றில் எதையும் நான் ருசி பார்த்ததுகூடக் கிடையாது.

> எங்க சுந்தரம் மாதிரி ஒர்த்தனைப் பார்க்க முடியாது. பாக்குத் துண்டு பல்லுலெ படாதே என் தங்கத்துக்கு.

என்று இருபத்தைந்து வருடத்துக்கு முன் காலமாகிவிட்ட என் அம்மா அடிக்கடி சொல்வாள். பிதுர்லோகத்திலிருந்து பார்க்கும்போதும் அவள் என்னை எண்ணிப் பெருமைப்படத்தான் செய்வாள் என்று நம்புகிறேன். இந்த மாதிரி நம்பிக்கைகளுக்கும், நான் 'மிஸ்ட்டர். டீட்டோட்டல்'ராக - அப்படித்தான் என் கடைசி நிறுவனத்தின் உபதலைவர் ஏ கே ஸின்ஹா என்னை அழைப்பார் - இருப்பதற்கும் நேரடித் தொடர்பு ஏதாவது இருக்கிறதோ என்னவோ?

ஆனால், எனக்குப் பிடித்தமான லாகிரி வேறு ஒன்று இருந்தது. தொழில் சார்ந்து ஊர் ஊராக அலையத் தொடங்கியவன் நான். பதவி உயர்ந்தபோது மாநிலம் மாநிலமாகத் திரிந்தவன். ஏழெட்டு முறை வெளிநாடுகூடச் சென்று வந்திருக்கிறேன், ஸிலோன் மாலத்தீவு சிங்கப்பூர் பங்களாதேஷ் நேப்பாளம் என்கிற மாதிரி. அந்த நாட்களில், போகிற இடமெல்லாம் பரிச்சயமாகிற மனிதர்கள் விதவிதமான சம்பவங்களைக் கதைபோலச் சொல்வதைக் கேட்பதில் அலாதியான போதை எனக்கு.

சொன்னால் வியப்பீர்கள், யாருக்குமே சொல்வதற்கு ஒரு பேய்க் கதையோ பாம்புக்கதையோ இருக்கிறது. அல்லது பரம்பரைப் பெருமைக் கதை. மேற்சொன்ன எதுவும் இல்லையா, ஒரு

ராஜாராணிக் கதை நிச்சயம் உண்டு. வேற்றுமொழி பேசும் அயல் பிரதேசத்தில், எந்த நேரமும்,ஏதோவொரு அவமானம் உங்களுக்காகக் காத்திருக்கிறது. அதற்குத் தன்னை சதா ஆயத்தப்படுத்திக்கொண்டு இருக்கும் மனத்தில் சன்னமான பீதி நிரந்தரமாக இருக்கும். மேற்படிக் கதைகளைக் கேட்பது என்னை நடைமுறை அன்றாடத்திலிருந்து விலக்கிக் காப்பதோடு, கதைசொல்லியின் மனத்தில் என் சம்பந்தமாக ஒரு நம்பிக்கையையும் இதத்தையும் உருவாக்கிவிடும்.

நான் கேட்ட கதைகள் யாவற்றையும் விடாமல் என் நாட்குறிப்பில் பதிவு செய்துவந்திருக்கிறேன். சமீபத்தில் என் சிநேகிதன் ஒருவனிடம் அதைக் காண்பித்தபோது, அவன் வெகுவாக ஆச்சரியப்பட்டான். கதைகளில் குவிமையம், செய்தியென்றெல்லாம் எதுவும் இல்லா விட்டாலும் சுவாரசியத்திற்குக் குறைவில்லையென்றும், நான் கேட்டவிதமாக மட்டும் கதைகளை எழுதாமல் சொந்தச் சரக்காகச் சில வர்ணனைகள் சில வாக்கியங்களைச் சேர்த்திருப்பதால் இவற்றுக்கு ஒரு தனித்தன்மையும் சமச்சீர்மையும் உருவாகியிருப்பதாகவும், இளம் வயதில் எழுதியவை என்பதால் மொழியில் ஒரு முறுக்கும் விறுவிறுப்பும் இருப்பதாகவும், தமிழில் தற்சமயம் எழுத்தாளர்களின் எண்ணிக்கையைவிடப் பதிப்பகங்களின் எண்ணிக்கை அதிகமாய் இருக்கிறபடியால் என் குறிப்புகளை ஒரு புத்தகமாகப் போடுவது எளிது என்றும் சொன்னான்.

அவனுடைய ஏற்பாட்டின்படி, மேற்படிக் கதைகளை மாநிலவாரி யாகப் பிரித்துப் புத்தகமாகப் போட ஒரு பிரசுர நிறுவனம் முன் வந்திருக்கிறது. நான் காலவரிசையில் அடுக்கலாம் என்றிருக்கிறேன், அதாவது நான் அவற்றைக் கேட்ட கால வரிசையில்.

ஆரம்பித்த இடத்திலிருந்து வெகுதூரம் தள்ளிப் போய்விட்டேன் என்று நினைத்துவிட வேண்டாம், நான் கூறிய முதல் பத்தியின் பின்னணியில் இன்னொரு விஷயம் மிக முக்கியமானது. சமீபத்தில் பொழுதுபோகாமல் என் நாட்குறிப்பை வரிவிடாமல் வாசித்துக் கொண்டு உட்கார்ந்திருந்தபோதுதான் நானே இதைக் கண்டுபிடித்தேன்.

அதாவது, இந்தியாவின் புகழ்பெற்ற அரசியல் கொலைகள் நடைபெற்ற நாட்களிலெல்லாம் நான் வேறு மாநிலங்களில் இருந்திருக்கிறேன் என்பதை.

ரயில்வே அமைச்சராக இருந்த லலித் நாராயண் மிஸ்ரா சமஷ்டி பூரில் வெடிகுண்டு வைத்துத் தகர்க்கப்பட்டபோது நான் பீகாரிலேயே இருந்தேன். ஜர்னெய்ல் சிங் பிந்தரன்வாலேயைக் கொல்ல ராணுவம் பொற்கோயிலுக்குள் நுழைந்தபோது மத்தியப் பிரதேசத்தின் குவாலியரில் இருந்தேன். தமது பாதுகாவலர்களால் திருமதி.காந்தி கொல்லப்பட்ட தினத்தில் வங்காளத்தின் 24 பர்கானாஸ் மாவட்டத்தில். அவருடைய மகன் சஞ்சய் காந்தி விமான விபத்தில் இறந்த நாளில் மேகாலயாவில். ஸ்ரீபெரும்புதூரில் ராஜீவ் காந்தி கொல்லப்பட்ட மறுநாள் ஆந்திரத்தின் கடப்பைக்கு அருகே ஒரு கிராமத்து ரயில் நிலையத்துக்கு வெளியே நாள்முழுவதும் தடுத்துவைக்கப்பட்ட ரயிலில் இருந்தேன். இப்படி ஒரு விசித்திரமான பிரயாணத்திட்டத்தை எனக்கு வகுத்துத் தந்த கரம் மானுடக் கரமாக இருக்க சாத்தியமே இல்லை.

நாட்குறிப்பைப் படித்துவந்தபோது, கடப்பையில் - உண்மையில் கடப்பை தாண்டி, எர்ரகுண்ட்லாவும் தாண்டி, பிறகு வந்த சிறு நிலையத்தையும் கடந்தபிறகு வந்த கிராமத்தின் வெளிவிளிம்பில் - சந்தித்த அல்லூரி வெங்கடேச ராவ் சொன்ன கதை அழுத்தமாக நெஞ்சில் வந்து அமர்ந்தது. அதைத்தான் இப்போது சொல்லப் போகிறேன்.

அன்று அதிகாலையில் கடப்பையைத் தாண்டிக் கொஞ்சநேரம் ஊர்ந்த ரயில் திடீரென்று வேர் பிடித்த மாதிரி நின்றது. ஓட்டுநரும் கார்டும் ரயில் இப்போதைக்கு நகராது என்ற தகவலையும் அதற்கான காரணத்தையும் பெட்டிபெட்டியாக அறிவித்துக்கொண்டு சென்றார் கள். நாள் முழுவதும் நகராதிருக்கும் ரயில் பெட்டிக்குள் சும்மா உட்கார்ந்திருப்பது சாதாரண விஷயமில்லை. மே மாத வெய்யில் கனக்கத் தொடங்கும்போது, ரயில்பெட்டி கொதிக்கும் இட்லிக் கொப்பரையின் உட்புறம்போல வெம்மை கொள்ளும். முந்தின இரவு நமக்கு நண்பராகிய அயல்மாநிலத்துக்காரரை மறுநாள் காலையில் விரோதியாக்குகிற அம்சங்கள் பெருகத் தொடங்கும்.

போக்கிடம் இல்லாமல் நின்றுகொண்டிருக்கும் ரயிலுக்குள் சிறை யிருக்கும் பயணிகளுக்கு சாப்பாடு முதல் எல்லாமே பிரச்சினையாகி விடும் இல்லையா, அக்கம்பக்கத்து ஜனங்கள் திடீர் வியாபாரி

களாவார்கள். அவசரத் தயாரிப்பின் அவல ருசியும் அளவுப் பற்றாக் குறையும் எச்சில்தொட்டி நாய்கள்போல அடித்துக்கொள்ள வேண்டி வருவதும் ரயில் பயணிகளுக்குள் தீராத குரோதத்தை விளைவிக்கும்.

தவிர, வேறு வழியேயில்லாமல் நாற்பது ஐம்பது முகங்களைத் திரும்பத்திரும்பப் பார்த்துக் கொண்டிருக்கும்போது அந்தரங்கமான, விதவிதமான, கொலைவெறிகள் கூடிவிடும். தண்ணீர் காலியாகிவிட்ட கழிவறை சொந்த உடல்மீதே அசாத்தியமான வெறுப்பை உண்டாக்கும். குழந்தைகள் சலிக்காமல் அழும் ஒலி சதா கேட்டவாறிருக்கும்.

ரயிலைவிட்டு இறங்கி நடக்கத் தொடங்கினேன்.

பொதுவாகவே, கல் விளையும் பூமி அது. விதவிதமான அளவுகளில் தகடுகளாக வெட்டியெடுக்கும்போது விளிம்புகளில் சேதமுற்ற கல் பலகைகள் சிதறிக் கிடந்தன. கண்ணுக்கெட்டியவரை ஆகாயத்தில் செருகிக்கிடக்கும் புகைப்போக்கிகள் கொண்ட சிமெண்ட்டுத் தொழிற்சாலைகள் மண்டிய பிரதேசம். காலடியில் நிரநிரக்கும் மண்ணில் சாம்பல் நிறம் பூத்திருந்தது.

பாறைகள் வெடிவைத்துத் தகர்க்கப்பட்ட பெரும் பள்ளங்கள். கிணறுகள்போல ஆழம் கொண்ட அவற்றின் படுகையில் பாசிபடர்ந்த மழைத்தண்ணீர்மீது மேலும் தூசிகள் சென்று அடர்வது வெறும் கண்ணுக்கே தெரிந்தது. தரையையொட்டிக் கிடந்த அழுக்குத் தண்ணீரைக் குடிக்க இறங்கிச் சென்றிருந்த மைனா ஒருமுறை தலை நிமிர்த்தி என்னைப் பார்த்தது. கணவனும் மனைவியும்போலத் தென் பட்ட சக பயணிகள் இருவர் என்னை விரைந்து கடந்தார்கள். அந்தப் பெண் ஒரு புதரின் பின் அவசரமாக ஒதுங்கினாள். அவன் அசட்டுப் பார்வையுடன் காவலுக்கு நின்றான்.

ரயிலின் சாந்தத்தில் ஏதாவது சலனம் இருக்கிறதா என்று திரும்பித் திரும்பிப் பார்த்துக்கொண்டே நடந்து சென்றேன். மெல்ல வேகம் எடுத்த காற்றில் வறட்சியும் வெம்மையும் போட்டிபோட்டுக் கொண்டு உயர்ந்தன. சிறிய தோட்ட வீடு போன்ற ஒன்று கண்ணில் தட்டுப்பட்டது. ஆலமரம்போல அகலித்து வளர்ந்த பிரம்மாண்டமான வேப்பமரத்தின் நிழலில் சாவகாசமாக நின்றிருந்த வீடு.

அங்கேதான் வெங்கடேச ராவைச் சந்தித்தேன்.

கடப்பைக் கல் கழிவுகளைச் செங்கற்கள்போல உபயோகித்துக் கட்டப்பட்ட குடில் அது. வாசலில் சிறு கீற்றுக்கொட்டகை போட்டிருந்தது. கொட்டகைக்குள் இரண்டு மர பெஞ்ச்சுகள். வெளியில், மெருகேற்றப்பட்ட ஏகப்பட்ட கல் பலகைகள் சார்த்திக் கிடந்தன. அவற்றில் பொறிக்கப்பட்ட எழுத்துக்கள் பிடிமானமேயற்று அந்தரத்தில் தொங்கின. நேர்கோடுகளே இல்லாத லிபி கொண்டது தெலுங்கு மொழி என்று ஒரு அபிப்பிராயம் தோன்றியது.

எனக்குத் தெலுங்கு வாசிக்கத் தெரியாது. ஆனால், மிக சரளமாகப் பேசவும் புரிந்துகொள்ளவும் முடியும். மெல்லின ஓசைகள் நிறைந்ததும், பல சந்தர்ப்பங்களில் மூக்கால் பேசுகிறார்களோ என்று தோன்ற வைக்கிறதுமான மொழியை சங்கீதத்துக்கான சிறப்புமொழி என்று காலங்காலமாகச் சொல்லிவருகிறார்களே, இதற்கெல்லாம் என்ன அடிப்படை என்று ஒரு சந்தேகம் உண்டு எனக்கு. வெங்கடேச ராவ் பேசுவதைக் கேட்டபிறகு, இந்த மாதிரியான மூத்தோர் கூற்றுகளில் சட்டென்று புலப்படாத ஒருவகை ஞானம் ஒளிந்திருப்பது தெரியவந்தது.

தொழில் காரணமாக ஆந்திரா முழுவதும் மூன்று வருடங்கள் சுற்றியலைந்திருக்கிறேன். கர்நூல் என்னுடைய தலைமையிடமாக இருந்தது அப்போது. தவிர, மார்க்கெட்டிங் துறையில் என்னுடைய அபார வளர்ச்சிக்கு புதிய பாஷைகளை விரைவாகக் கற்றுக்கொள்ளும் திறமையும் ஒரு காரணம் என்று என் முன்னாள் உபதலைவர் ஸின்ஹா பாராட்டுவார். ரூபாய் நோட்டில் போட்டிருக்கும் மொழிகள் பலவற்றிலும் என்னால் சரளமாகப் பேச முடியும். சொன்னால் நம்ப மாட்டீர்கள், உத்தரப் பிரதேசத்தின் ஒரு பகுதியில் மைதிலி என்ற பாஷை பேசுவார்கள். அதில்கூட என்னால் சகஜமாக உரையாட முடியும்.

கொட்டகைத் தூணாக நின்ற மூங்கில் கழிகளில் சார்த்தியும் தரையிலும் கிடந்த பலகைகள் பலவும் பெயர்ப்பலகைகள். எழுத்துக்கள் பிசிறில்லாமல் பொறிக்கப்பட்டிருந்தன என்பதுபோக,

அவற்றின் அமைப்பில் ஒரு நேர்த்தியும் சுற்றிலுமிருந்த அலங்கார வேலையில் நூதனமான வடிவங்களும் இருந்தன. இவ்வளவு தேர்ந்த கைவேலைக்காரன் இப்படி ஒரு அத்துவான வெளியில் வந்து குடியிருக்கிறானே, வாடிக்கையாளர்கள் எங்கிருந்து வருவார்கள் என்று ஆச்சரியமும் ஆதங்கமும் ஒரே சமயத்தில் தோன்றின. குடிலின் பின்புறம் இருந்த கிணற்றின் உறைச்சுவரையொட்டிக் கிளம்பிய வண்டிப்பாதையின் தடம் முடியும் இடத்தில் உயர்ந்திருந்த நாலைந்து காரைக்கட்டடங்கள் சிறு நகரொன்று அண்மையில் இருப்பதற்கான தடயம் அறிவித்தன. என் முதுகுப்புறம் யாரோ செருமும் ஒலி கேட்டது.

என்ன வேண்டும்?

சற்றுக் கிறீச்சிட்ட குரல்தான். வயதான மனிதர். பல நாட்களாக மழிக்கப்படாத முகத்தில் முள்முள்ளாகப் படர்ந்திருந்த வெண்முடிகள். பஞ்சு வெண்மையில் அடர்த்தியாக இருந்த தலைமுடி. மீசை கிடையாது. தாடைவரை இறங்கியிருந்த வெண் கிருதா. ஆனாலும் முகச் சருமத்திலும் முன்னங்கைகளிலும்கூட சுருக்கங்கள் எதுவும் இல்லை. சாம்பல் நிற விழிகள் பார்வையை அகற்றவொட்டாமல் ஈர்த்தன.

சும்மாத்தான் பார்த்துக்கொண்டிருக்கிறேன். வியாபார விஷயமாக வரவில்லை.

அதுதான் தெரிகிறதே. அந்த ரயிலிலிருந்து இறங்கி வந்தவர்தானே?...

அசட்டுத்தனமாகச் சிரித்து வைத்தேன்.

...அதனால்தான் கேட்டேன், சாப்பாடா தண்ணீரா, என்ன வேண்டுமென்று!

கொஞ்சம் தண்ணீர் கொடுங்கள்.

பாதுகாக்கப்பட்ட குடிதண்ணீர் சீசாக்கள் புழக்கத்துக்கு வராத காலகட்டம் அது. பெரியவர் வாய் அகண்ட ஒரு தாமிரப் போணியில் தண்ணீர் கொண்டுவந்து கொடுத்தார். ரயிலில் கிடைத்த தண்ணீர்போல இல்லை அது. புத்துணர்ச்சியும் மென்மையும் நிரம்பிய குளிர்நீர். என் ஆச்சரியத்தைக் கவனித்தவர்போல,

மண்பானைத் தண்ணீர்.

என்று புன்னகைத்தபடி குடிலின் உட்புறம் கையைக் காட்டினார். தண்ணீரில் ஏதோ வேர் போட்டிருப்பதாகச் சொன்னார். தெலுங்கு வேர். சரியாகப் புரியவில்லை.

குடிலின் வாசலைப் பார்த்தபோது இரண்டாவது ஆச்சரியம் தொற்றியது. அதன் உள் ஷரத்தாக, இத்தனை நேரம் இதை எப்படிக் கவனிக்காமல் விட்டேன் என்று ஒரு உப ஆச்சரியமும் கிளர்ந்தது.

நிமிர்ந்து நின்றிருந்த ஆளுயரச் சிலை ஒன்று.

வெண் பளிங்கினால் ஆன சிலை. இந்தப் பிரதேசத்தில் கிடைக்கும் கற்கள் படிவக் கற்கள் அல்லவா? முதிராத பாறைகள், சிற்பம் செய்ய லாயக்கற்றவை, என்றல்லவா சொல்வார்கள்? எனக்கு சிற்பத்துக்கும் சிலைக்கும் வித்தியாசம் தெரியாது. அல்லது இரண்டும் ஒன்றுதானா என்பதுகூடத் தெரியாது. என்றாலும், அசந்தர்ப்பமாக அந்த இடத்தில் நின்றுகொண்டிருக்கும் சிலையை அருகில் சென்று பார்க்கத் தோன்றியது. பெரியவரிடம் அனுமதி கேட்டேன்.

தாராளமாய்.

என்றார் அவர்.

முழுமையாக விளைந்த ஒரு ஆணுடம்பின் சிற்பம் அது. பொதுவாக, கோவில் சிற்பங்களில் உள்ள திருத்தமும் நேர்த்தியும் சமகால நபர்களை வடித்த சிலைகளில் இருக்காதல்லவா? அசல் நபரின் தொலைதூர நகல் மாதிரிக்கூட இல்லாத, பஞ்சுமிட்டாய் நிறங்களில் வர்ணம் பூசப்பட்ட, சிமெண்ட் பொம்மைகளை எத்தனை கிராமங்களில் பார்த்திருக்கிறேன். அவற்றின் காரணமாக உருவாகும் அரசியல் தகராறுகளையும் வெட்டுக் குத்துகளையும் சாமான்யர்கள் உயிரிழப்பதையும் எத்தனை செய்திகளில் படித்திருக்கிறேன்.

இந்தச் சிற்பம் அப்படியில்லை. அதன் வடிவத்திலும் திருத்தத்திலும் ஒரு புராணிகத் தன்மை இருந்தது. இந்த நாள் ஆச்சரியங்களின் தினம் போல என்று ஒரு கணம் தோன்றியது. அந்த வாலிபன் தன் வலது கையில் ஒரு சுத்தியலையும் இடது கையில் உளியும் வைத்திருந்ததுகூடப் பெரிய ஆச்சரியம் இல்லை, அவனுடைய கண்கள் உயிருள்ள கண்கள் போலவே என்னைப் பார்த்தன

என்பதுதான் பேராச்சரியம். விலகி நின்று வேறு கோணத்தில் பார்த்தபோதும் அவனுடைய கண்களின் வெண்ணிறக் கருவிழிகள் என்னைப் பார்த்தன. விழிகளில் சலனமெதுவும் இருக்கிறதோ என்று ஒரு சந்தேகம் உதித்தது. மின் அதிர்ச்சிபோல அச்சம் என் முதுகுத் தண்டில் தாக்குவதை உணர்ந்தேன். தவறான இடத்தில் வந்து வேண்டாத வேலையில் இறங்கி விட்டேனோ?

பரவாயில்லையே. ஒரு பார்வையில் கண்டுபிடித்துவிட்டீர்களே?

முதுகுப்புறம் கிறீச்சிட்ட குரல் மிகப்பெரிய ஆறுதலாக இருந்தது. திரும்பிப் பார்த்தேன். நான் என்ன கண்டுபிடித்தேன் என்று இவர் கண்டுபிடித்தார்?

இந்தச் சிற்பத்தின் சிறப்பே அதுதான். எந்த இடத்திலிருந்து பார்த்தாலும் அது நம்மைப் பார்க்கிற மாதிரி இருக்கும். ஏன் தயங்கி நிற்கிறீர்கள்? இன்னும் கிட்டச் சென்று பார்க்கலாம். அது சிற்பம்தான். ஒன்றும் செய்துவிடாது...

குலுங்கிக் குலுங்கிச் சிரித்தார்.

இன்னும் அருகில் சென்றேன். நெருங்கிப் பார்க்கும்போது இன்னமும் தீர்க்கமாக ஆகியது சிற்பம். மார்பின் குறுக்கே ஓடிய பூணூலின் புரிகள் துலக்கமாகத் தெரிந்தன. சிங்கத்தின் பிடரிபோன்று தோளில் படர்ந்திருந்த கேசத்தின் ஒவ்வொரு இழையும் துல்லியமாய்த் தெரிந்தது. ராஜஸ்தானிய பாணி உருமாலில் துணி மடிப்புகளும் சுருக்கங்களும் குச்சத்தின் நுனிப் பிசிறுகளும் தத்ரூபமாய் இருந்தன. கண் இமைகளின் முடிகள் ஒவ்வொன்றும் தனித்தனியாக நீட்டிக்கொண்டிருப்பதைப் பார்த்தபோது மூச்சுத் திணறியது எனக்கு. பளிங்கின் நிறமில்லாமல் இயல்பான நிறங்கள் மட்டும் இருந்திருந்தால் உயிருள்ள ஒரு ஆள் உறைந்து நிற்கிறான் என்றே நம்பியிருப்பேன்... பெரியவரிடம் கேட்டேன்.

யார் செதுக்கிய சிற்பம் இது?

செதுக்கியதா?

என்று கேட்டார். ஆழமாக இழுத்து ஒரு பெருமூச்சு விட்டார். ஏதோ ஞாபகம் வந்தமாதிரி உதட்டோரம் சிறு முறுவல் உதித்தது.

நான் ஒன்றும் தவறாகக் கேட்டுவிடவில்லையே?

அட. அதெல்லாம் இல்லை. இந்தச் சிற்பத்தின் கதை பெரியதாயிற்றே.

தொலைவில் மரவட்டையின் பிரேதம்போல நின்றிருந்த ரயிலை ஒருமுறை பார்த்தார்.

...அது இப்போதைக்குக் கிளம்பாது. உட்காருங்கள். சாவகாசமாகச் சொல்கிறேன்.

என்றவாறு குடிலின் உள்ளே சென்று திரும்பினார். ஒரு கையில் பருத்த சுரைக்குடுக்கையும், மறு கையில் ஒருவர் மட்டும் அமர்கிற மாதிரி சதுரமான கோரைத் தடுக்கும் கொண்டுவந்தார். தரையில் உட்கார்ந்து கொட்டகையின் தூணாக நின்ற கழியில் சாய்ந்துகொண் டார். தமக்கெதிரில் தடுக்கைப் போட்டு என்னை அமரும்படி சைகை காட்டினார்.

குடுக்கையின் தக்கையைத் திறந்தவுடன் உறைந்து பல நாட்களாய்க் காடியேறிய ஊளைமோரின் புளிப்பு மணம் கொட்டகை முழுவதும் நிரம்பியது.

கொஞ்சம் கள் சாப்பிடுகிறீர்களா?

என்று என்னை நோக்கி நீட்டினார்.

பழக்கமில்லை...

என்று தலையசைத்த மாத்திரத்தில், அவர் மனம் புண்பட்டுவிடக் கூடாதே என்று அவசரமாய்ச் சொன்னேன்.

...வாசலில் உள்ள பலகைகள் நீங்கள் பொறித்ததா? பிரமாதமாக இருக்கின்றன.

அவர் பெருமிதமாகச் சிரித்துக்கொண்டார்.

சும்மாவா? நான் பிறந்த வம்சத்தின் பெருமை அல்லவா அது? இதோ நிற்கிறாரே, இவர் யார் தெரியுமா?...

மூலையில் நின்ற சிற்பத்தை மோவாயால் சுட்டிக்காட்டினார். இதற்குள் நாலைந்து மிடறுகள் அருந்தவும் செய்திருந்தார். பேசுவதற்காக வாய்திறக்கும்போது இன்னும் விசையுடன் புளிப்பு பீறியது.

...கர்நாடகத்தில் ஒரு ராஜாவின் ஆஸ்தான சிற்பியாக இருந்தவர். இருபது தலைமுறைக்கு முன் என்னுடைய மூதாதை.

ஏயப்பா. பல நூறு வருஷம் ஆகியிருக்குமே. அவருடைய சிலைதானா இது?

அவசரப்படாதீர்கள். அதை நிதானமாகச் சொல்ல வேண்டும் என்றுதானே இதை எடுத்துவந்திருக்கிறேன்.

குடுக்கையைச் செல்லமாகத் தட்டினார். மெல்ல மெல்ல அவர் கண்கள் சிவந்து வந்தன. கொஞ்சமும் தடுமாறாத மொழியில், ஏற்கனவே பலதடவை சொல்லி ஒத்திகை பார்த்துக்கொண்டதுபோன்ற நிதானத்தில், தான் காண்கிற கனவை காணும்போதே அடுத்தவருக்குச் சொல்கிறமாதிரிக் கிறக்கத்தில் சொல்லிக்கொண்டே போனார்.

இதுபோல ஆழ்ந்து கதை சொன்ன பலபேர் என் முகத்தைத் திரை போலப் பாவித்து அதில் தெரியும் காட்சிகளை எனக்கே எடுத்துச் சொல்கிறவிதமாக என்னை உற்றுப் பார்ப்பதை ரசித்து அனுபவித்தி ருக்கிறேன். இவர் கதை சொல்லும்போது என் முகத்தை ஊடுருவிப் பார்த்தபடி சொன்னார். எனக்குப் பின்புறம் வேறெங்கோ தற்சமயம் நடந்து கொண்டிருக்கும் உண்மைக் கதை போலும் அது.

...கர்நாடகத்தில் ஒரு ராஜா என்று சொன்னேனே, அது எந்த ராஜா, எந்தக் காலகட்டம் என்று சொல்வதற்கு எனக்கு அதிகாரம் இல்லை. எங்கள் வம்சம் வெகு கறாராகக் கடைப்பிடித்து வரும் ரகசியம் அது. ஊரையும் பேரையும் சொன்னால் தீராத சாபம் பிடித்துவிடும். தெற்குக் கர்நாடகத்தில் ஒரு பிரம்மாண்டமான சிவன் கோயிலைக் கட்ட ஆரம்பித்தார் அந்த ராஜா.

என் மூதாதை - அதுதான் இங்கே நிற்கிறாரே, அவர் - அந்தச் சமயத்தில்தான் கர்நாடகம் வந்து சேர்ந்தார். அவருடைய பூர்விகம் ராஜஸ்தானம். கல் தச்சர்கள் பரம்பரை. குடும்பத்தவரோடு ஏதோ பிணக்கு ஏற்பட்டு வெளியேறிவிட்டார். அப்போது இருபத்தோரு வயது அவருக்கு. தனியராகவும், கைவசம் சாமான் மூட்டை எதுவு மின்றியும் தம் முன்னால் வந்து நின்ற வாலிபனைப் பலவாறாகக் கேள்விகள் கேட்டு இவர் ஒரு சிற்பி என்று அறிந்துகொண்டார்

ராஜா. கோவில் பணியில் சில சில்லறை வேலைகளைக் கொடுத்தார். இவருடைய வேகமும் திறமையும் ஒரே வாரத்தில் வெளிப்பட்டுவிட்டதாம். உடனடியாக, பெரிய வேலைகளை இவர்வசம் ஒப்படைத்தார்.

குறிப்பாக, கோவிலில் விழா மண்டபத்தின் முகப்பில் நிறுத்துவதற்கான பெண் சிலை. பொதுவாக, அந்தக் காலகட்டத்தில் கருங்கல் அல்லது மாக்கல்லில்தான் சிற்பங்களைச் செதுக்கிவந்தார்கள். நமது சிற்பி ராஜஸ்தானத்தைச் சேர்ந்தவரல்லவா? வெண்பளிங்கில் வடிக்க முடிவெடுத்தார். ஆனால், கல்லைத் தேர்ந்தெடுக்கத் தம் பூர்விக ராஜ்யத்துக்குப் போக மறுத்துவிட்டார்.

ராஜாவின் ஏற்பாட்டில் ராஜஸ்தானத்திலிருந்து தரமான கற்களைத் தேர்வு செய்துகொண்டு வருவதற்கு நாற்பத்திரண்டு சிற்பிகள் கொண்ட ஒரு குழு ராஜஸ்தானம் புறப்பட்டுச் சென்றது. அவர்களுக்குப் பதினைந்து நாள் பாடம் சொல்லிக்கொடுத்தாராம் நமது சிற்பி. அறுபது யானைகள் சுமந்து வந்த பளிங்குக் கற்கள் கர்நாடகம் வந்து சேர்வதற்கு மூன்று மாதங்கள் பிடித்தன. அதுவரை ஓய்வெடுத்துக்கொண்டிருந்த சிற்பி, கற்களைப் பொறுப்பெடுத்துக்கொண்ட மாத்திரத்தில் பிசாசுபோல இயங்க ஆரம்பித்தார்.

உசிதமான கல்லைத் தேர்ந்தெடுக்க மட்டுமே ஒரு மாதம் ஆகிவிட்டதாம். தினசரியும் காலையில் கற்கள் குவிக்கப்பட்டிருக்கும் திடலில் வந்து ஒவ்வொரு கல்லையும் அங்குலம் அங்குலமாகத் தட்டி அதன் நாதத்தைக் கேட்டுக்கொண்டிருப்பாராம். முடிவாக ஒரு கல்லைத் தேர்ந்தெடுத்தார். அன்றாடம் நீராடிவிட்டு வந்து அதன் முன்னால் உட்கார்ந்து தியானத்தில் ஆழ்ந்துவிடுவாராம். சரியான முகூர்த்த நாள் ஒன்று பார்த்து, சிற்பப் பணி ஆரம்பித்தது.

ராப்பகலாக வேலை. அவருக்குத் தாம்பூலம் தரிக்கும் வழக்கம் உண்டு. பிரம்மச்சாரி என்பதால் சுயம்பாகமாகச் சமைத்துச் சாப்பிடுபவர். பலநாட்கள் வேலை மும்முரத்தில் தாம்பூலம் தவிர வேறெதுவும் சாப்பிடாமலே பொழுது கழிந்துவிடுமாம். சுபாவமாகவே பிறருடன் அதிகம் உரையாடல் எதுவும் வைத்துக்கொள்ளாத தனிமை விரும்பி. இந்த வேலையை ஏற்றுக்கொண்டதன் பிறகு பேச்சு இன்னமும் குறைந்துவிட்டது.

இவருக்குத் தனியாக ஒரு விஸ்தாரமான குடில் அமைத்துத் தரச் செய்தார் ராஜா. தாமே சமைத்துச் சாப்பிடுகிறார் என்று கேள்விப் பட்டு, 'இனி அது தேவையில்லை, தினமும் அரண்மனையிலிருந்தே ஆசாரமான சாப்பாடு வந்து சேரும்' என்று ஏற்படுத்தினார். இரவில் இவர் உறங்கும்போது விசிறுவதற்காக இரண்டு பணிப்பெண்களை அமர்த்தித் தந்தார். ஓரிரு நாட்கள் கழித்து 'இந்தப் பெண்கள் வர வேண்டியதில்லை' என்று சிற்பி கூறிவிட்டாராம். யாராவது பார்த்துக்கொண்டிருக்கும்போது உறக்கம் தன்னியல்பாக வந்து கவிய மறுக்கிறது என்று காரணம் சொல்லியிருக்கிறார்.

கற்கள் வந்து சேர்ந்த நாட்களிலேயே, ராஜாவின் ஒரே மகளான ராஜகுமாரி தினசரி வந்து வேடிக்கை பார்க்க ஆரம்பித்தாள். ஒருமுறை ராஜகுமாரி சிற்பியிடம் கேட்டாள்:

சிற்பம் செதுக்குவதற்கான கல்லை எப்படித் தேர்ந்தெடுக்கிறீர்கள்?

அது ரொம்ப சுலபம் அம்மா. நாம் தேடும் சிற்பம் எந்தக் கல்லுக்குள் ஒளிந்திருக்கிறது என்று கண்டுபிடித்துவிட்டால் போதும்.

சிற்பியின் பதில் கொஞ்சமும் புரியவில்லை அவளுக்கு. ஆனால், அவருடைய கண்களைவிட்டுப் பார்வையை விலக்கிக்கொள்ளவும் முடியவில்லை.

ஓ... வேலை தொடங்குவதற்கு முன்னால் நாட்கணக்காக தியானத்தில் அமர்ந்தது எதற்காக?

சுற்றிப் போர்த்தியிருக்கும் பாறைத் திப்பிகளைத் தட்டி உதிர்ப்பதற்கு சிற்பத்தின் அனுமதியை வேண்டித்தான்.

இந்தவிதமாக அவ்வப்போது உரையாடிக்கொண்டு, சேடியர் கொண்டு வந்த அலங்கார நாற்காலியில் அசையாமல் அமர்ந்து பார்த்துக்கொண்டிருப்பாள். அவள் வேடிக்கை பார்ப்பது சிற்பத்தையா சிற்பியையா என்பது பெரும்பெரும் சர்ச்சையையும் தர்க்கத்தையும் விவாதத்தையும் ராஜ்யம் முழுவதும் ஏற்படுத்தியதாம்...

புதிதாக வந்த ஒருவனுக்கு இவ்வளவு சௌகரியமும் அங்கீகாரமும் கௌரவமும் கிடைப்பது சக சிற்பிகளுக்குள் பொறாமையை ஏற்படுத்தத்தானே செய்யும்? தலைமைச் சிற்பியாய் இருந்த கிழவர் இதை ஒரு விநோதமான வழியில் தீர்த்துக்கொள்ள முடிவெடுத்தார். ராஜஸ்தானத்திலிருந்து வந்த கற்களில் நமது சிற்பி வேண்டாம் என்று ஒதுக்கிய ஒன்றை எடுத்துத் தாம் ஒரு சிலை செய்யத் தொடங்கினார்.

அவர் செதுக்கிய சிலை வேறெதுவுமில்லை, நமது சிற்பியின் உருவம்தான். பெண் சிற்பம் உருவாகி முடியும் நாளில், தாம் வடிக்கும் சிலையையும் முடித்துவிடும் திட்டத்துடன் வேகமாக வேலை பார்த்துவந்தார். ஆனால், இந்த வேலை மிக ரகசியமாக நடந்துவந்தது; நமது சிற்பியின் வேலைபோல பகிரங்கமாக அல்ல.

ஆரோக்கியமான தாய் வயிற்றில் வளரும் சிசுவைப்போல பெண் சிற்பம் நன்கு வளர்ந்து வந்தது. ராஜகுமாரி அரண்மனை திரும்பும் நேரமும் தாமதமாகி வந்தது. ஓரிரு இரவுகள் குடிலிலேயே தங்கவும் செய்தாள்.

> ஒரே சிற்பத்தை எவ்வளவு நேரம் அம்மா பார்த்துக் கொண்டிருப்பாய்?

என்று ராஜாகூட மகளைச் சற்றுக் கோபமாகக் கேட்டாராம்.

> ஒரே ராஜ்யத்தை எவ்வளவு காலமாக ஆண்டுகொண்டிருக் கிறீர்கள்?

என்று பதிலுக்குக் கேட்டாளாம் மகள். அவள் இப்படியெல்லாம் கேட்கக்கூடியவளே அல்ல. சிற்பியின் சகவாசம்தான் காரணமோ என்று மனம் புழுங்கியிருக்கிறார் மன்னர்...

ஆயிற்று, சிலைக்கு நாளைக் காலை கண்திறக்க வேண்டியதுதான் பாக்கி.

முந்தின நாள் இரவில் சில உற்பாதங்கள் தோன்றின. வெகுநாட்களாக ஆகாயத்தில் உலவிவந்த வால்நட்சத்திரம் சடாரென்று உதிர்ந்தது. பார்வையற்ற காக்கை ஒன்று குடிலின் வாசலில் ஓயாமல் பிலாக்கணம் வைத்தது. அதை விரட்டியடிக்கும் விதமாக நாலைந்து கோட்டான்கள் விடாமல் அலறின. இரவு முழுவதும் மார்கழி

மாதத்துக்குச் சம்பந்தமேயற்ற வெக்கை நிலவியது. குடிலின் மூலையில் இருந்த எண்ணெய் விளக்கின் அருகே கொடியில் காய்ந்த வஸ்திரமொன்று காற்றுக்கு அசைந்து தீப்பற்றியது. இரவுச் சாப்பாட்டுக்காக அரண்மனையிலிருந்து வந்திருந்த அன்னத்தில் பல்லி விழுந்து இறந்து கிடந்தது. குடிலின் உத்தரத்தில் புதிதாகக் குடி வந்திருந்த மரப்பல்லி இரவு முழுவதும் துர்ச்சொல் உதிர்த்த வண்ணமிருந்தது. சிற்பி கை மறதியாய் வெற்றிலையில் தடவிய சுண்ணாம்பு அபரிமிதமாக அளவு கூடி வாய் வெந்துபோயிற்று.

ஆகாயத்தில் பரவிவிட்ட இரவையும் அதன் இருள் அடர்த்தியையும் தன் தனிமையையும் வெறித்துக்கொண்டு உறக்கம் பிடிக்காமல் உட்கார்ந்திருந்தார் சிற்பி. வெக்கை முற்றியபோது ஆயாசம் தாங்காமல் கண்கள் தாமே மூடிக்கொண்டன. உறக்கத்தினுள் வழுக்கினார்.

முதல் ஜாமம்

முதலாம் ஜாமம் ஆரம்பித்து ஒரு நாழிகை சென்றபின் ஒரு கனவு வந்தது. வழக்கமாகக் கனவுகளில் நிலவுவதுபோன்ற சாம்பல் நிற வெளிச்சம் இல்லை. கோடை நாளின் உச்சிப்பொழுது போன்ற ஒளி. கண்களை முழுக்கத் திறந்து பார்க்க இயலாதபடி பார்வை கூசியது.

தன் எதிரில் நிற்பது சிற்பம் அல்ல, உயிருள்ள தேவதை என்று கண்டு சிற்பி அதிர்ந்தார். முந்தைய கணத்தில் உளியும் சுத்தியும் திறந்து வைத்த கண்களை முழுசாக மலர்த்திச் சிரித்தாள் அந்த மந்திரக்கன்னி. நேற்றுவரை உறைந்திருந்த சிரிப்பில் இல்லாத ஒரு கபடம் தற்போதைய சிரிப்பில் கூடியிருப்பதைக் கவனித்தார் சிற்பி. கண்களும்கூட, தான் திறந்துவைத்த விதமாக இல்லாமல், அகலம் அதிகரித்திருப்பதைக் கண்டார். அவை அவ்வப்போது இமைக்கவும் செய்தன.

வெக்கையின் ஊடாக திடீரென்று ஒரு குளிர்ந்த காற்றலை ஊடுருவிச் சென்றது. திகைப்பின் காரணமாக மூடிய சிற்பியின் கண்கள் மீண்டும் திறந்தபோது சிலை பீடத்தைவிட்டுக் கீழே இறங்கி வந்திருந்தது.

அது நின்ற நிலையும் அதன் கன்னச் சதையின் துடிப்பும் நீட்டிய கைகளில் இருந்த பரபரப்பும் அதன் நோக்கத்தை வெளிப்படையாகத் தெரிவித்தன. தன் மார்பின் குறுக்காக இரண்டு கைகளையும் கோத்துக் கட்டிக்கொண்டு நிமிர்ந்து பார்த்தார் சிற்பி.

என்னம்மா வேண்டும் உனக்கு?

நீர்தான்.

தயக்கமில்லாமல் பதிலளித்தாள் சிற்பக் கன்னி. தீவிரமான யோசனை போல மௌனத்தில் அமிழ்ந்தார் சிற்பி. கண்களை மறுபடியும் மூடிக்கொண்டார். கண்களின் உட்புறம் எதையோ நிகழ்த்திப் பார்க்கிறவர் மாதிரி இமைகளுக்கடியில் விழிகள் உருண்டன. சில நிமிடங்கள் கழித்து கனிவான குரலில் பதிலிறுத்தார்.

அது முறையல்ல அம்மா.

ஏன்?

கல்லிலிருந்து உன்னைப் பிறப்பித்தவன் நான்தான். ஆகவே, உனக்குத் தகப்பன் ஸ்தானம். உன்னை என் மகளாகத்தான் பார்க்கிறேனே தவிர, பெண் உடம்பாகப் பார்க்க முடியாது.

உளறுகிறீர். கல்லிலிருந்து என் **வடிவத்தைத்தான்** உருவாக்கினீர். **கல்லை** நீர் உருவாக்கவில்லை. தவிர, என் உடம்பு பற்றிச் சொன்னீரே...

ம்.

மிக அருகிலிருந்து உம்முடைய உடம்பை அன்றாடம் பார்த்து வந்திருக்கிறேன் அல்லவா...

இன்று காலைதானே உன் கண்களைத் திறந்துவிட்டேன்?

...கண்ணை மூடிப் படுத்திருக்கும்போது உம் அருகில் யாராவது வந்தால் உம்மால் உணர முடியாதா?

வாஸ்தவம்தான்.

உம் மீது கிளர்ந்த மோகத்தின் கிறக்கம் தாளாமல்தான் இறங்கி வந்திருக்கிறேன். நான் பார்த்துப் பார்த்து மோகித்த அந்த உடம்பை ஒருமுறை தழுவி இன்புற்றாக வேண்டும் எனக்கு.

தொடர்ந்து உரையாடல் போய்க்கொண்டேயிருந்தது. சிற்பியின் சுண்டுவிரல் நகம்கூட சிற்பக் கன்னியின்மீது படவில்லை. விவாதத்தின் உச்சத்தில் அவர் முடிவாகச் சொன்னார்.

> பாறையுடன் சம்போகம் செய்யும் திராணி எனக்கு இல்லை அம்மா.

என்று சொல்லிவிட்டுச் சிரித்தார். அவள் அடிவயிற்றிலிருந்து சாபமிட்டாள்.

> என்னைச் சிலை என்றுதானே பரிகசிக்கிறீர். அடுத்த பிறவியில் நீரும் சிலையாக இருக்கக் கடவீர். அப்போதுதான் புரியும் என் தகிப்பு.

மீண்டும் சிற்பமாக உறைந்தாள் அவள்...

உடல் விதிர்த்து விழித்துக்கொண்டார் சிற்பி. படுக்கையிலிருந்து எழுந்து உட்கார்ந்தார். ஆகாயத்தை அண்ணாந்து பார்த்தார். யதேச்சையாக வந்த குட்டிமேகத்துக்குப் பின்னால் மறைந்து கொண்டாலும் நிலாவின் வெளிச்சம் அது இருந்த இடத்தைச் சுற்றிலும் வெகுதூரத்துக்கு ஆதிக்கம் செலுத்தியிருந்தது. இருளின் ரகசியத்துடன் ஓயாமல் கண்சிமிட்டிப் பேசிக் கொண்டிருந்த நட்சத்திரங்கள் விநோதமான ஏக்கத்தைக் கிளர்த்தின. வெற்றிலைப் பையை எடுத்துத் திறந்தார். தாம்பூலம் தந்த கிறுகிறுப்பு தனிமைக்கு மிக இதமான துணையாக இருந்தது. எழுந்து சென்று சக்கையைத் துப்பிவிட்டுத் திரும்புகிறார், சிலை தம்மையே வெறித்துப் பார்த்துக் கொண்டிப்பதை உணர்ந்தார். முதுகில் பூரான் ஓடுகிற மாதிரி ஒரு குறுகுறுப்பு. மேகத்தை விட்டு வெளியே வந்திருந்த நிலா பளீரிட்டது. சிற்பம் கேட்டதைக் கொடுத்திருக்கலாமோ? என்று ஒருகணம் சிந்தை தயங்கியது.

வாசலில் இருந்த மூங்கில் படலை யாரோ திறக்கிற மாதிரி சப்தம் கேட்டது. பாதசரங்கள் ஒலிப்பது போலவும், அவற்றின் ஒலி மிகவும் பரிச்சயமானதுபோலவும் தோன்றியது. இந்த நேரத்தில் யார் வரப்போகிறார்கள், பிரமையேதான் இது என்று சமாதானம் கொண்டு கண் கிறங்கினார்.

இரண்டாம் ஜாமம்

விட்ட இடத்திலிருந்து தொடர்வதுபோல, அதே கனவு மீண்டும் வந்தது. இந்த முறை மிகப் பெரிய வித்தியாசம் ஒன்று நேர்ந்துவிட்டிருந்தது...

கண் திறந்த சிலையின் முகம் ராஜகுமாரியின் முகம் போலவே இருந்தது.

சிற்பம் முந்தைய கனவில்போல வேண்டுகோளெல்லாம் விடுக்க வில்லை. தன்னியல்பாக நெருங்கி வந்து அணைத்துக்கொண்டது. தனது பொருளைத் தான் எடுத்துக்கொள்ளும் சுவாதீனத்துடனும், வெகுநாளாகக் காணாமல் போயிருந்த பொருள் யதேச்சையாகக் கிடைத்துவிட்ட ஆவேசத்துடனும், இன்னும் கொஞ்சநேரம்தான், பிறகு நிரந்தரமாகக் காணாமல் போய்விடும் அது என்பதுபோன்ற பதட்டத்துடனும், பலநாள் திட்டத்தின் விளைவாகச் செயல்படுவது போன்ற சிரத்தையும் கச்சிதமும் கொண்டு சேர்க்கையின் பல்வேறு அடுக்குகளுக்கு இட்டுச் சென்றது.

தேர்ந்த சிற்பி ஆட்டுரல் கொத்துவதுபோல எளிமையாகவும் வாகாகவும் தன் உடம்பு கையாளப்படுவதை உணர்ந்தார் சிற்பி.

கனவில் நிகழ்ந்த முத்தங்களின் ஒலியும், மென்சதையின் ஸ்பரிசமும், மறைவிடங்களின் மணமும், எச்சிலின் ருசியும், அலையலையாக முன்னெழுந்த சதையின் திரட்சியும் என எதுவுமே கனவில்போல இல்லை. நிஜம்போலவே அவ்வளவு அண்மையில், அவ்வளவு நேரடியாக, அவ்வளவு கிளர்ச்சி தருவதாக இருந்தன.

உச்சத்தின் விளிம்பில் சட்டென்று தான் பிடுங்கி வீசப்படுகிற மாதிரி உணர்ந்தார் சிற்பி.

விழிப்புத் தட்டியது.

குடிலுக்கு வெளியில் குதிரைக் குளம்படிபோல ஒலிகள் கேட்டன. தழைந்த பேச்சுக் குரல்களும் இணைந்துகொண்டன. வெகு தத்ரூப மான ஒலிகள். இருளைத் தவிர வேறு மர்மங்களும் அந்த இரவின் பிறப்புறுப்பிலிருந்து கசிவதுபோல, நிசப்தத்தின் திரைக்குப் பின்னால் ஏதேதோ பயங்கரங்கள் ஒளிந்திருப்பதுபோல, பிரமை தட்டியது.

உடம்பு கடுமையாக வியர்த்திருந்தது. படுக்கை விரிப்பில் அகலமாக ஈரத்தடம் பதிந்திருந்ததைப் பார்க்க விகாரமாக இருந்தது. வெளியில் வெக்கை இன்னும் அதிகரித்துவிட்ட மாதிரித் தோன்றியது. வெக்கை நிஜமாக இருப்பது எங்கே, சூழ்நிலையில்தான் நிலவுகிறதா அல்லது தனக்குள்ளிருந்து ஊறுகிறதா என்று தீர்மானிக்க முடியாமல் திகைத்தார். கைகள் அனிச்சையாகத் தாம்பூலப் பையை எடுத்தன.

குடிலுக்கு வெளியே குளம்படித் தடங்கள் இருக்கின்றனவா என்று பார்த்துவிட்டால் கைகளின் நடுக்கம் சற்றுக் குறையக்கூடும் என்று தோன்றியது. விரும்பத்தகாத ஏதாவது உறுதியாகிவிடுமோ என்று கவலையாகவும் இருந்தது.

கனத்த மனத்துடன் பஞ்சணையில் சரிந்தார்.

ஆறுதலாகத் தொற்றியது உறக்கம்.

மூன்றாம் ஜாமம்

இந்த முறை வந்த கனவு அதிகநேரம் நீடிக்கவில்லை. அதிகபட்சம் ஏழு அல்லது எட்டு விநாடிகள் இருக்கலாம். அவ்வளவுதான். அதற்குள் எல்லாம் நடந்து முடிந்துவிட்டது.

முந்தைய இரண்டுமுறைகள் போலவே இப்போதும் சிற்பம் உயிர்கொண்டது. ஆனால், பெண்ணுக்குரிய அம்சங்கள் யாவற்றையும் துறந்துவிட்டு ஒரு பயில்வானைப் போன்று உடல்வாகை உருமாற்றிக் கொண்டது. முந்தைய ஜாமத்தில் உடலெங்கும் பொங்கித் தீர்ந்த பரபரப்பையும் உச்சத்தில் தொற்றிய கிளுகிளுப்பையும் மீண்டும் நிகழ்த்திக்கொள்ளும் ஆவலுடன் விரித்த கைகளுடன் நெருங்கிய சிற்பியின் நெஞ்சில் கை வைத்து நிறுத்தியது.

தனது வலது புஜத்தில் முளைத்துப் பெரிதாகப் புடைத்திருந்த மருவைச் செதுக்கியெறியும்படி சைகை காட்டியது. குடிலின் உள்ளே சென்று உளியும் சுத்தியலும் எடுத்துவந்தார் சிற்பி.

கண்ணிமைக்கும் நேரத்தில் அவரைச் செந்தூக்காய்த் தூக்கியது சிற்பம். முந்தைய ஜாமத்தின் மிருதுத் தன்மையும், காதலும்

அறவே நீங்கியிருந்த ஸ்பரிசம். போர்வீரன்போல மாறியிருந்தது ராஜகுமாரியின் முகச்சாயல். சிற்பியைப் பீடத்தில் நிறுத்தியது.

தன் பாதங்களின் அடிப்புறம் நூல் சரங்கள்போல வேர் முளைத்துப் பீடத்துக்குள் ஊன்றிக்கொள்வதையும் தலைப்பகுதியிலிருந்து மரத்துக் கொண்டே வருவதையும் உணர்ந்த சிற்பி, ஏதோ ஒரு விபரீதச் சுழியின் மையத்தில் தான் சிக்கிக்கொண்டதை அறிந்து தப்பிக்க முனைந்த மாத்திரத்தில் அந்த உருவம் குடிலைவிட்டு வெகுவேக மாக வெளியேறுவதைக் கண்டார். குதிரைக் குளம்படியோசை எழுந்து நகர்ந்து மெல்லத் தேய்ந்து மறைந்தது. நகரத் திராணியின்றி நின்றிருந்தார் சிற்பி.

நாலாம் ஜாமம்

வயலை நோக்கிக் கலப்பைகளுடனும் மண்வெட்டிகளுடனும் பிரம்புக் கூடைகளுடனும் சென்றுகொண்டிருந்த ஆண்களும் பெண்களும் ஆச்சரியத்துடன் பார்த்தார்களாம் - நேற்றுவரை ஒரு பெண் சிலை நின்றிருந்த இடத்தில் இப்போது ஆண் சிலை நிற்கிறதே என்று...

இதுவரைதான் என்னுடைய நாட்குறிப்பில் இருக்கிறது. அதன் பிறகும் பலதடவை கடப்பை வழியாகச் சென்று வந்திருக்கிறேன். ஒருமுறைகூட அந்தக் குடிலுக்கு மறுபடியும் போக வாய்க்கவில்லை. வாழ்க்கை என்னை உந்திச் சென்ற பாதைகள் அப்படி. கொஞ்சம்கூட அவகாசம் தராதவை.

எனக்குக் கதைசொன்ன பெரியவர் தற்போது உயிருடன் இருப்பதற் கான வாய்ப்பும் மிகக் குறைவுதான் என்று தோன்றுகிறது. நான் சந்தித்தபோதே அவருக்கு வயது எழுபதுக்கு அருகில் இருக்கலாம். அந்தச் சிற்பம் யார்வசத்தில் இருக்கும் என்பதற்கும் உத்தரவாதம் இல்லை. ஆனால், என் ஞாபகத்தில் வெகு அழுத்தமாக, ஏதோ முந்தாநாள்தான் பார்த்த வஸ்துவின் பிம்பம்போல அவ்வளவு திருத்தமாக, அது வீற்றிருக்கிறது.

தொடர்ந்து பல வருடங்கள் அந்தச் சிற்பியின் கதையை அசை போட்டு வந்தபோது இயல்பாகச் சில சந்தேகங்களும் எழுந்து வந்தன.

1. ராஜஸ்தானியரான சிற்பியின் இருபத்தோராம் தலைமுறை வாரிசு, ஆந்திரத்தின் ராவ் ஆனது எவ்விதம்?

2. பிரம்மச்சாரியாக வந்து சேர்ந்து பிரம்மச்சாரியாகவே வாழ்வு முடிந்த சிற்பிக்கு வாரிசுகளும் வம்சமும் தோன்றியது எப்படி?

3. இவருக்குப் போட்டியாக தலைமைச் சிற்பி செய்த சிலை பிறகு என்னாயிற்று? எங்கே போயிற்று?

4. ராஜகுமாரிக்கு சிற்பியின்மீது ஒரு அந்தரங்கமான இச்சை உருவான செய்தியும் கதையில் வந்ததே, அவள் என்னவானாள்?

5. தன்னந்தனியாக வாழ்ந்து மறைந்தவராயிற்றே சிற்பி? அவருடைய மறைவுக்கு முந்திய துர்ச்சகுனங்களின் பட்டியலை யார் கவனித்துக் கோத்தார்கள்? நிகழப்போகும் அசம்பாவிதத்தின் முன்குறிகள் அவை என்று யாருக்குத் தோன்றியது?

ஓய்வுபெறுவதற்குச் சிலமாதங்கள் முன்பு, உத்தியோகரீதியாக மஹாராஷ்ட்ரம் செல்லவேண்டி வந்தது. அதுதான் நான் கடப்பையைத் தாண்டிச் சென்ற கடைசித்தடவை. அந்தமுறை இன்னொரு விசித்திரமான சந்தேகம் தோன்றியது.

அந்தக் கனவுகள் மூன்றையும் கண்ட மனிதன்தான் சிலையாகி விட்டானே, நான் பார்த்த பெரியவர்வரை கர்ணபரம்பரையாக அவை எவ்விதம் வந்து சேர்ந்தன?

அப்புறம் சமாதானம் செய்துகொண்டேன்... போகட்டும், உயிருள்ள மனிதன் சிலையாக மாற முடியும் என்றால், ஒருவருடைய கனவை இன்னொருவர் காண்பதும் நடக்கக்கூடிய விஷயம்தானே.

காலச்சுவடு, அக்டோபர் 2009

நீர்ப்பறவைகளின் தியானம்

நாயனார் கடையைப் பற்றியும் அங்கே பணிபுரியும் ரமணனைப் பற்றியும் முன்பே சொல்லியிருக்கிறேன். வாரத்தில் நாலைந்து நாட்களாவது அந்தக் கடையைத்தாண்டிச் செல்கிற மாதிரி ஆகிவிடும். அந்தச் சமயங்களில் தவறாமல் என்னைப் பார்த்துப் புன்னகைப்பார் ரமணன். பக்கத்தில் உள்ள மீனாட்சி காபி பாரில் தரமான டிகாக்‌ஷன் காபி கிடைக்கும். ஒரு மினி காபி குடிக்க ஒதுங்குவேன். ரமணன் உரிமையாக என்னுடன் வந்து சேர்ந்துகொள்வார்.

ஸார், நமக்கும் ஒண்ணு சொல்லுங்க.

என்றவாறு ஒரு பஜ்ஜியை எடுத்துக் கடிப்பார்.

இவ்வளவு நெருக்கமான நண்பர், புத்தகம் வாங்கப் போகும்போது மட்டும், முன்பின் அறியாத வாடிக்கையாளருடன் பேசுகிற மாதிரி முகத்தை வைத்துக்கொள்வார். 'சரி விடு, வியாபாரிதானே' என்று சமாதானப்பட்டுக்கொள்வேன்.

ஆனால், சமீபகாலமாக ரமணனிடம் ஒரு புதிய பழக்கம் தொற்றியிருந்தது. நேருக்குநேர் பார்க்கும்போதும் அடையாளம் தெரியாத மாதிரி வெறிக்கத் தொடங்கினார். கிட்டச் சென்று,

ரமணன் ஸார்...

என்று உரத்துக் கூப்பிட்டால், தூக்கத்திலிருந்து விடுபட்டவர் மாதிரி முகத்தை வைத்துக்கொண்டு, 'ஸார், சொல்லுங்க ஸார்' என்று பதறுவார். [1]

மீனாட்சி காபி பாரில் நாள் முழுக்கக் கண்ணாடித் தம்ளர்களைக் கழுவுகிற பாண்டி விஷயத்தைச் சொன்னான். ரமணனுக்கு ஐந்து பெண் குழந்தைகளாம். இரண்டு பேரைக் கல்யாணம் செய்துகொடுத்து விட்டார். மூன்றாவது பெண்ணுக்குத் திருமண வயது வந்து நாலைந்து வருடம் ஆகிறது. பணம் புரட்ட முடியவில்லை. இதில் ரமணனின் மனைவிவேறு தெருவைக் கடக்கும்போது ஆட்டோவில் அடிபட்டு விட்டார். வலது முழங்கால் சிப்பி உடைந்துவிட்டது. பெரியாஸ்பத்திரியில் சேர்த்திருக்கிறது.

> எந்நேரமும் என்னாத்தையோ யோசிச்சிக்கிட்டு அதுக்குள்ளேயே முங்கிக் கெடக்குறாரு ஸார்.

என்று அங்கலாய்த்தான் பாண்டி.

கிட்டத்தட்ட இருநூறு புத்தகங்களைப் புரட்டியும், இரண்டு கைகளிலும் அழுக்கு அடையாக ஒட்டியும், மனசுக்குப் பிடித்த மாதிரி ஒன்றும் தேறவில்லை அன்று. மர பீரோவைத் திறந்து ஒரு பத்திரிகையை எடுத்துப் போட்டார் ரமணன். பளபளவென்ற வழுவழு அட்டை. பளீரென்ற வெண்ணிறத் தாள்கள். முன்பு ஒருதடவை பார்க்கக் கிடைத்த பாரபோலா [2] இதழின் சாயலில் இருந்தது.

---

1. ரமணனை நான் கடைசியாகப் பார்த்தது 2006 செப்டம்பரில். நவம்பர் கடைசியில், எஞ்சியிருந்த பெண் குழந்தைகளும் தாய் தகப்பனும் ஒரே சமயத்தில் விஷம் குடித்துத் தற்கொலை செய்துகொண்டார்கள். தினத்தந்தி மதுரைப் பதிப்பில் 'ரமணன் கதை' என்று ஆறு வாரங்களுக்கு தினத் தொடர் ஒன்று வெளிவந்தது.

2. நாயனார் கடையில்தான் இந்தப் பத்திரிகையையும் வாங்கினேன். பிப்ரவரி 1990 இதழ். அமெரிக்காவிலிருந்து வெளியாவது. இப்போதும் வருகிறதா என்று தெரியவில்லை. நான் பார்த்த இதழ் 'காலமும் இருப்பும்' என்ற உபதலைப்பு கொண்டிருந்த சிறப்பிதழ். வழக்கம்போலவே, முன் - பின் இதழ்கள் கிடைக்கவில்லை.

போனவாரம் ஒரு ஃபாரீனர் கொண்ணாந்து போட்டாரு ஸார்.

நல்லா இருக்குமோ?

மனசுக்கு அப்பிடித்தான் படுது. படிச்சுப் பாருங்களேன்.

எவ்வளவு தரட்டும்?

அட, அதெல்லாம் வேணாம் ஸார். ஒரு மினி காபி வாங்கிக் குடுங்க போதும்.

என்று ரமணன் சிரித்தார். தாறுமாறாகப் பற்கள் உதிர்ந்த வாயுடன், கண்களில் உயிரே இல்லாத அந்தச் சிரிப்பைப் பார்க்கச் சங்கடமாக இருந்தது. பத்து ரூபாய் கொடுத்தேன். மறுக்காமல் வாங்கிக்கொண்டார். இருவருமாக காபி குடிக்கப் போனோம்.

அந்தப் பத்திரிகையின் பெயர் **யூரோபோரஸ்**[3] பிரிட்டனிலிருந்து வெளியாவது. மிகப்பெரிய எழுத்துகளில் அச்சாகியிருந்த தலைப்புப் பெயரை அடிக்கோடிடுகிற மாதிரி **'கருத்துலகக் கையெறிகுண்டு'** என்ற சிறு சொற்றொடர்.[4] நாலு மாதத்துக்கு ஒரு இதழ் வருமாம். இந்தப் பத்திரிகையின் சிறப்பம்சம், வாசகர் பங்களிப்புக்கு அதிக இடம் ஒதுக்குவது. நான் பார்த்த இதழில் கூட, சுமார் பதினைந்து இருபது வாசகர் எதிர்வினைகள் இருந்தன. சில, இரண்டு மூன்று பக்கங்கள்கூட நீளமாக இருந்தன.

இந்த மாதிரி பழைய புத்தகக் கடையில் வாங்கும் பத்திரிகைகளைப் படிப்பதில் விநோதமான ஒரு சிக்கல் உண்டு. முந்தைய இதழில் வெளியான ஏதேனும் ஒரு சங்கதியைப் பற்றி நமக்குக் கிடைத்த இதழில் பாராட்டுகளோ, வசவுகளோ இடம் பெற்றிருக்கும். மூலப் படைப்பைப் படிக்க ஆசையாக இருக்கும். எங்கேயென்று போய் வாங்க?

---

3. தன்னுடைய வாலைத் தானே விழுங்க முனையும், மோதிர வடிவில் உள்ள, பாம்பு. கிரேக்கத் தொன்மங்களில் ஒன்று. ஆனால், கிரேக்கத்தில் உருவானது அல்ல. கோள்களின் சஞ்சாரத்துடன் தொடர்பு உடையதாக எகிப்தியர்கள் உருவாக்கிய சின்னத்தை கிரேக்கர்கள் இரவல் வாங்கிக் கொண்டனராம். எங்கோ வாசித்திருக்கிறேன்.

4. A Hand - grenade of Ideas.

யூரோபோரஸின் ஜனவரி 2006 இதழில் ஒரு கட்டுரை வெளியாகி யிருக்கும் போலிருக்கிறது. Dhyana : The Keyhole to the Cosmic Womb[5] என்பது அதன் தலைப்பு என்பது எதிர்வினைக் கடிதங்கள் வழியாகத் தெரியவருகிறது.

'கட்டுரைத் தலைப்பே தவறாக வழிநடத்துகிறது, பிரபஞ்சம் என்பது கருப்பை அல்ல, வெளியேறும் நாளை எதிர்நோக்கிக் கருப்பைக்குள் முடங்கிக் கிடக்கும் கருவேயாகும்' என்று ஃபிரான்ஸின் கேன் நகரிலிருந்து ஒரு கடிதம்; 'மெய்யியல் சிந்தனைகளை வெளியிடுவதன் மூலம், தன்னுடைய தாய்நாட்டு வரலாற்றின் ஃபாஸிஸ முகத்தை மூடுவதற்கு முயற்சி செய்கிறார் கட்டுரையாளர், உலகத் தொழிலாளர் வர்க்கம் முன்னெப்போதையும்விட விழிப்புணர்வுடன் இருக்கும் காலகட்டம் இது என்பதால் அவரது தந்திரம் பலிக்காது' என்று சொல்கிறது மற்றொரு கடிதம். கியூபாவின் தலைநகரான ஹவானாவி லிருந்து பெறப்பட்டது. இந்தக் கடிதத்தில், மூலக் கட்டுரையின் சில வரிகள் மேற்கோள் காட்டப்பட்டிருக்கின்றன. அப்படியும் அரைப்பக்கம்தான்.

மேற்படிக் கட்டுரைக்கு எதிர்வினையாகப் பிரசுரமாகியிருக்கும்

---

5. எழுதியவர் Alberto Boccacio என்ற இத்தாலியர் என்பது கடிதங்களுக்கான பொது முன்குறிப்பில் இருக்கிறது. அவர் இத்தாலியின் சமகால அரசியல் சிந்தனையாளர்களில் குறிப்பிடத்தக்க இடத்தை வகிக்கிறவர்.

'காலத்தைக் கடந்த உலக மனம்' என்று ஒரு கோட்பாட்டை முன்வைக்கிறார். தனி மனம் போலவே உலக மனத்துக்கும் விரோதம் விசுவாசம் கருணை வள்ளன்மை ஆற்றாமை எல்லாம் உண்டு என்கிறார்.

உதாரணமாக, உலகக்கோப்பைக்கான கால்பந்தாட்டப் போட்டிகள் நடக்கும்போது, மில்லியன் கணக்கான பெரும்பான்மை ரசிகர்களின் ஆழ் உணர்வில் முதன்மையாக மேலெழுந்து வரும் அணியே வெற்றிக் கோப்பையை வெல்கிறது என்பது அவரது வாதம்.

இரண்டாம் உலக யுத்தத்துக்கு முன்பான காலகட்டத்தில் ஜெர்மனி அளவுக்கே அக்கிரமங்கள் நிகழ்ந்த இடமாக இருந்தாலும், ஜெர்மனி அளவுக்கு உலக மக்களின் வெறுப்பை இத்தாலி சம்பாதிக்காததற்கு, தத்துவ இயலுக்கும் பிற அறிவியல்களுக்கும் பண்டைய ரோம சாம்ராஜ்யம் அளித்திருக்கும் கொடைகளே காரணம் என்னும் தர்க்கத்தை முன்வைக்கும் அவரது கட்டுரை மிகப் புகழ் பெற்றது. 'உலக மனத்தின் நன்றியுணர்வு' என்ற அவரது கட்டுரையையும், பிற தகவல்களையும் aboccacio.it என்ற இணையத் தளத்தில் தேடிப் படித்தேன்.

பிறவற்றில் மூன்று கடிதங்கள் என்னை மிகவும் கவர்ந்தன. அவை வெறும் கடிதங்களாக இல்லை. கதைகள் போல நீள்கின்றன. தனித் தனியான மூன்று கடிதங்களும் ஒரே மொழியில், பாவத்தில் எழுதப் பட்டிருப்பது நுட்பமான ஒரு சந்தேகத்தை எழுப்பத்தான் செய்கிறது - ஆசிரியரோ, அவரது குழுவோ தயார் செய்த எதிர்வினைகளோ இவை என்று.

ஒருவேளை, கடிதங்கள் அசலாக இருந்து, யூரோபோரஸ் உருவாக்க நினைக்கும் மொழிப் பாணிக்கு ஏற்றபடி வெட்டித் திருத்தப்பட்டவையாகவும் இருக்கலாம். ஆனால், வறண்ட சிந்தனைகளை முன்னிறுத்தி வெளியாகிற ஒரு பத்திரிகையில், இவ்வளவு உணர்ச்சிமயமான கடிதங்கள் இருப்பதே என்னை வசீகரித்தது. நேரடியாக இல்லாவிட்டாலும், பொக்காஸியோவின் கோட்பாடுகளை ஆமோதிக்கிற த்வனி இவற்றில் இருப்பதும் கவனத்துக்குரியதாக இருந்தது.

ஒரே குழு எழுதிய கடிதங்களோ என்று சந்தேகம் உண்டாவதற்கு இன்னொரு காரணமும் இருக்கிறது. மனித இனத்தின் பூர்வ குழுக் களான காகஸாய்டுகளுக்கு ஒன்றும், நீக்ராய்டுகளுக்கு ஒன்றும், மங்கொலாய்டுகளுக்கு ஒன்றுமாக விகிதாசாரப் பிரதிநிதித்துவம் வழங்கப்பட்டிருப்பது. உபரியாக இந்தோ - இரானியப் பிரதிநிதித்துவ மும் இருப்பது ஐநா சபை குறித்து யூரோபோரஸுக்கு உள்ள பகடி யான அபிப்பிராயத்தின் சான்றோ என்று தோன்றுகிறது.

மேலும், ஃப்ரெஞ்ச்சுப் பேராசிரியர் தாம் பணிபுரிந்த அமெரிக்கப் பல்கலைக்கழகத்தின் பெயரைக் குறிப்பிடவில்லை. தான்ஸானியாவைச் சேர்ந்த பொறியியலாளர் தம்முடைய பெயரையே குறிப்பிடவில்லை. சீனாவின் ஆக்கிரமிப்புக்குப் பிறகு (தலாய் லாமாவுக்கு ஆசிரமம் அமைக்க இடம் கொடுத்திருக்கும்) இந்தியாவிலிருந்து ஒருவர் திபேத்துக்குள் சென்று குடியமர முடியுமா என்ற சந்தேகமும் எழும்பத்தான் செய்கிறது.

என்றாலும், எல்லாரும் படித்து இன்புறுவதற்காக, அந்தக் கடிதங்களை மொழிபெயர்த்திருக்கிறேன். இந்த மாதிரி வேலைகளைச் செய்யும் போது, தணக்கன் குளம் சாமியின் ஞாபகம்[6] வந்துவிடும். சாமி

6. எங்கள் கரட்டுப்பட்டியிலும், சுற்றியுள்ள கிராமங்களிலும் பக்கிரியாய்த் திரிந்த மகான் அவர். பக்கிரி என்பது அந் நாட்களிலும், மகான் என்பது நாங்கள் கிராமத்திலிருந்து இடம் பெயர்ந்து மிகப் பல வருடங்களுக்குப்

அடிக்கடி சொல்வார்,

ஐயிரே, சட்டி முக்கியமா சாப்பாடு முக்கியமா?

என் அப்பா சிரிப்பார்.

கடிதம் 1

க்ளாட் லூமியர் என்ற ஃபிரெஞ்ச்சுப் பேராசிரியர் ஒருவர் எழுதிய கடிதம் இது. பொக்காஸியோவின் கட்டுரை தம்முடைய நாற்பத்திரண் டாம் வயதில் - 1970களின் துவக்கத்தில் - நிகழ்ந்த ஒரு சம்பவத்தை நினைவுறுத்துவதாகச் சொல்லிக் கடிதத்தை ஆரம்பிக்கிறார்.

...லூஸியுடனான என் வாழ்க்கை தொடங்கிப் பதினேழு வருடங்கள் ஆகியிருந்தன. அந்த நாட்களில் லூஸியைப் போன்ற மத ஆசாரம் மிக்க ரோமன் கத்தோலிக்கப் பெண்மணி ஐரோப்பா முழுவதும் தேடினாலும் உங்களுக்குக் கிடைக்கமாட்டாள். மாலை நேரங்களில் ஃப்ரெஞ்ச்சு வனிதையர் மிதமிஞ்சிய ஒப்பனைகளுடன் பூங்காக்கள் நதிக்கரை மதுக்கூடங்கள் என்று உலாக் கிளம்பும்போது, தங்கள் பகுதியின் பிரமாண்ட தேவாலயத்துக்குக் கையில் மெழுகுவர்த்திகளுடன் புறப்படுவாள் இந்தப் பெண்மணி.

ஆவேசமும், ஆழ்ந்த நட்பும் பொருந்திய தாம்பத்திய வாழ்வு

பிற்பாடும் தெரிந்த சமாசாரங்கள். நள்ளிரவில், முல்லையாற்றின் கரையில் நின்று, இரண்டு கைகளையும் ஆகாயத்தில் மலர்ந்திருக்கும் நிலாவைப் பார்த்து நீட்டிக்கொண்டு, உரத்த குரலில் பாடத் தொடங்குவார். இரண்டு மூன்று மணிநேரம் சர்வசரளமாகப் பொங்கும் இசை எங்கள் ஊரை நிரப்பி, அருகிலிருக்கும் ஓரிரு கிராமங்கள்வரை எட்டும். வார்த்தைகளற்ற வெறும் ஆலாபனை. சுத்தமான கர்நாடக சங்கீதம். எதிரிலிருக்கும் வெற்றுவெளி யின் ஆழத்திலிருந்து யாரோ சன்னமாகத் திருப்பிப் பாடுகிற சப்தம் கேட்கும். அதற்குப் பெயர் 'எதிரொலி' என்று அப்பா சொல்லிக்கொடுத்தார். மறுநாள் காலையில் அப்பாவின் கடைவாசலுக்கு சாமி வருவார். இலையில் நாலு இட்லிகளை வைத்து நீட்டியபடி அப்பா கேட்பார்:

என்னா சாமீ, நேத்து இந்தோளம் பிச்சிக்கிட்டுப் பறந்துச்சே... ?

நெலாவிலேர்ந்து ஊர்ப்பட்ட சந்தோசம் கொட்டுச்சு ஐயர்வாள். நான் ஒருத்தன் அம்புட்டையும் வச்சிக்கிட்டு என்னா செய்ய? அதான் ரெண்டு கையாலெயும் அள்ளி அள்ளி வீசுனேன். குடுப்பினை இருக்கிறவன் சாப்பிடட்டுமே?

எங்களது. ஒன்றாக வாழத் தொடங்கிச் சில வருடங்கள் கழிந்த பின்பு திருமணம் செய்துகொண்டோம். அது நாள்வரை கடைப்பிடித்த கருத்தடை முறைகளின் துர்விளைவோ என்னவோ, குழந்தை உருவாவதற்கான தடயமேயில்லாமல் ஆண்டுகள் கழியத் தொடங்கின.

மருத்துவர்களை அணுகிப் பார்க்கலாமே என்ற யோசனையை நான் முன்வைத்தேன். வன்மையாக மறுத்துவிட்டாள் லூஸி. 'கர்த்தரைவிடவும் பெரிய மருத்துவரை எங்கும் காண்பதற்கில்லை' என்றாள். 'அவரிடம் பிரார்த்தனை ஏதும் வைக்காமலே, நாங்கள் ஒருவருக்கொருவர் கிடைக்கிற விதமாக அவர் அருளவில்லையா' என்று பலமாக வாதிட்டாள். உண்மையில், என்னை பக்திமான் என்று கோருவதற்கான எந்த அடையாளமும் எனக்கு உள்ளும் புறமும் இல்லை. ஆனாலும், லூஸியின்மீது எனக்கிருந்த காதலுக்கு நிகரே கிடையாது.

நாங்கள் இருவர் மட்டுமே பகிர்ந்துகொண்ட இல்லம், ஆரம்பக் கிளர்ச்சிகள் முழுக்க அடங்கி சோர்வுறும் பருவத்தை நெருங்கியது. பலனேதும் இருக்காது என்று நம்பத் தொடங்கிய பிறகு சம்போகம்கூட யந்திர பாவம் கொண்டது. உடல்கள் முறுக்கேறி ஒன்றிலொன்று பொருந்த இறுகும்போது, என் உடலுக்குள்ளிருந்து நான் வெளியேறிவிட்ட மாதிரி உணர்வேன். வெண்ணிறப் பல்லிகள் இரண்டு ஆவேசமாய்ப் பிணைவதை மூன்றாவது பல்லியின் வடிவம் கொண்டு வேடிக்கை பார்ப்பதுபோல. கூரையின் மத்தியில் தொங்கும் அலங்கார விளக்கின் அருகில் பதிந்திருக்கிற பல்லியாக.

ஒவ்வொருமுறையும் கலவி முடிந்தபிறகு வியர்வையோடு ஏக்கமும் பொங்கும். அமெரிக்கப் பல்கலைக்கழகமொன்றில் மானுடவியல் பேராசிரியராகப் பொறுப்பேற்ற பிறகு, ஏக்கம் வெகுவாகத் தணிந்துவிட்டது. வருடம்தோறும் பத்து இருபது புதிய குழந்தைகளைப் பெற்றெடுத்து, இரண்டு மூன்று வருடங்கள் அவற்றைப் பேணி வளர்த்து, வெளியில் அனுப்பும் நேரத்தில் புதிய குழந்தைகள் உருவாகியிருப்பார்கள். அமெரிக்க ஐக்கிய மாகாணங்களில் தேவாலயங்களுக்கும் பஞ்சமில்லை. சில நேரங்களில் தரையில் தூக்கிப்போட்ட மீன் போன்ற பாவம் லூஸியின் முகத்தில் படரும். என்றாலும், நினைத்தபோது மறு விஜயம் செய்யத்தக்க

அற்புதக் கனவாகத்தான் இருந்தது ஃப்ரான்ஸ்.

ஆக, பதினேழு வருடங்கள் ஓடியதே தெரியாமல் நாங்கள் இருவரும் நரை கண்ட சமயத்தில், லூஸியின் இடது மார்பில் ஒரு இடி இறங்கியிருப்பது தெரியவந்தது. பளிங்கு போன்ற அந்த மருவற்ற மார்புக்குள் உள்ளீடாக இருப்பது வெறும் சதையல்ல, புற்றுநோய் என்று மருத்துவர்கள் கண்டறிந்தார்கள். லூஸிக்கு அது ஒரு பிரச்சினையேயில்லை. கர்த்தர் மனமுவந்து வழங்கிய நோய் என்பதால் அவளது முகத்தின் நிரந்தரப் புன்முறுவல் சற்றும் மங்கவில்லை.

முதன்முறை கீமோதெரப்பி சென்று வந்த தினத்தில், வெளிறிய முகத்துடன் எங்கள் படுக்கையறைக் கட்டிலில் கிடந்தாள் லூஸி. லேசாய்த் திறந்திருந்த இளஞ்சிவப்பு உதடுகளில் மிருதுவாக என் உதடுகளை ஒத்தி நிமிர்ந்தபோது, புன்முறுவல் மாறாமலே அந்த யோசனையைச் சொன்னாள்.

திருவாளர். பொக்காஸியோவின் மகன் விடைகேட்டு நின்ற தருணத்தைப்[7] படித்த மாத்திரத்தில் லூஸி எனக்கு அளிக்க உத்தேசித்த விடுதலையின் ஞாபகம் என்னுள் நிரம்பியது.

---

7. க்ளாட் லூமியரின் கடிதத்தில், சம்பந்தப்பட்ட கட்டுரையின் முகப்பு வரிகள் ஏழெட்டு மேற்கோளாகப் பிரசுரமாகியிருக்கின்றன. தமது ஒரே மகன் தம்மை விட்டுப் பிரிந்து சென்ற நாளை நினைவுகூர்ந்திருக்கிறார் பொக்காஸியோ.

...தாவரவியல் ஆராய்ச்சியில் ஈடுபட்டிருந்த மகன் ஒருநாள் பின்மதியப் பொழுதில் தனது முடிவை அறிவிக்கிறான். 'வெறும் சிலந்திவலை போன்ற அமைப்பின் இழைகளை மதிப்பிடுவதற்கும், அவை அறுபடாமல் காப் பாற்றுவதற்கும் நீங்கள் மெனக்கெடுகிறீர்கள் என்று தோன்றுகிறது, தந்தையே. நான் சிலந்தியின் மூலத்தைத் தேடிக் கிளம்புகிறேன்' என்று புறப்படுகிறான். மனிதகுலம் ஆரம்பித்த இடமாகக் கருதப்படும் கிழக்கு ஆப்பிரிக்காவின் ஓமோ நதிப் படுகையிலிருந்து தன் பயணத்தை ஆரம்பிக்க இருப்பதாகக் கூறி விடைபெற்றுக்கொள்கிறான்.

அதன் பிறகு, நாளது தேதிவரை உலகின் பல்வேறு பகுதிகளிலிருந்தும் அவன் எழுதும் கடிதங்கள் அனைத்திலுமே விதவிதமான தியானமுறைகள் பற்றிய விபரங்கள் இருப்பதாகச் சொல்லித் தன் கட்டுரையைத் தொடங்கி-யிருக்கிறார் பொக்காஸியோ.

நான் இன்னொரு பெண்ணுடன் வாழ்வை இணைத்துக்கொள்வதில் அவளுக்கு ஆட்சேபமில்லையாம். 'எனக்கு இருக்கிறதே' என்று நான் முகத்தை உதறினேன். 'உடற்சேர்க்கையற்ற ரம்மியமான காதல் பற்றி மிகையுணர்வு எதையும் வைத்துக்கொள்ள வேண்டாம், மனம் செல்லும் அதே திசையில் உடம்பு செல்லும் என எதிர்பார்ப்பது தவறு' என்று எனக்கு எடுத்துரைத்தாள். இந்த மாதிரி சந்தர்ப்பங்களில் லூஸியிடம் பரிமளிக்கும் நிதானம் எனக்குள் தீவிரமான கொலைவெறியை எழுப்பும்.

நல்லவேளை, விவாதம் தொடர்வதற்கு முன்பாக, லூஸியைப் பராமரிக்க நாங்கள் புதிதாக நியமித்திருந்த செவிலி வந்து சேர்ந்தார். முகமன் கூறிக் குலுக்கிய உள்ளங்கை லூஸியினுடையதைவிட மிருதுவாக இருந்தது. சீருடைக்கு மாறும் முன் என்னுடன் வரவேற்பறையில் அமர்ந்து ஒரு சிகரெட் புகைத்தார். வெகு அழகான, நீண்ட, மருவற்ற பளிங்குபோன்ற முன்னங்கால்கள் கொண்டவர் அவர்.

நான் காரை எடுத்துக்கொண்டு வெளியேறினேன். எங்கள் துறையின் நான்காம் எண் சோதனைச் சாலைக்குப் போனேன். என்னுடைய நெருங்கிய நண்பன் மைக்கேல் ஹோர்கனின் பணியிடம் அது. கறையான்கள் பற்றிய ஆராய்ச்சியில் ஆழமான கண்டுபிடிப்புகள் பலவற்றை நிகழ்த்தியிருக்கும் சாதனையாளன் அவன்.

வெகு சீக்கிரமே நோபல் பரிசு வாங்கிவிடுவான் என்று அமெரிக்கக் கருத்துலகம் ஆர்வமாய் எதிர்பார்த்த மேதை.

மைக்கேலுடன் சற்றுநேரம் பேசிக்கொண்டிருந்தால் எப்பேர்ப்பட்ட கவலையும் உடனடியாக ஆவியாகிவிடும். (அவனுடைய முன்னாள் மனைவி டோரத்தி இவ்வாறு நினைக்கவில்லை என்பது வருந்தத்தக்க முரண். அவர்களுக்குள் நடந்த ஒரு உரையாடல் பல்கலைக்கழக வட்டாரங்களில் மிகவும் பிரசித்தமானது.

> **திருமதி மைக்கேல்:** *உங்களுடைய நிஜமான மனைவி யார், நானா? இந்தக் கறையான் புற்றா?*
>
> **மைக்கேல் :** இதில் சந்தேகமென்ன வேண்டிக்கிடக்கிறது கண்ணே? நிச்சயமாக இந்தப் புற்றுதான்.

ஜூரர்கள் ஏகமனதாக ஆலோசனை வழங்கினார்கள் - மானுடவியல் அறிஞரான திரு மைக்கேல் ஹோர்கன் தனிப்பட்ட திருமண வாழ்க்கைக்கு லாயக்கற்றவராகத் தெரிவதால் மணவிலக்கு அளிப்பதில் தவறில்லை என்று.)

மைக்கேல் ஹோர்கன் தன் அறையைப் பூட்டிக்கொண்டு வெளியே சென்றிருந்தான். கண்ணாடி ஜன்னலின் உட்புறம், அறையின் கூரைக்கு ஓரங்குலம் முன்புவரை வளர்ந்த கறையான் புற்று நின்றிருந்தது. விழித்திருக்கும் நேரத்தில் தொண்ணூறு விழுக்காட்டை இந்தப் புற்றை வெறித்துப் பார்த்துக்கொண்டிருப்பதில்தான் செலவிடுவான் மைக்கேல். கூரையை இடித்து மேலும் பதினைந்து அடிகள் உயர்த்திக்கட்டுமாறு பல்கலைக்கழக நிர்வாகத்திற்கு மனுச் செய்திருக்கிறான். நிர்வாகம் மறுக்காது.நோபல் பரிசின் மகத்துவம் அத்தனை சாமான்யமானது அல்ல.

எறும்புகள் அளவு சுறுசுறுப்பானவையாகத் தெரியாவிட்டாலும் ஓயாத போக்குவரத்தில் ஈடுபட்டிருக்கும் கறையான்கள், வழக்கம்போலவே கடமையில் கண்ணாகச் செயலாற்றுவது தென்பட்டது. இந்த ஒரு சோதனைச் சாலை மட்டும் ஈஃபில் டவரின் ஆகிருதிக்கு உயரும் வாய்ப்பிருக்கிறது என்று தோன்றியது.

என்னைத் திரும்ப அழைத்துச் செல்ல ஆயத்தமாக நின்றிருந்த அடர் நீலக் காரைப் பார்ப்பதற்கு மிகவும் சலிப்பாக இருந்தது. வீடு திரும்புவதற்கு மனமில்லை. எதிரிலிருந்த புல்வெளியின் மத்தியில் நீண்டு கிடந்த சிமெண்ட்டுப் பெஞ்சு எனக்காகவே காத்திருந்தது. தொப்பியைத் தலைக்கணையாக வைத்துக்கொண்டு மல்லாந்து படுத்தேன்.

படுத்த மாத்திரத்தில் உடலின் எடை பலமடங்கு அதிகரித்துவிட்ட மாதிரி உணர்ந்தேன். மனத்தின் சுமையாகத்தான் இருந்திருக்கும் அது என்று இதை எழுதும்போது தோன்றுகிறது.

பிளவற்று விரிந்திருந்த ஆகாயத்தில் பார்வை குவிந்தது. கண்களை உறுத்தாத இளநீலம். ஊன்றிக் கிடக்கிறதா நகர்கிறதா என்று நிதானிக்க முடியாத வெண்மேகத் தீற்றல்கள் சிலவற்றைத் தவிர, வேறு குறுக்கீடு எதுவும் இல்லை. பார்த்துக் கொண்டேயிருந்தபோது, சிறுகச் சிறுக நிறமிழந்து அடர்ந்து வந்த இளநீலம், ஒரு கட்டத்தில்,

பிரம்மாண்டமான துயர்க்கிடங்காக உருக்கொண்டது. கண்களை மூடிக்கொண்டேன்...

மூடிய கண்களுக்குள் ஒரு கறையான் புற்று உருவாகிறது. ‘பளிங்கினால் ஆன புற்று உண்டா என்ன’ என்று வியக்கிறேன். அது புற்று அல்ல, ஒரு பெண்ணின் பின்புறம். அமிதமாகப் புடைத்த புட்டங்களில் என் பார்வை அழுந்துகிறது. நடு முதுகின் வழி சரிந்திறங்கும் சிற்றோடையின் கீழ்ப்புறத்தில் ஆவேசமாகப் பொருந்தி அழுந்தும் பார்வையில் மிதந்து அந்தப் பிம்பத்தை நெருங்குகிறேன். புதிதாய் வந்த செவிலியின் சாயலில் இருக்கிறதே அது என்ற மெல்லிய பதற்றம் எனக்குள் ஊறுகிறது.

கணத்தில் பெருகி வெடிக்கும் உந்துதலால் செலுத்தப்பட்டு, சட்டெனப் பின்னிருந்து அணைத்து இறுக்குகிறேன். பார்வைக்கு வெண்பளிங்காய்த் தென்பட்ட பிம்பம் அணைக்கும்போது மெழுகாக இளகுகிறது. எனது வேகம் உச்சத்தை அடையும் கணத்தில், உளுத்த மூங்கில்போலச் சடசடவென நொறுங்குகிறது பளிங்குப் புற்று. உச்சியில் பதிந்த தலை மட்டும் இன்னமும் குலையாமல் இருக்கிறது.

ஒட்டகச் சிவிங்கிபோலக் கழுத்தை மிகவும் நீட்டிச் சுற்றி வளைத்து அந்த முகத்தைப் பார்க்கிறேன். ஆ! என் லூஸியின் முகம் அது. பாடம் செய்யப்பட்ட பழங்கால முகம்போல உணர்வு உறைந்த முகம். வலியத் திருப்பி முத்தமிட முனைகிறேன் - உதடுகள் நொறுங்கி உதிர்கின்றன. என் வாய்க்குள் துவர்க்கும் உதட்டுக் காரைத் திப்பிகள்.

விழிப்புத் தட்டியபோது, பகல் முற்றாகத் தீர்ந்துவிட்டிருந்தது. அந்தக் கனவுக்குப் பொருள்தேடிப் புறப்படும் அளவு உடம்பில் தெம்பில்லை. தேடவேண்டிய அவசியம் இருப்பதாகவும் படவில்லை. காரை எடுத்துக் கொண்டு கிளம்பினேன்.

யோசித்துப்பார்த்தால், அந்தக் கனவில் எதுவுமே இல்லை. தனக்குள் வேர்பிடித்த அச்சத்தையோ வேறெதையோ கெல்லி வெளித்தள்ளுவதற்காக ஆழ்மனம் மேற்கொள்ளும் நடைமுறைகளில் ஒன்று அது. வேறு முக்கியத்துவம் எதுவும் இல்லாதது.

ஆனால், என்னுடைய ஆச்சரியம் வேறு இடத்தில் இருக்கிறது

- அந்த நாள் என் வாழ்வின் மிக முக்கியமான நாளாகிவிட்டது. எனக்குள் வலைப்பின்னலாக நிலைபெற்றிருந்த காமத்தின் கடைசி இழை படீரென்று அறுபட்ட தினம் அது.

அதற்குப் பிறகு மிகச் சரியாக ஆறுமாதம் உயிரோடிருந்தாள் லூஸி. அந்த நாட்களில், நொறுங்கிய வெண்பளிங்கின் நினைவின்றி அவளுடன் உரையாட முடிந்ததில்லை என்னால்...

கடிதம் 2

என் தந்தையார் காலமான பிறகு, அம்மா சித்தம் பிறழ்ந்தவர்போல ஆனார். ஒரே இடத்தை வெறித்துப் பார்ப்பார். தானாக ஒரு சொல்லும் பேச மாட்டார். கேட்டால் சிலவேளைகளில் மட்டும் பதில் சொல்வார். சிரிப்பு என்ற ஒன்று இருப்பதையே மறந்துபோனார். இரவு முழுவதும் அவர் விழித்திருக்கிறார் என்பதற்கு அடையாளமாக பாதங்கள் இரண்டும் கட்டிப்போட்ட பறவைகள்போல ஓயாமல் ஆடிக்கொண்டிருக்கும். ஒரு நிலையில் படுக்க இயலாதவராகப் புரண்டுகொண்டேயிருப்பார் அம்மா.

இந்த நிலை நீடித்தால், குடும்ப உறுப்பினர்களையே அடையாளம் தெரியாத அளவில் கொண்டுபோய் விட்டுவிடும், என்று எங்கள் குடும்ப மருத்துவர் அங்காஸா சொன்னார். ஏற்கனவே, என்னைச் சில கணங்களாவது உறுத்துப் பார்த்துவிட்டுத்தான் பதில் சொல்கிறார் அம்மா. அவருடைய வெற்றுப் பார்வையை எதிர்கொள்ளும் அந்த வேளைகளில் நான் அந்நியன் மாதிரி உணர்வேன். அதெல்லாம் சகித்துக்கொள்ளவே இயலாத அந்தரங்க வலி.

என் தாயாரின் தாயாரான கிழவி, ‘பீடித்திருப்பது வியாதியே அல்ல, இது ஒருவிதமான ஆவியின் வேலை, இங்கிலீஷ் மருத்துவமெல்லாம் இதற்குப் பிரயோசனப்படாது, அதெல்லாம் நகரவாசிகளுக்குத்தான் சரி, கிராமத்தில் பிறந்து வளர்ந்தவளான தன் மகளை அவளுடைய பிறந்த ஊருக்குக் கொண்டு சென்று எங்கள் பூர்விக இனக் குழுவின் பூசாரியிடம் காட்டினால் போதும்’ என்று அபிப்பிராயப்பட்டாள்.

எங்கள் தலைமுறை அந்த மாதிரி நம்பிக்கைகள் எதுவும் இல்லாமலே பிறந்து வளர்ந்துவிட்ட ஒன்று. அப்பாவின் இளமைக்காலத்திலேயே

எங்கள் குடும்பம் நகரவாழ்க்கைக்குள் நுழைந்துவிட்டது. அரசாங்க இலாகாவில் மேல்நிலைப் பொறியாளனாகப் பணிபுரிந்துவந்தேன் என்பதால், செலவு பற்றிய கவலையில்லை. எவ்வளவு பெரிய மருத்துவரிடமும் சிகிச்சை மேற்கொள்ள முடியும்.

குடும்ப மருத்துவரின் ஆலோசனைப்படி, டார் எஸ் ஸலாமின் உச்சநிலை மனோதத்துவ நிபுணரிடம் சென்று காட்டினோம். அவர் வேறொரு விஷயம் சொன்னார். அம்மாவின் சித்தம் பிறழவில்லையாம். வாஸ்தவத்தில் அது தனது பிடிவாதமான நேர்கோட்டிலிருந்து பிறழ மறுக்கிறதாம். கணவர் சம்பந்தமான எண்ணங்களையும் காட்சிகளையும் தீவிரமாகச் சீராட்டிக் கொண்டிருக்கிறாராம் அம்மா.

மன்யாரா ஏரிக்கரைப் பூங்காப் பிராந்தியத்தில் கொண்டு சில நாட்கள் வைத்திருக்கும்படி பரிந்துரைத்தார் நிபுணர். அங்கே இயற்கையாய் அமைந்த வெந்நீர் ஊற்றுகள் உண்டு. வேற்றுச்சூழலும் ஊற்றுக் குளியலும் வெகு சீக்கிரமே பலனளிக்கும், குறிப்பாக, வெற்றுவெளியை வெறித்துப் பழகிய கண்களுக்கு ஃப்ளமிங்கோ பறவைகளின் நடனம் புத்துணர்வூட்டும் காட்சியாக இருக்கும் என்றார்.

என் மனைவிக்குப் பிரசவ காலம் நெருங்கிய நாட்கள் அவை. ‘இந்தச் சமயத்தில் நான் வெளியூரில் இருப்பது கடினமாயிற்றே, டாக்டர்’ என்று அவரிடம் தெரிவித்தேன். ‘பிறந்திருப்பது தன்னுடைய பேரக்குழந்தைதான் என்று உங்கள் தாயாருக்குத் தெரிய வேண்டாமா?’ என்று பதிலுக்குக் கேட்டார். ‘மனம் சம்பந்தமான வியாதிகளெல்லாம் கறந்த பால் மாதிரி. தானாகத் திரிந்து கெடுவதற்கு முன்னால் உறை ஊற்றுவது நமக்கும் நல்லது, பாலுக்கும் நல்லது’ என்று அவர் விளக்கினார்.

மன்யாரா ஏரிக்கரை விடுதியில் நாங்கள் சென்று தங்கிய முதல்நாள் இரவிலேயே நடந்துவிட்ட சம்பவத்தைத்தான் இங்கே சொல்லப் போகிறேன். இதன் மையம், பொக்காஸியோவின் கட்டுரையில் குறிப்பிட்டுள்ள இரண்டு தினுசுகளில்[8] எதில் பொருந்தும் என்று

8. Concentration, attention என்ற இரண்டு சொற்களைப் பயன்படுத்தியிருப்பதாகப் பின்குறிப்பில் தெரிவிக்கிறார் இவர். தியான கதியைத் தீர்மானிக்கும்

எனக்குத் தெரியவில்லை. இருந்தாலும் அந்தக் கட்டுரையின் தொடர்ச்சியாக விளங்கும் அருகதை உள்ளது என்று கருதுவதாலேயே இதை எழுதி அனுப்புகிறேன்.

ஆக, நானும் அம்மாவும் நீராவிப் படகில் பயணம் மேற்கொண்டோம். நீரின் ஆழத்தில் என் கண்ணுக்குத் தெரியாத எதையோ உறுத்துப் பார்த்துக்கொண்டு வந்தார் அம்மா. கண்கள் மட்டும் சற்று மலர்ந்து இருந்ததாகப் பட்டது.

நாங்கள் வாடகைக்கு எடுத்திருந்த அறை சற்றுச் சிறியது. என்றாலும் வசதிக்குக் குறைவில்லாதது. அகலமான, இரண்டுபேர் படுக்கக் கூடிய கட்டிலில் அம்மாவைப் படுக்க வைத்துவிட்டு எதிர்ச் சுவரோரமாய் இருந்த பெஞ்ச்சில் நான் படுத்துக்கொண்டேன். புது இடத்தின் அந்நிய வாசனையும், ஏரிக் காற்றில் நிரம்பியிருந்த புத்துணர்வும், புடைத்த வயிற்றுடன் நடமாடும் என் அருமை மனைவி அஹாதியின் சித்திரமும் சுலபத்தில் என்னை உறங்கவிடாது என்று தோன்றியது.

ஆனால், அந்த இடத்துக்கு வந்ததன் முதல் பலன் உடனடியாகக் கிடைத்துவிட்டது. படுத்த பத்தாவது நிமிடத்தில் அம்மாவின் சுவாசம் சீராக வெளிப்பட ஆரம்பித்தது. நிம்மதியில்லாமல் இரவு முழுவதும் புரண்டுகொண்டிருக்கும் அம்மா இவ்வளவு விரைவில் உறங்கியது பேராச்சரியம் எனக்கு.

இயல்பாகவே, தூக்கத்துக்குப் பெயர்போனவர் அம்மா. கிழங்குகளைக் கழுவிக்கொண்டிருக்கும்போது, துவைத்துக் காய்ந்த துணிமணிகளை மடித்துக்கொண்டிருக்கும்போது, சமையல் நடக்கும் அடுப்பின் முன்பு குத்தவைத்து அமர்ந்திருக்கும்போது, பிரம்புக்கூடை பின்னும்போது, நகர வாழ்க்கைக்கு வந்தபின் கம்பளித் துணியைக் கையால் நெய்யும்போது, சட்டென்று ஒரு கோழித்தூக்கத்துக்குள் சரிந்து மீள்வார்.

இரண்டுவிதிகளாக இவற்றைக் கொள்ளலாம் என்று பொக்காஸியோ எழுதியிருக்கிறாராம். முன்னது ஒரு புள்ளியில் கவனத்தைக் குவித்து, பிறவற்றை விலக்கிவிடுவது. பின்னது, குவிந்த கவனத்தின் விளிம்புக்கு வெளியில் நிகழும் சலனங்களையும் உள்வாங்கியவாறே, குவிமையத்தின் கூர்மை குலையாமல் வைத்துக் கொள்வது என்கிறது ஆங்கில அகராதி.

ஆனால், அதெல்லாம் அப்பா உயிருடன் இருந்த காலத்தில். மஞ்சள் காமாலை முற்றி அவர் மரண எல்லையை நெருங்க ஆரம்பித்த சமயத்திலேயே அம்மாவின் உறக்கம் தேய ஆரம்பித்துவிட்டது. அம்மாவின் முகத்தில் இருந்த சாந்தம் அகன்று, நிரந்தரமான துக்கம் படிந்துவிட்டது...

கழிவறைக்குப் போவதற்காக எழுந்தவன், ஏனோ தெரியவில்லை, விளக்கைப் போட்டு அம்மாவின் முகத்தைக் கூர்ந்து பார்த்தேன். நம்பவே முடியவில்லை என்னால். அம்மாவின் முகம் நெகிழ்ந்திருந்தது. உதடுகள் மெல்லிய புன்னகையில் உறைந்தவைபோல விலகியிருந்தன. தலைநகர மருத்துவருக்கு உளமார்ந்த நன்றிகளை மானசீகமாகத் தெரிவித்தபடி கழிவறை சென்று திரும்பினேன்.

பெஞ்சில் படுத்த மாத்திரத்தில் அந்த வித்தியாசத்தை உணர்ந்தேன். நான் போகும்போது இருந்த அறை அல்ல என்று உள்ளுணர்வில் தைத்தது.

என்னையும் அம்மாவையும் தவிர, வேறு யாரோ இந்த அறையில் இருக்கிறார்கள். சலனமோ சப்தமோ தட்டுப்படவில்லை என்றாலும், அழுத்தமான ஒரு பிரசன்னத்தை உணர முடிகிறது.

காற்றோட்டமான அறை, நாங்கள் போயிருந்ததும் மிதமான குளிர் வீசும் பருவத்தில்தான், என்றபோதும் எனக்கு வியர்க்க ஆரம்பித்தது. விடிவிளக்கின் வெளிச்சம் போதாது என்று தோன்றியது. எழுந்து மறுபடியும் அறைவிளக்கைப் போட்டேன். அம்மா நிச்சிந்தையாக உறங்கிக் கொண்டிருந்தார். விழித்திருக்கும்போது வந்த புன்னகை அல்ல என்பதால் அதை ரத்து செய்து உதடுகளை நேர்நிலைக்குக் கொண்டுவரும் நிர்ப்பந்தம் இல்லை அவருக்கு.

மல்லாந்து படுத்து விதானத்தை வெறித்தேன். சதுரமான வெண்பரப்பில் பார்வை மெல்ல நகர்ந்துகொண்டு போகிறது. அறையின் நுழைவாசல் நிலைக்கு நேர்மேலே, கூரைவிசிறியின் விட்டத்துக்கு இரண்டடி தள்ளி, அந்த மரப்பல்லி இருந்ததைக் கண்டேன். அதற்கு முன்பாக சுவரில் ஒரு பூச்சி உட்கார்ந்திருக்கிறது.

பறக்கக்கூடிய பூச்சி கிடையாதா, அல்லது பறக்கும் திறனை இழந்து விட்டதுவா என்று தெரியவில்லை, விதானத்தையொட்டி நகர்ந்து வருகிறது. சுவரில் இறங்காமல், பூச்சிக்கும் தனக்குமான

இடைவெளியும் குறையாமல் பல்லியும் நகர்கிறது. பல்லி என் தலைக்கு நேரே வருவதற்காகக் காத்திருந்த மாதிரி, சடாரென்று பூச்சி உதிர்ந்தது.

என் மார்பின்மீது விழுந்தது. உதறி எழுந்தேன். அனிச்சையாக விரைந்த வலதுகை பூச்சியை ஒதுக்கித் தள்ளியது. மீண்டும் மல்லாந்து படுத்தேன். பல்லி இடம் பெயராமல் நின்றிருந்தது.

வழக்கமான மரப்பல்லியின் அளவைவிட இரு மடங்கு பெரிதான பல்லி அது. ஆழ்ந்த கரும்பச்சை நிறம். முதல் பார்வைக்குக் கறுப்பு என்றே தோன்றும். குதிரையின் கண்கள் மாதிரி முகத்தின் பக்கவாட்டில் புடைத்தெழுந்த உருண்டை விழிகள். பாம்பின் வால்போல நெளிந்தலையும் வால்மட்டும் இல்லாவிட்டால், அது உயிருள்ள வஸ்து என்றே பட்டிருக்காது.

அவ்வளவுதான். பல்லியை விட்டு என் பார்வையை நகர்த்த இயலவில்லை. என்னைக் கண்காணிக்க வந்ததுபோல, அந்தப் பல்லியும் ஒரு இம்மிகூட நகரவில்லை. மணிக்கணக்காக ஒரே இடத்தில் பார்வையை ஊன்றியிருந்தால் கண்களில் எப்படி ஒரு எரிச்சல் உண்டாகியிருக்க வேண்டும்? ம்ஹூம். மனத்துக்கு இதமான இயற்கைக் காட்சியில் பார்வை தோய்ந்திருப்பதுபோல, நகராது நிற்கும் ஒரு பல்லியை நான் ஓர் இரவு முழுவதும் ரசித்துக்கொண்டிருந்தேன் என்பதை இப்போது நினைத்தால் வேடிக்கையாக இருக்கிறது - உள்ளூற ஒரு அச்சமும் பொங்குகிறது.

பார்க்கப் பார்க்கப் பல்லியின் உடல் விரிந்துகொண்டே போனது. ஒரு பாகையில் தொடங்கி விதானம் முழுவதும் பரந்து நிரம்புகிறது மரப்பல்லி. மறுகணம் பழைய உருவத்துக்குத் திரும்புகிறது. மீண்டும் பரவுகிறது. பழையபடி சுருங்குகிறது. விடியும்வரை இந்த ஊசலாட்டம் நீடித்தது. சுவாசத்துக்கு மார்பு ஏறித்தாழ்வதுபோலப் பல்லி விரிந்து விரிந்து அடங்கியது எனக்கேற்பட்ட பிரமையா, அல்லது பல்லியின் பரிமாணங்களுக்கு ஏற்ப அறையும் அதில் இருந்த நானும் எதிர்விகிதத்தில் சுருங்கி விரிந்தோமா என்பதெல்லாம் பிற்பாடு எனக்குள் வந்து சேர்ந்த கேள்விகள்.

ஆனால், வழக்கமாக இதுபோன்ற சந்தர்ப்பங்களில் இருக்கும் பதற்றவுணர்வு கொஞ்சமும் இன்றி, நிதானமாகப் பார்த்துக்

கொண்டிருந்தேன். பெருகும் சமயங்களில் அருகாமையிலும், சுருங்கும் சமயங்களில் இயல்பான தொலைவிலும் இருந்த பல்லியின் முகத்தை உன்னிப்பாகக் கவனித்தேன். அதன் மேல் உதடு பிளவுபட்டிருந்தது.

ஏழு வருடங்களுக்கு முன்னால் காலமான என் தகப்பனின் மேல் உதடும் பிளவுபட்டதுதான். இயற்கையாகவே தட்டையான ஆப்பிரிக்க மூக்கு, ஒரு புறம் மட்டும் அதுங்கியிருக்கும் - கைதவறி விழுந்த அலுமினியப் பாத்திரம்போல. குடும்ப உறுப்பினர்களுக்கும் நண்பர்களுக்கும் பழகிவிட்டதேயொழிய, அந்நியர்களுக்கு அவர் பேச்சு லேசில் விளங்காது - சொற்களைவிட விசையாகக் காற்று வெளியேறும் என்பதால்.

இத்தனை வருடங்களுக்குப் பிறகு, இன்று எல்லாமே புகைமூட்டமாக இருக்கிறது - தாயின் வியாதி குறைந்த நிம்மதியைத் தகப்பனின் பிம்பம் வழியாக அந்த இரவில் என் மனம் ருசிக்க விரும்பியதோ என்னவோ. ஓர் இரவு முழுவதும் கண் இமைக்காமல் ஒரு பல்லியின்மீது கவனத்தைக் குவித்திருந்தேன் என்பதில் எத்தனை சதவீதம் நிஜம் என்று எனக்கே சற்று உறுதியில்லாமல்தான் இருக்கிறது. அந்த ஆள் நானே இல்லையோ என்றுகூட ஐயமாக இருக்கிறது.

உச்சமான ஒரு கணத்தில் மரப்பல்லியின் முகம் என் தந்தையின் முகம்போலவே உருமாறியிருந்ததும், அது 'மகனே' என்று என்னைப் பரிவோடு அழைத்த ஒலியை நான் காதாரக் கேட்டதும் என்னை ஆக்கிரமித்த உருவெளித்தோற்றத்தின் பகுதியாகவேகூட இருக்கலாம். யாருக்குத் தெரியும்?

ஆனால், மரப்பல்லி என்னை விளித்த நேரத்தில் நான் சுதாரித்துக் கொண்டேன். விடுதி அறையின் சுவர்க்கடிகாரம் நாலரை மணி என்று காட்டியது.

எழுந்து பல் துலக்கச் சென்றேன். திரும்பி வந்தபோது, பல்லி இருந்த இடம் வெறுமையாக இருந்தது. அம்மா நிம்மதியாக உறங்கிக்கொண்டிருந்தார். கதவின் தாழை மிகப் பதனமாகத் திறந்து வெளியேறி நடக்கக் கிளம்பினேன். கிட்டத்தட்ட ஆறு கிலோமீட்டர் தொலைவு சென்று திரும்பினேன். காரணமற்ற உல்லாசம் மனம் முழுக்க நிரம்பியிருந்தது. காலை நடையில்

எதிர்வரும் ஒவ்வொரு முகத்தையும் நோக்கிப் புன்சிரிக்கத் தோன்றியது.

பொங்கும் உவகையில் ஒரு துளியும் குறையாமலே வேறொரு விசாரணையும் என்னுடன் கைப்பிடித்து நடந்து வந்தது. முந்தைய இரவு முழுவதும் நான் இருந்த இடம் எது என்பது எனக்குத் தெரியும் - இருந்த நான் எது என்பது மட்டும்தான் துலங்கவில்லை. தற்சமயம் நடந்து கொண்டிருக்கிறேனே, இப்போது மட்டும் என்ன, இந்த இடத்தை நான் அறிவேன் - அறியும் நான் எது? யதேச்சையாகத் தொற்றிய இந்தக் கேள்வியிடமிருந்து இன்றுவரை என்னால் விடுபட இயலவில்லை.

இன்னொரு விஷயமும் இருக்கிறது. அதையும் சொன்னால்தான் இந்தக் கடிதம் முழுமையடையும்.

நடை முடிந்து அறைக்குத் திரும்பியவனை, விடுதிப் பணியாளர் வந்து அழைத்தார். எனக்கு ஒரு நெடுந்தொலைபேசி அழைப்பு[9] வந்திருப்பதாகச் சொன்னார். வரவேற்பில் சென்று காத்திருந்தேன்.

திரும்பவும் மணி ஒலித்தது. தலைநகரிலிருந்து என் தம்பி. என் மனைவி ஆண்குழந்தை பெற்றெடுத்திருக்கிறாள். மிகச் சரியாக நாலரை மணிக்குக் குழந்தை பிறந்தது. தாயும் சேயும் நலமாக இருக்கிறார்கள். அவன் உற்சாகமாகக் கூவினான்:

> 'அண்ணா, குழந்தைக்கும் மேல் உதடு பிளவுபட்டிருக்கிறது - நம் தந்தையார் போலவே...'

கடிதம் 3

கடந்த இருபத்தைந்து வருடங்களாக திபேத்தில் வசித்து வருகிறேன். ஆனால், நான் திபேத்தியன் இல்லை. பாரதத்தின் ராஜஸ்தானத்தில் பிறந்து வாலிப வயதை எட்டியவன். அபரிமிதமான பண வசதி உள்ள குடும்பம். எனது தகப்பனார் மத்திய அரசாங்கத்தில் இணை அமைச்சராய் இருந்தார். அதற்கு முன்பு மாநிலத்தில் அமைச்சர்.

9. செல்ஃபோன்கள் பரவலாகப் புழக்கத்துக்கு வந்திராத காலகட்டத்தில், இருபது முப்பது வருடங்களுக்கு முன்பாக, இது நடந்திருக்கலாம் என்று யூகிக்கிறேன்.

அவருடைய பெயரோ, பொறுப்பேற்றிருந்த துறையோ இப்போது எதற்கு - மரபு மீறாத இந்திய அமைச்சர், அரசியலுக்கு வந்ததே சம்பாதிப்பதற்குத்தான் என்பதால் அநாவசியமான குற்றஉணர்ச்சிகள் எதுவும் இல்லாதவர் என்று மட்டும் சொன்னாலே போதும்.

என் வாழ்நாளில் அவரை நான் ஏழெட்டுத் தடவைகள்தாம் சந்தித்தி ருக்கிறேன். நன்கு இருட்டிய பின் ரகசியமாய் வருவார். பொழுது புலர்வதற்கு முன் கிளம்பிப் போய்விடுவார். பத்தினித் தெய்வமான எங்கள் தாய், கணவருடைய பெயரை மறந்தும்கூட வெளியில் உச்சரிக்கக் கூடாது என்று எங்களை எச்சரித்திருந்தார். அவர் என் தந்தைக்கு மூன்றாவது மனைவி. நான் என் தாய்க்கு ஐந்தாவது குழந்தை. மேலதிகமாய்ச் சில மனைவிகளும், பல குழந்தைகளும் இருந்தாலும் தலைமுறை தலைமுறையாய் உழைக்காமலே சாப்பிடும் அளவுக்குப் பணம் சேர்ந்திருந்தது - எனவே, இந்த உறவை வெளியில் சொன்னாலும் தவறில்லை.

ஏனோ, அவர்கள் மறைக்க நினைத்தார்கள். பள்ளிக்கூடத்தில் எனது தகப்பன் பெயர் அமரர்.ஹர்ஷ்வர்தன் கெலாட் என்று பதிவாகியிருந்தது. அந்த அப்பாவி யாரோ, பாவம்.

நான் வாலிபனான பிறகு, ஒருமுறை என் தந்தையார் விஜயம் செய்தது நன்றாக நினைவிருக்கிறது. நள்ளிரவு. இறுக்க அடைத்த கதவுகளின் உட்புறம் எங்கள் பிரம்மாண்டமான வீடு பகலில்போல விழித்திருந்தது. கையில் மதுக் கோப்பையுடன் அமர்ந்திருந்த தகப்பனார், என்னைப் பெயர் சொல்லி விளித்தார். அவருடைய பார்வை, எனக்காக அவர் வாங்கி வந்த ஷு இருந்த அட்டைப்பெட்டியின்மீது பதிந்தது.

இதன் விலை என்ன தெரியுமா?

தலையசைத்தேன். சொன்னார். இத்தாலியிலிருந்து வரவழைத்ததாம். சுத்தமான தோல். தொடர்ந்த அவரது புன்னகை விகாரமாய்த் தென்பட்டது. பணப்பெட்டியைத் திறந்து அதில் அடுக்கிய ரூபாய்க் கற்றைகளை மணிக்கணக்காகப் பார்த்துக்கொண்டிருப்பது தமக்கு மிகவும் உவப்பான பொழுதுபோக்கு என்று முன்பு ஒரு தடவை அவர் எங்களிடம் சொன்னது நினைவு வந்தது...

உன் வயதில் நான் ராஜஸ்தானத்து ரயில்களில் அலுமினியக் கேத்தலுடன் ஏறியிறங்கிச் சாயா விற்றுக்கொண்டிருந்தேன்

பையா. உனக்குப் படிப்பில் ஆர்வம் குறைந்து வருகிறதாமே? உன் தாயார் கவலைப்படுகிறாள்?

நான் பதில் சொல்லவில்லை.

எனக்குப் படிப்பில் ஆர்வமில்லைதான். உண்மையில் எதிலுமே ஆர்வமில்லை. கேட்கும்போதெல்லாம் கிடைத்த பணமோ, மாளிகை போன்ற வீடோ, வேளைக்கொரு ருசியாய் மேசைக்கு வந்துசேரும் சாப்பாடோ, ஆடை புகை மது பெண் என்று கவனம் குவிந்திருந்த பணக்கார நண்பர்களின் சகவாசமோ எதுவுமே என்னை ஈர்க்கவில்லை.

என்னை முழு நேரமும் கட்டிப் போட்டிருந்த கேள்விகளில் மட்டும்தான் ஈடுபாடு. பொக்காஸியோ தமது கட்டுரையில் அடுக்கும் கேள்விகள் போலில்லை.[10] சாதாரணமான, நடைமுறையான கேள்விகள்தாம் அவை. உதாரணமாக,

1. இவ்வளவு வசதிகள் இருந்தும் அம்மாவின் முகத்தில் துயரத்தின்

---

10. கேள்விகள் பற்றிய பொக்காஸியோவின் அவதானமும், பகுப்புமுறைமையும் சாய்வு எழுத்துகளில் கடிதத்தின் நடுவில் பெட்டிச் செய்திபோல இடம் பெற்றிருக்கிறது. நான்கு விதமான கேள்விகள் உள்ளனவாம்.

அ. முன் அனுபவம் சார்ந்த கேள்விகள். தனி நபரின் அனுபவமாக நிகழ்ந்தேறாதபோதும், மனித குலத்தின் அனுபவப் பதிவுகளாக உள்ளவை பிறப்பிக்கும் கேள்விகள். உதாரணமாக, வெறிநாய்க்கடி தொடர்பான கேள்விகள் லூயி பாஸ்ட்டியரின் தடுப்பு மருந்தை உருவாக்கின. பாஸ்ட்டியர் வெறிநாய்க்கடி பட்டிருக்கிறாரா என்பது பற்றி நம்மிடம் குறிப்பு இல்லை.

ஆ. அனுபவப் புலத்தை விசாரிக்கும் - அதாவது, மனிதகுலம் அதுநாள்வரை மறுப்பின்றி எதிர்கொண்ட அனுபவங்களை ஆராயும் - கேள்விகள். வஸ்துக்களெல்லாம் தரைநோக்கியே வீழ்வது எதனால் என்ற கேள்வியை நாம் நினைவுகூரலாம்.

இ. அனுபவப் புலத்துக்கு முற்றிலும் வெளியிலுள்ள கேள்விகள். மனிதகுலம் முன்னர் எதிர்கொண்டிராத அனுபவத்தை விளைவிக்கக்கூடியவை. விலாவில் இறக்கைகள் இல்லாத உயிர்ப்பொருள் பறக்க இயலுமா என்று ரைட் சகோதரர்கள் மனத்தில் உதித்த கேள்வியைப் போன்றவை.

ஈ. தர்க்க அனுபவத்தின் எல்லைகளுக்கு வெளியில் நிரந்தர வாசம் புரியும் கேள்விகள். உணவின் ருசியைக் காதால் நுகர முடியுமா என்பது மாதிரி. மஹாயான பௌத்தத்தின் கோவன்கள் இவ்விதமானவை.

கருமை நிரந்தரமாய்ப் படிந்திருக்கிறதே, ஏன்?

2. *தம்மைத் தவிர, பிறர் என்ற ஒரு வியக்தியே இல்லை என்கிற மாதிரி சமூகத்தில் நடமாடிக் கள்ளப்பணம் சேர்க்கும் தகப்பனாரின் முகத்தில் இவ்வளவு சந்தோஷம் பொங்குகிறதே, எப்படி?*

3. *கண் கூசும் வெயிலுக்குப் பேர்போன எங்கள் பிரதேசத்தின் உடையணிகளில் இவ்வளவு நிறங்கள் - குறிப்பாக ரத்தச் சிவப்பு - மலிந்து கிடப்பது எதனால்?*

4. *இவ்வளவு தகிக்கும் பிரதேசத்தில் பதினெட்டு முழ உருமாலும் கொடுவாள் மீசையும் உடலை முழுக்க மறைக்கும் பைஜாமா - குர்த்தாவும் இறுக்கமான உள்ளாடைகளும் அணிந்து திரிகிறோம். படங்களில் பார்க்கக் கிடைத்த திபேத்தியச் சாமியார்கள் ஒற்றை வஸ்திரம் மட்டும் அணிந்து ஹிமாலயக் குளிரில் எப்படி வசிக்கிறார்கள்?*

இன்னும் ஏகப்பட்ட கேள்விகள். அவற்றையெல்லாம் விரிவாகச் சொல்வதற்கு இது இடமில்லை.

ஆக, நான் வீட்டைவிட்டு வெளியேறுவது என்று எடுத்த முடிவோ, என் கனவு தேசமான திபேத்தில் பௌத்தத் துறவியாக வாழ்வைக் கழிப்பதில் எனக்கிருந்த ஆசையோ ஒரு நாளில் தோன்றியவை அல்ல என்று மட்டும் சொல்லிக்கொள்கிறேன். ஒரு சுப நாளில் கொஞ்சம் பணத்தை எடுத்துக்கொண்டு யாருமறியாமல் கிளம்பிவிட்டேன்.

பூமியின் மட்டத்துக்கு 12000 அடி உயரத்தில் இருந்தது நான் சென்று சேர்ந்த மடாலயம். இரண்டாள் உயர மரக் கதவுகள். பளபளக்கும் பித்தளைக் குமிழ்கள். தூசியின் சிறு துணுக்கும் இல்லாத பரிசுத்தம். குளியலறையிலிருந்து நேரே வருகிற மாதிரிப் புத்துணர்வுடன் காட்சியளித்த பிக்குகள். மஞ்சள் உடையில் சிற்றெறும்புகள்போல சுறுசுறுவெனத் திரிந்த அவர்களது பாங்கு.

தலைமைப் பிக்குவிடம் அழைத்துப் போய் நிறுத்தினார்கள். ஆசீர்வதித்தார். என்னைப் பேசச் சொல்லி மௌனமாய்க் கேட்டார். முழுக்க நரைத்த புருவங்களுக்கடியில் மூடிய இமைகளுக்குள் நிலைகுத்திய விழிகளுடன் சலனமேயின்றிக் கேட்டு முடித்ததும்,

உமக்கான இடம் இது இல்லை நண்பரே...

என்றார். ஒரே கணத்தில் அநாதரவாக உணர்ந்தேன்.

...இங்கும் ஒரு அமைப்பு இருக்கிறது. இந்த அமைப்புக்குள் பொருந்துவது அத்தனை சுலபமில்லை. இது எல்லாரும் வந்து பொருந்திக்கொள்வதற்கான இடமும் இல்லை. அதோ, கையில் பூவாளியுடன் ஒவ்வொரு செடியாகச் சென்றுவருகிறாரே, அந்தக் கிழவர் எனக்குப் பதினாறு வருடங்களுக்கு முன்பே இங்கு வந்து சேர்ந்தவர். துறவியாக இருக்கிறார், குருவாக ஆகவில்லை. எழுபது வருடங்களாகச் செடிகளுக்கு நீர்வார்த்துக் கொண்டு மட்டுமே இருக்கிறார். இந்த வளாகத்திலுள்ள மகா விருட்சங்கள் அனைத்துமே அநேகமாக அவர் நட்டு வளர்த்தவைதாம். ஆரம்பத்தில் அவருடைய மனோபலத்தைக் கண்டு பல நாட்கள் வியந்திருக்கிறேன் ...

பேச்சொலியின் ரீங்காரத்தில் கிறங்கிக் கிடந்தேனா, அவர் கடைசியாய்ச் சொன்ன வாக்கியத்தைத் தவறவிட்டுவிட்டேன். என் விண்ணப்பத்தின் பேரில் மீண்டும் சொன்னார்.

...பகுதியில்[11] ஒரு துறவி இருக்கிறார். அவரிடம் போய்ச் சேருங்கள். அதுதான் உசிதம்.

போகும் வழிக்கு அடையாளங்களும், சிறு சாப்பாட்டு மூட்டையும் கொடுத்து அனுப்பினார். பிரம்மாண்டமான அந்த மடாலயத்தின் வாயில் நோக்கிச் செல்கிறேன், இடைப்பட்டவர்களில் ஒருவராவது திரும்பிப் பார்க்க வேண்டுமே, தங்களைக் கடந்து செல்வது காற்று என்கிற மாதிரி அவரவர் பணியில் நிலைத்திருந்தார்கள்.

மாபெரும் ஏரிக்கரையை வந்தடைந்தேன். மலையின் பிரம்மாண்ட மடிப்புகளுக்குள் சமதரைகளும் மகத்தான ஏரிகளும் இருக்கும் விந்தை, சமுத்திரம்போல மணல் பரந்த விந்தைக்குச் சற்றும் குறையாததாக இருந்தது.

---

11. அபரிமிதமான சாந்தமும் தூய்மையும் தனிமையும் நிலவும் பிராந்தியம் அது. இந்தக் கடிதத்தின் வாயிலாக சர்வதேச சுற்றுலாத்தலமாகிவிடும் அபாயம் இருக்கிறது அல்லவா ? அதனால் பெயர் கூறாமல் தவிர்க்கிறேன் - என்று அடிக் குறிப்பிட்டிருக்கிறார் ஜெகதீஷ் சிங் கெலாட்.

ஏரியின் மத்தியில் ஒரு சிறு மரக்குடில் அமைந்திருந்தது. காஷ்மீரத்தின் டால் ஏரியில் சென்றுவரும் பிரம்மாண்டமான படகுவீடுகளைப் பார்த்திருக்கிறேன். இந்தக் குடில் அவற்றைப் போன்றது இல்லை. தெப்பம்போல மிதப்பது அல்ல, நீரின் ஆழத்தில் வேர் ஊன்றி நின்றது.

மடாலயத்தின் தலைவர் சொல்லி அனுப்பியிருந்தார். கைவசம் உள்ள துணி எதையாவது ஓரிரு முறைகள் உயர்த்தி ஆட்டிவிட்டுக் காத்திருந்தால் போதும். காத்திருந்தேன்.

மிகக் குறைவான சலனத்துடன், தீவிரமான அமைதிக்குள் ஆழ்ந்திருந் தது ஏரி. அதன் தனிமைக்கு உதவிகரமாக நெளிந்து நகர்ந்த சிற்றலைகள் கரையை அடைந்து காணாமல் போயின. மாலைப் பொழுதின் சாந்தம் அந்த ஏரியின் பரப்பிலிருந்தே ஊற்றெடுத்து வருகிற மாதிரி உணர்ந்தேன்.

பார்க்கப் பார்க்க அந்த ஏரியின்மீது பெரும் காதல் ஊறியது. உடல் முழுவதையும் நீருக்குள் புதைத்துக்கொண்டு கறுப்பு நிறக் கழுத்தை மட்டும் வெளியில் நீட்டியிருந்த நீர்ப் பறவைகள் கொத்துக்கொத்தாய் நின்றிருந்ததைக் கண்டேன். நீரின் பரப்பில் இடப்பட்ட முற்றுப்புள்ளிகள்போலத் தென்பட்டன அவை. இரையை நோக்கி அல்ல, வேறெதையோ நோக்கிய தீவிரமான தியானத்தில் குவிந்திருக்கின்றன. நீர்ப்பரப்பில்தான் அவற்றுக்கான உணவு இருக்கிறது, வசிப்பிடமும் அநேகமாக அதுவேதான். ஆனாலும், நீர்ப் பறவைகள் நீருக்குரியவை அல்ல. ஒருபோதும் கால்களை ஊன்ற முடியாத ஆகாயத்தைச் சேர்ந்தவை - தானாய் ஊறிய தர்க்கத்தின் தொடர்ச்சியாகச் சிரிப்பு வந்தது. மனம் லேசான மாதிரி உணர்ந்தேன்...

குடிலின் பின்புறத்திலிருந்து ஒரு சிறு படகு கிளம்பி வருகிறது. இரண்டு கைகளாலும் துடுப்புத் தள்ளி முன்னும் பின்னுமாய் அசையும் மஞ்சள் உடை உருவம் சாவி கொடுத்த பொம்மை போலத் தென்படுகிறது. குழந்தைபோலக் குதூகலம் பொங்கியது எனக்குள்.

பின்புறம் உயர்ந்த மலைத் தொடரும், அதன்மீது கவிந்த பச்சைப் போர்வையும், நிறங்கள் மெல்ல கனக்கத் தொடங்கும் ஆகாயமும்,

துடுப்புகள் நீரைத் துழாவும் சலசல ஒலியும், நிசப்தத்தின் ஆழத்திலிருந்து கேட்பதாக எனக்குத் தோன்றிய ஒருவித ரீங்காரமும் என நிரம்பியிருந்த அந்தக் காட்சியின் பிரிக்க முடியாத பகுதியாய் நான் நின்றுகொண்டிருக்கிறேன். பிறவியெடுத்த முழுப்பலனும் கிட்டிவிட்ட பேரானந்தத்தை அடைந்தேன்...

படகு கரையொதுங்கியது. கீழிறங்கி நின்ற கிழவரை நோக்கி உடலை வளைத்து வந்தனம் சொன்னேன். அவரும் வளைந்தார். அவர் நடந்து மேலேறி வந்தபோதுதான் முதன் முறையாகக் கவனித்தேன். எனக்கு இடதுபுறம் அந்தப் பாதை வந்து சேரும் இடத்தில், வெட்டவெளியில், ஒரு நிலைவாசல் நின்றுகொண்டிருந்தது. கதவு இல்லாத, வீடுகளின் நிலைவாசலை ஒத்த, செவ்வகச் சட்டகம் அது.

இல்லாத கதவுகளைப் பாவனையாய்த் திறந்து நுழைந்து வந்தார் கிழவர். என்னருகில் வந்ததும் மீண்டும் வளைந்து வணங்கினார். நானும்தான். நிலைவாசலுக்குள் நுழைந்து வெளியேறிக் காத்து நின்றார். தவிர்க்கவியலாமல் நானும் நிலைவாசல் கடந்து சென்றேன். கொஞ்சம் வேடிக்கையாக உணரவும் செய்தேன். ஒருகணம்தான். கிழவர் திறந்து கிடந்த கதவுகளைச் சாத்திவிட்டு என்னைத் தாண்டி நடந்தார்.

குடில் சென்று சேரும்வரை இருவரும் ஒரு சொல்கூடப் பேசவில்லை. மரத்தாலான குடில். சுற்றிலும் அகலமான வராந்தா. மூன்று படிகள் ஏறி நுழைந்தால் விசாலமான ஒரு அறை. மொத்தக் குடிலுமே ஒரே அறைதான். இடது வலது ஓரங்களில் சுவரைவிட்டு ஓரிரு அடிகள் தள்ளி இரண்டு திரைகள் தொங்கின. நுழைவாசலுக்கு எதிர்ச்சுவரில் உயிருள்ள நபர் உட்கார்ந்திருக்கிற தினுசில் ஓர் உலோக புத்தர் வீற்றிருந்தார் - நிரந்தரமான புன்சிரிப்புடன்.

கரையில் இருந்ததைவிடவும் கனத்த அமைதி குடிலைச் சூழ்ந்திருந் தது. மரண அமைதி. புத்தரின் முன்பாக ஏழெட்டுக் கோரைப் பாய்கள் கிடந்தன. ஒவ்வொன்றும் ஒரு ஆள் மட்டுமே அமருமளவு நீள அகலம் கொண்டவை. கிழவர் அமர்ந்தார். நானும்.

அருகிலிருந்த மரக்குவளையை என்னை நோக்கி நகர்த்தினார், ஓசை எழாமல். அமிர்தம்போல ருசித்த தண்ணீர். அருந்தி முடித்ததும்

தொண்டையைச் செருமினார். எனக்கான சமிக்ஞை என்று புரிந்து கொண்டு, படபடவெனப் பேசினேன்.

உங்களிடம் மாணவனாகச் சேர வந்திருக்கிறேன்...

என்று தொடங்கி என் பூர்வகதையைப் பத்துப் பனிரெண்டு வாக்கியங்களில் விவரித்தேன். உணர்ச்சியற்ற முகத்துடன் கேட்டு முடித்துவிட்டு, எதிர்மறையாய்த் தலையை மட்டும் அசைத்தார்.

கற்றுத் தருவதற்கு என்னிடம் எதுவும் இல்லை, ஐயா...

நான் அதிர்ந்தேன். விநயமான குரல் என்றாலும் எதிர்த்துப் பேச முடியாத உறுதி இருந்தது அதில்.

...தாங்கள் நாளைக் காலை புறப்படலாம்.

நான் முழந்தாளில் உயர்ந்தேன். தரையளவு தாழ்ந்து அவரை வணங்கினேன். என்னுடைய சம்மதம் கோராமலே என் கண்கள் நிரம்பின. என் தலையில் பனிப்பாளம் ஒன்று படிந்து விலகியதை உணர்ந்தேன். கிழவரின் உள்ளங்கை.

என்னைக் கைவிட்டு விடாதீர்கள் குருவே.

என்று வாய்விட்டு இறைஞ்சினேன். செல்வச் செழிப்பில் வளர்ந்தவன் நான். யாசித்து அறியாதவன். மன்றாடும் விதமாக வெளிப்பட்ட எனது குரல் என் செவிகளுக்கே புதிதாகவும் விசித்திரமாகவும் ஒலித்தது.

அவரவர் வாழ்க்கையைவிட மேலான குரு கிடையாது.

என்று சுலோகம்போல உச்சரித்தார்.

...ஓம் மணி பத்மே ஹூம்[12] என்பதைவிட உன்னதமான கல்வியும் கிடையாது.

அந்தச் சொற்றொடர் அல்லும் பகலும் என்னோடு இருந்துவருகிறது - கால் நூற்றாண்டுக்காலமாக.

---

12. புத்த மத சூத்திரம். 'தாமரை மலரில் பூத்த ரத்தினமே போற்றி' என்பது தோராயமான மொழிபெயர்ப்பு.

அவ்வளவுதான். அதன் பிறகு அவருடைய குரலை நான் கேட்கவில்லை. இரவு உணவாக, மரக்கோப்பையில் கஞ்சி வழங்கினார். மிதமாக வதக்கிய காய் ஒன்று தனியாக ஒரு மரக்கிண்ணியில். பொதுவாக அவருடைய அசைவுகள் அனைத்துமே நரம்பு மண்டலம் தன்னிச்சையாய் முடிவெடுத்துச் செயல்படுத்துகிற மாதிரி இருந்தன. பாடம் செய்யப்பட்டது மாதிரி, பாவமே இல்லாத முகம் அவருடையது. அபூர்வமாக எங்கள் பார்வைகள் சந்தித்துக்கொண்டன. அதீதமான தீர்க்கம் கொண்ட விழிகளிடமிருந்து அவசரமாக விலகிவிடுவேன்.

அலாதியான ருசியுடனிருந்தது கஞ்சி. தொடுகறியும்தான். இறுதியாய் மீந்திருந்த தொடுகறியை வாயில் இட்டபோது பலத்த அதிர்ச்சிக்கு ஆளானேன். படுமோசமான கசப்பு. என் மனத்தில் பெரும் அச்சம் நிரம்பியது. வெளியில் இருள் கனத்துவிட்டது. ஒரு முழு இரவை அங்கே எவ்விதம் கழிக்கப்போகிறேன்?

ஒரு திரைக்குப் பின்னால் நானும், மற்றைய திரைக்குப் பின்னால் அவருமாகப் படுத்துக்கொண்டோம். சில நிமிடங்களில் அவருடைய சுவாசம் சீராக இயங்கும் ஒலி கேட்டது. இமைகளைப் பிடிவாதமாக அழுத்தி மூடிக்கொண்டு உறங்க முற்பட்டேன். ம்ஹூம். உறக்கம் வருவதற்கான அறிகுறியே இல்லை. சற்று அயர்ந்தாலும் இந்தக் குடிலும் இரவும் பங்கு போட்டு என்னைப் பூரணமாக விழுங்கித் தீர்த்துவிடும் என்று ஏனோ அச்சமாக இருந்தது.

இரவின் ஆழத்துக்குள் எவ்வளவு நேரம் அமிழ்ந்து கிடந்தேன் என்பது தெரியவில்லை - யாரோ அழைக்கிற ஓசை கேட்டது.

எழுந்தேன். கிழவரின் சுவாசம் தொடர்ந்து கேட்டது. சந்தேகம் விலகாமல் திரையை விலக்கிப் பார்த்தேன். ஆழ்ந்த உறக்கத்தில் மூழ்கியிருக்கிறார். குடிலையும் ஏரியையும் எதிர்வரிசை மலைத் தொடரையும் இருளையும் போர்த்தி மூடியிருக்கும் நிசப்தம்தான் அழைத்ததோ என்னவோ.

குடிலின் கதவைத் திறந்து வெளியில் வந்து மீண்டும் மூடி வைத்தேன். முதலாவது படியில் அமர்ந்து தூணில் சாய்ந்து வாகாக அமர்ந்து

கொண்டேன். துளைத்துப் பார்த்துக்கொண்டிருந்த கண்களுக்கு, இருள் மெல்லப் பழகுவது புலனாகிறது. இருளின் மையத்தில் வெளிச்சப்படலம் ஒன்று உருவாகிறது. எதிர்க்கரை மரங்களும், பிணைக்கப்படாதபோதும் குடிலை நீங்கிச் செல்லாத படகும், நீர்ப்பரப்பின் சிற்றலைகளும் துல்லியமான வடிவங்களாகப் புலப்பட ஆரம்பிக்கின்றன.

நிஜமாகவா, எனது கற்பிதமா என்று நிதானிக்க இயலவில்லை - சாயங்காலம் நான் பார்த்த நீர்ப்பறவைகள் இன்னமும் நீரில் தியானித்திருந்தன. இப்போது அவை என்னைத்தான் பார்த்துக்கொண்டிருக்கின்றன. உடலெங்கும் ஒரு நடுக்கம் ஓடி அடங்கியது.

குடிலின் மூங்கில் கதவு திறக்கிறது. கிழவர் வெளியில் வருகிறார். உறக்கத்தில் நடப்பவர்போல நேர் கோட்டில், அசையாத கைகளுடன், இறங்கிச் செல்கிறார். படகில் ஏறப் போகிறார் என்று நினைத்தேன் - மூச்சைப் பிடித்துக்கொள்ளுங்கள் நண்பர்களே, நீரில் இறங்கினார்.

பாதங்கள் அமிழவில்லை. தரையில் நடப்பதுபோல நீர்ப்பரப்பில் நடந்து சென்றார். எதிர்க்கரை சேர்ந்து, மலையை நோக்கிச் செல்லும் பாதையில் வேகமாக மேலேறத் தொடங்கினார். அதற்கு முன், மாலையில் நாங்கள் தாண்டிவந்த நிலைவாசலைக் கடந்து அதன் கதவுகளைப் பாவனையாகச் சாத்திவிட்டுப் போவதைக் கண்டேன்.

மலைத் தொடரின் அடுத்த மடிப்பில் சென்று சேர்வதற்காக இட்டுச் செல்லும் ஒற்றையடிப் பாதையில் அவர் தொடர்ந்து நடந்து சென்று என் பார்வையிலிருந்து மறையும் வரை பார்த்துக்கொண்டிருந்தேன்.

இதற்குள் பொழுது நன்கு விடிந்துவிட்டது. கிளம்ப வேண்டியதுதான். அவரிடம் விடைபெறும் அவசியம் இல்லை. அவர் எப்போது திரும்புவார் என்பது அவருக்கே தெரியுமோ என்னவோ?... குடிலுக்குள் போனேன்.

அடுத்து வரும் ஐந்து குறிப்புகளையும் நிதானமாகப் படிக்குமாறு

உங்களை வேண்டிக்கொள்கிறேன் நண்பர்களே.

1. *முன்னர் நான் பார்த்தது போலவே, திரைக்குப் பின்னால் குரு உறங்கிக்கொண்டிருந்தார்.*

2. *உடனடியாக என் கைப்பையை எடுத்துக்கொண்டு வெளியேறும் போது பட்டப் பகலாகியிருந்தது.*

3. *குடிலைச் சூழ்ந்த நீர்ப்பரப்பு பனித்தரையாகியிருந்தது. அதில் காரையால் பதித்தமாதிரி உறைந்திருந்தது படகு. ஒரே இரவில் அந்த மகத்தான ஏரி இவ்வளவு உறைய முடியுமா என்ற கேள்வி பேராச்சரியமாய்த் தொடர, அவசரமாகப் பனித்தரையில் காலூன்றி நடந்து சென்றேன்.*

4. *செல்லும் வழியில், கறுப்பு நிறக் குச்சங்களாக, பனித்தரையில் ஊன்றிய முளைகளாகத் தட்டுப்பட்ட நீர்ப்பறவைத் தலைகளின் விழிகளில் மட்டும் இயக்கம் இருந்தது. அவை சுழன்று என்னைப் பார்வையால் தொடர்ந்தன.*

5. *மறுகரைக்குச் சென்றவுடன், யதேச்சையாக மோவாயைத் தடவியது என் வலது உள்ளங்கை. அந்த நிமிடம்தான் என் வாழ்நாளின் மிக முக்கியமான தரிசனம் என்று எண்ணுகிறேன் - முந்தைய நாள் மாலையில் மழுமழுவென்றிருந்த மோவாய்க் கட்டையில், மாதக் கணக்காக வளர்ந்து அடர்ந்திருந்த தாடி நிரடியது.*

உயிர்மை, ஜூன் 2009

சொன்னால் நம்ப மாட்டீர்கள்

பொதுவாக, என்மீது ஒரு புகார் இருக்கிறது. ஏதாவது ஒன்றைச் சொல்ல ஆரம்பித்துவிட்டு எங்கெங்கோ அலைந்து திரியக் கிளம்பி விடுகிறேன் என்று. இந்த முறை அந்தத் தவறு நடக்காமல் பார்த்துக் கொள்ளப் போகிறேன்.

போன ஆகஸ்ட்டில் ஒரு காலை நேரம். செக்கந்திராபாதில் என் மைத்துனி வீட்டுக்குப் போய்விட்டுச் சென்னையில் வந்து இறங்கியிருக்கிறோம். மத்தியானம் வைகை எக்ஸ்ப்ரஸ்ஸில் மதுரை திரும்ப வேண்டும். எழும்பூர் நிலையத்துக்கு எதிரில் ஒரு விடுதியில் தங்கியிருந்தோம். பொழுது போகாமல் **தி ஹிந்து**வைத் துருவிக்கொண்டிருந்தேன். நீத்தார் அஞ்சலிப் பகுதியைப் பார்த்துக்கொண்டிருந்தேனா, அதில் ஒரு முகத்தைப் பார்த்து வியந்துபோனேன். என்ன ஒரு ஆச்சரியம், அது தத்ரூபமாக அனுவின் சாயல் கொண்ட முகம்.

விஷயம் என்னவென்றால், இறந்து போன பெண்மணிக்கு இருபது வயது. இருபது வயதில் அனுவின் முகம் எப்படி இருந்ததோ அதே முகம். கிட்டத்தட்ட ஒரு வருஷத்துக்கு முன்னால் நான் பார்த்த அந்த அஞ்சலியும் முகமும் நேற்றிரவு முழுவதும், இன்று பகல் முழுவதும் என் நினைவெங்கும் நிரம்பியிருக்கின்றன.

சொல்லப் போனால், பிறாண்டிக்கொண்டிருக்கின்றன. அதற்குக் காரணம், சென்ற வாரம் அதே வைகை எக்ஸ்ப்ரஸ்ஸில் வந்தபோது தற்செயலாக நான் படித்த ஒரு பத்திரிகை. அதில் வந்திருந்த ஒரு கதை.

வழக்கமாக, இதுபோலப் பகல் ரயிலேறும்போது, ஏதாவது இரண்டு பத்திரிகைகள் வாங்கிக்கொண்டு ஏறுவது பழக்கம். ஜன்னலுக்கு வெளியே வெய்யில் பறக்கும் வெற்றுத்தரையை எவ்வளவுநேரம்தான் பார்த்துக்கொண்டிருப்பது? தவிர, கொடுத்து மாற்றிக்கொள்ள நம்மிடமும் பத்திரிகைகள் இருந்தால் மதுரை போகும்வரை படிக்க ஏதாவது கிடைத்துக்கொண்டே இருக்குமல்லவா?

எப்போதும்போல, ஜூனியர்விகடன் நக்கீரன் ரிப்போர்ட்டர் வாங்கிக்கொண்டு ஏறிவிட்டேன். திருச்சியை நெருங்கும்போது மூன்றும் தீர்ந்து, ஒருமணிநேரத் தூக்கமும் தீர்ந்துவிட்டது. எதிர்ப்புற இருக்கையில் இருந்தவர் முழங்கால் நோவு தீரக் கழிவறைக்கு அருகில் கொஞ்சநேரம் நின்றுவிட்டு வரலாம் என்று நினைத்தாரோ என்னவோ, எழுந்து போனார். அவர் வைத்துவிட்டுப் போன பத்திரிகையை எடுத்து சும்மா புரட்டினேன்.

அந்தப் பத்திரிகையின் பெயர் நினைவில் தங்க முடியாத அளவு கொஞ்சம் விசித்திரமானது. நக்கீரன் சைஸ்தான். அதே மாதிரி வழவழ அட்டை. பெரும்பாலான பக்கங்களை வெறுமனே கண்களால் மேயும்போதே அலுப்பூட்டுகிற மாதிரி ஒரு மொழிநடை. எப்படித்தான் இத்தனைபேர் சேர்ந்து ஒரே மாதிரி எழுதிவைத்திருக்கிறார்களோ என்று ஆச்சரியப்பட்டுக்கொண்டே திரும்ப வைக்கப் போனவன் கண்ணில் அந்தக் கதைத் தலைப்பு தட்டுப்பட்டது. **தற்செயல்களின் ரஸவாதம்.**

கதையின் தலைப்பைவிட, எழுதியவரின் பெயர் என்னைத் திக்குமுக்காட வைத்தது. **கிருஷ்ணன்** எழுதிய கதை அது. அதற்காகவே உடனடியாகப் படிக்கத் தொடங்கினேன். மூன்று பகுதிகளாக இருந்த கதை. ஒன்றுக்கொன்று சம்பந்தமில்லாத மூன்று பகுதிகள். சாதாரணமாக, பத்து வரிகளுக்குமேல் கதை படிக்கப் பொறுமை இருக்காது எனக்கு. இந்தப் பயல் என்னதான் எழுதியிருக்கிறான் என்று பார்ப்பதற்காகவே பிடிவாதமாகத் தொடர்ந்து படித்தேன்.

முதல் இரண்டு பகுதிகளில் பிரச்சினை எதுவும் இல்லை. தன்னுடைய இளம் வயது ஞாபகங்கள் என்று இரண்டு சம்பவங்களை எழுதியிருக்கிறான் கிருஷ்ணன். அதெல்லாம் யாருக்கும் நடக்கக் கூடியதுதான். இதையெல்லாம் ஒருத்தன் எதற்காகக் கதையாக எழுதுகிறான், கர்மசிரத்தையாகப் படிக்கிறவர்களுக்கு என்னதான் கிடைக்கிறது என்றெல்லாம் யோசித்தபடியே மேற்கொண்டு படித்தேன்.

மூன்றாவது பகுதிக்குள் நுழைந்ததும் ரத்தம் கொதிக்கத் தொடங்கியது. சென்ற வருடம், தி ஹிந்துவில் நான் பார்த்த அனுவின் முகத்தில் வந்து அந்தக் கதை முடிந்தபோது எனக்கு மூச்சிரைக்க ஆரம்பித்திருந்தது. ஏன் என்பதை ஒரு சொல்லில், ஒரு வாக்கியத்தில் விளக்கிவிட முடியாது...

1980களின் ஆரம்பத்தில் எங்கள் குடும்பம் மதுரை ஜெய்ஹிந்துபுரத்தில் வசித்தது. குடும்பம் என்றால் என்னைப் பெற்றெடுத்த குடும்பம். ஒரு சாரியில் ஆறு வீடுகளும் எதிர்ச்சாரியில் ஐந்து வீடுகளும் கொண்ட, காம்பவுண்ட் என்று அழைக்கப்பட்ட, தொகுப்பு வீட்டில். 'நந்தகுமார் இல்லம்' என்று பெயர். இந்த ஸ்தலத்தைப் பற்றித் தமிழில் ஒரு கற்றுக்குட்டி எழுத்தாளன் சில கதைகளில் எழுதியிருக்கிறான். அவன் பெயர் கிருஷ்ணன். மேலே சொன்ன அதே கிருஷ்ணன்தான். நான் குடியிருந்த அதே காலகட்டத்தில் அந்தக் காம்பவுண்டில் குடியிருந்தவன்.

நான் கதைகண்ணிகள் அதிகம் படிக்கிறவன் கிடையாது. வார, மாதப் பத்திரிகைகளையே எங்கேயாவது நீண்டதூரம் ரயிலில் போனாலொழியத் தொடுகிறவன் இல்லை. அதுவும் கதைகள் இல்லாத பத்திரிகைகளைத்தான் விரும்புவேன். அப்புறம் எப்படிக் கிருஷ்ணனைக் கற்றுக்குட்டி என்று சொன்னேன் என்றால், அதற்குச் சில காரணங்கள் இருக்கின்றன.

1. 'கிருஷ்ணன்' என்று நான் சொன்னவுடன் உங்களுக்கு இன்னார் என்று தெரிந்திருக்காதே? சுமார் கால் நூற்றாண்டுக் காலம் எழுத்தாளனாகக் குப்பை கொட்டிவரும் ஒருத்தனை, கேவலம், ஒரு பத்தாயிரம் பேருக்காவது தெரிந்திருக்க வேண்டாமா? நானும் ரயிலில் பூங்காவில்

பஸ்ஸில் ஸினிமாத் தியேட்டரில் என்று காத்திருக்கிற நேரத்தில் புத்தகம் படித்துக்கொண்டிருந்த அநேகம் பேரிடம் கேட்டுப் பார்த்திருக்கிறேன். இந்தப் பெயரில் ஒருத்தன் எழுதுகிறான் என்பதே ஒருத்தருக்கும் தெரிந்திருக்கவில்லை. அவன் கதையை ஒரு பத்திரிகையில் பார்த்தேனே, அந்தப் பத்திரிகையையேகூட அநேகம் பேருக்குத் தெரிந்திருக்காது.

இத்தனை வருஷமாகப் பிரயாணம் செய்கிறேன், இப்போதுதானே நானே பார்க்கிறேன்? இத்தனைக்கும் நான் பார்த்த மாதப் பத்திரிகை யின் தொண்ணூற்றேழாவது இதழாம் அது. போட்டிருந்தது.

2. இந்த லட்சணத்தில் இருக்கிறது உன் எழுத்தாளன் அந்தஸ்து. நீயெல்லாம் அந்த நாட்களில் எவ்வளவு பந்தா காட்டினாய். அதை விவரித்துச் சொன்னால், முன்பின் தெரியாத உங்களுக்கே எரிச்சல் வந்துவிடும். கையில் எந்நேரமும் ஏதாவது புத்தகம் வைத்திருப்பான். இங்லீஷ், தமிழ் இரண்டு மொழிகளிலுமே படிக்கக்கூடியவன். சரி, நம் வயதுப் பயல்தானே, கொஞ்சம் நட்பாக இருக்கலாம் என்ற எண்ணத்தில், 'என்ன படிக்கிறீங்க?'என்று கேட்டால் போதும். உடனே அதை நீட்டி, 'நீங்களே பாருங்களேன்' என்று நம் கையில் கொடுத்துவிடுவான்.

தி ஹிந்துவை எத்தனை வருஷமாய்ப் படித்து வருகிறேன்? அதிலும் தலையங்கப் பக்கத்தையும் எதிர்ப்பக்கத்தையும் மனப்பாடம் ஆகிற அளவு ஊன்றிப் படிக்கிறவன் நான்.

அவன் நீட்டுகிற புத்தகங்களில் நாலு வரி படித்துப் பார்ப்பதற்குள் ஆயாசமாகிவிடும். இவன் மூஞ்சியில் முழித்ததே தப்பு என்று தோன்றுகிறபோது, எப்படி உருவாகும் நட்பு? பாருங்கள், சாதாரண மாகப் பேசிய ஒரு வாக்கியத்தில் எதுகை வந்து விழுந்ததா இல்லையா? நானும்தான் தமிழ் இலக்கணம் இலக்கியமெல்லாம் படித்திருக்கிறேன். ஒன்பதாவது வகுப்புப் படிக்கும்போது கையில் ஒரு வெண்பாவைக் கொடுத்தால் மிகத் தெளிவாகத் தளை பிரித்துவிடுவேன். என் விடைத்தாளைப் பார்த்தால் கந்தசாமி அய்யா கண்ணை மூடிக்கொண்டு மதிப்பெண்ணை அள்ளித் தட்டுவார். பொதுத்தேர்விலும் தட்டினான். தமிழில் எழுபத்தைந்து விழுக்காடு. அந்தக்காலத்து எழுபத்தைந்தாக்கும். எதற்குச் சொல்கிறேன் என்றால், எழுத்தாளன் ஆவது பெரிய கம்பசூத்திரமொன்றும் இல்லை.

இந்தப் பயல் கிருஷ்ணன் காம்ப்பவுண்டை விட்டு வெளியேறித் தெருவுக்குப் போகும் கோலத்தை நீங்கள் பார்த்திருக்கவேண்டும். என்னவோ, பாரதியார் ரோடு நெடுக இவனிடம் கையெழுத்து வாங்குவதற்காக மாபெரும் வாசகக் கூட்டம் காத்திருக்கிற மாதிரி அவ்வளவு அமரிக்கையாக ஒரு நடை. இடது கையில் நுனி விரல் களால் லேசாகப் பிடித்த புத்தகம்.

பெரிய எழுத்தாளர் என்றால், இப்படியெல்லாம் பாவலாப் போடுவாரா? இது குறைகுடம், கூத்தாடியது.

3. எழுத்தாளர் என்றால் கற்பனைக் குதிரையைத் தட்டிவிட்டு ஆகாசத்தில் பறக்கவேண்டியவர் என்று எனக்கொரு அபிப்பிராயம். மேற்சொன்ன பயல் அவனுடைய டைரி மாதிரி எழுதிவருவதாகக் கேள்வி. அப்புறம் அவனை எப்படி எழுத்தாளன் என்பது? வெறும் டைரியாளன்தானே அவன்?

நான் குடியிருந்த அதே சமயத்தில் எங்கள் வரிசையின் நாலாவது வீட்டில் குடியிருந்த ராமசாமி மாமாவின் மகனும், இளம் வயதிலேயே எலும்புருக்கி நோயால் பீடிக்கப்பட்டவனுமான சீனிவாச வரதன் பெரிய படிப்பாளி. கல்கி, குமுதம், விகடன், சாவி என்று அந்த நாளில் வந்துகொண்டிருந்த ஒரு பத்திரிகையை விடமாட்டான். 1988-ல் மதுரை ராஜாஜி மருத்துவமனைப் படுக்கையில் பிராணனை விடும்போதுகூட அவன் தலைமாட்டில் அனுராதா ரமணனின் ஒரு நாவல் இருந்தது.

என் திருமணத்துக்குப் பிறகு, கூடலழகப் பெருமாள் கோவிலில் சீனிவாச வரதனை ஒரு முறை சந்தித்தேன். அன்றைக்கு வெகுநேரம் பேசிக்கொண்டிருந்தோம்.. எவ்வளவோ சனிக்கிழமைகள் பெருமாள் கோவிலைத் தாண்டிப் போயிருக்கிறேன். நான் வைஷ்ணவன் கிடையாது. ஆனாலும், கோவில் வாசலில் சைக்கிளை ஒரு கணம் நிறுத்தி, கன்னத்தில் இரண்டு, தாவாங்கட்டையில் இரண்டு போட்டுக்கொண்டு நகர்வேன்.

அப்படிப்பட்டவன், அன்றைக்குப் பார்த்துக் கோவிலுக்குள்ளே போய் பெருமாளை சேவிக்க முடிவெடுத்தது எவ்வளவு நல்லதாகப் போய்விட்டது தெரியுமா? அதற்கு அடுத்த வாரம் சீனிவாச வரதன் மருத்துவமனையில் சேர்ந்தான். மறுவாரம் இறந்தும் போனான்,

பாவம்.

பெருமாள் கோவில் கொடிமரத்துக்கு அருகில் வைத்துத்தான் வரதன் சொன்னான், 'இந்தப் பயல் கிருஷ்ணன் எழுதுவது வெறும் டைரிதான், இலக்கியம் இல்லை' என்று. அவன் சொன்னால் சரியாகத்தான் இருக்கும். அவன் பெரிய படிப்பாளி என்று ஏற்கனவே சொன்னேனே?

சீனிவாச வரதன் இன்னொன்றும் சொன்னான். எனக்கு வாசிக்கிற பழக்கமே இல்லாவிட்டாலும், அந்த சல்லிப்பயல் கிருஷ்ணன் எழுதுகிறதெல்லாம் ஊரில் எந்தக் கடையிலுமே லேசில் கிடைக்காது என்றாலும், எப்படியாவது தேடிப்பிடித்து அந்தக் கருமாந்தரங்களைப் படித்துவிடுவது நல்லது என்றான் வரதன். காரணம், எங்காவது ஒரு கதையில் என்னைப் பற்றியும் அவதூறாக மேற்படிக் கிருஷ்ணன் எழுதிவிட வாய்ப்பிருக்கிறது.

வரதனைப் பற்றி ஏற்கனவே எழுதிவிட்டானாம்.. எங்கள் காம்ப்ப வுண்டின் பின்புறம் மொட்டைமாடிக்கு இட்டுச் செல்லும் படிக்கட்டு இருந்தது. அதற்கு எதிர்ப்புறம் எல்லா வீடுகளுக்குமான பொதுக் கழிப்பறைகளும், குளியலறைகளும் இருந்தன. அந்த இடத்தில் வைத்து, அனுவிடம் தன் காதலைத் தெரிவித்திருக்கிறான் வரதன். பதிலுக்கு அவள் செருப்பால் அடித்துவிட்டாள் என்றும், இந்தச் சம்பவம் நடந்தபோது கழிவறைக்குள் குந்தியிருந்த தான் நேரடி யாகவே இதைப் பார்த்ததாகவும் எழுதியிருக்கிறான் கிருஷ்ணன்.

'அங்கே என்ன சத்தம் வெளியிலே' என்று அவன் குரல் கொடுத்த ஒரே காரணத்தால் மேற்கொண்டு அடிவாங்காமல் வரதன் தப்பித்தான் என்றும் எழுதியிருந்தானாம். இதைச் சொல்லும்போது சீனிவாச வரதனின் முகம் கன்றிச் சிவந்துவிட்டது. 'பேர்களை மாத்தி எழுதிட்டா ஊருக்குத் தெரியாமெப் போயிடுமா? இப்ப ஒன் பேரைக் குப்புசாமின்னு மாத்திட்டா நீ சந்துருவா இல்லாமெப் போயிடுவியா? இந்த மாதிரி அபாண்டமா எழுதுறவன்லாம் நல்லாயிருக்க மாட்டான் சந்துரு. அல்பாயிசுலே போயிடுவான்.' என்று அவன் சாபம் கொடுத்தபோது சந்நிதியிலிருந்து கைமணிச் சத்தம் கேட்டது. பெருமாளே 'ஆமாம்' என்று சொல்கிற மாதிரி.

நல்லவேளை - விடாமல் அனுவிடம் வரதன் நூல்விட்டுப் பார்த்ததும், கைகூடாமல் போன காரணத்தால் நூறு மி லி மண்ணெண்ணையைக் குடித்துவிட்டு, பிற்பாடு இவனே பதட்டமாகித் தாயாரின் மடியில்

போய் விழுந்து அழுது புரண்டு, கிச்லே டாக்டர்தான் கடவுள் மாதிரி இருந்து காப்பாற்றினார் என்பதெல்லாமும் நடப்பதற்கு முன்னால் கிருஷ்ணன் குடும்பம் வீட்டைக் காலிசெய்துகொண்டு அண்ணா நகரை அடுத்த சதாசிவ நகருக்கு இடம் பெயர்ந்துவிட்டது. இல்லாவிட்டால் அதையும் எழுதி மானத்தை வாங்கியிருப்பான்... இல்லை, சக குடித்தனக்காரர்கள் யாராவது புறணி சொல்லி அதையும் எழுதித் தொலைத்திருக்கிறானோ. நாம் என்னத்தைக் கண்டோம்?

4. எழுத்தாளன் என்றால், சமூகத்துக்கு நல்லது செய்யக்கூடிய எழுத்துக்களை எழுத வேண்டாமா? பெரிய எழுத்தாளர்கள் பெரிய எழுத்தாளரானது அப்படி எழுதியதால்தானே? அந்தக் காலத்தில் லக்ஷ்மி என்று ஒரு எழுத்தாளரை என் சித்தி ஒருத்தி விழுந்துவிழுந்து படிப்பாள். ஒவ்வொரு அத்தியாயம் படித்து முடித்ததும் எழுந்துபோய் மூக்கைச் சிந்திவிட்டு விசித்துக்கொண்டே பாத்ரூம் போய்விட்டு வருவாள். கண்கள் ரத்தமாகச் சிவந்திருக்கும். ‘இப்பிடி ஒரு அழுமூஞ்சிக் கதையை ஏன் சித்தி படித்துத் தொலைக்கிறாய். தலையெழுத்தா உனக்கு?’ என்றால் அவள் கண் திரும்பவும் கலங்கிவிடும்.

> சந்துரு, நான் படிச்சு என்ன புண்ணியம், ஒங்க சித்தப்பா மட்டும் இந்தம்வோடெ எழுத்தெப் பத்தே பத்துவரி படிச்சுப் பாத்தாக்கூடப் போறும். என்னெப் போட்டு இந்த மிதி மிதிப்பாரா. இங்கே பாரு போனவாரம் செவுத்திலே கொண்டுபோயி என்னெ மோதி...

என்று பின்னந்தலை முடியை ஒதுக்கிக் காட்டினாள். ரத்தக் கோடு மாதிரிக் கீறியிருந்தது.

அதே சித்தியிடம் இந்தப் பயல் எழுத்தைக் கொடுத்தால் என்ன செய்வாள்? ஏற்கனவே புருஷனிடம் ஓயாமல் அடிவாங்குகிற பெண் பிள்ளைக்கு, கதையிலும் ஆணிடம் செருப்படி வாங்குகிற பெண்தான் பார்க்கக் கிடைக்கிறாள் என்றால் விரக்தி பொங்காதா? தற்கொலை செய்துகொள்ளக் கிளம்பிவிடவும் வாய்ப்பிருக்கிறதே?

5. நல்லது செய்யாவிட்டாலும் பரவாயில்லை. பொய் எழுதாமல் இருக்கலாமே. நான் முன்னமே சொன்ன செருப்படி சம்பவத்தில் பாதிதான் உண்மை.

அந்தக் குடித்தனத்தில் வசித்த குடும்பங்களிலேயே மிகவும்

நாகரிகமானது அனுவின் குடும்பம். பொதுக்கழிப்பறைக்குப் போகும் போதும் ஹவாய்ச் செருப்புப் போட்டுக்கொண்டு போவார்கள்.

ஆனால், அனு செருப்பை ஓங்கத்தான் செய்தாளே தவிர, அடிக்கவில்லை. செருப்பைத் தரையில் போட்டுவிட்டுக் காலை நுழைத்துக்கொண்டு, எதிரிலிருந்த குழாயில் மறுபடி கையைக் கழுவிக்கொண்டு விறுவிறுவென்று வீடு திரும்பிவிட்டாள்.

இதெல்லாம், உனக்கெப்படித் தெரியும் என்று கேட்பீர்கள். அதுதான் இந்தக் கிருஷ்ணன் பயல்மீது எனக்குள்ள அடுத்த புகார்.

6. கழிவறைக்குள் உட்கார்ந்து மேற்படிச் சம்பவத்தைக் கண்ணாரப் பார்த்ததே நான்தான். மொட்டை மாடியில் அனுவின் தகப்பனாரிடம் விளக்கமாக எடுத்துச் சொன்னதும் நான்தான். பார்க்கிறவர்களுக்கு நான் ஏதோ கோள்மூட்டுகிறேன் என்று தோன்றியிருக்கும். பெண்ணைப் பெற்றவரின் கவலை பெண்ணைப் பெற்றவருக்குத்தான் தெரியும். அதைப் பகிர்ந்துகொள்வதில் ஒரு தவறுமில்லை. தாம் இல்லாத இடத்தில் தன் மகளுக்கு நடந்த அவமானத்தை ஒரு ஆண்பிள்ளை அக்கறையோடு தம்மிடம் பகிர்ந்துகொள்கிறான் என்றால், இவனைப் பற்றி அந்தத் தகப்பனின் உள்ளத்தில் எவ்வளவு உயர்வான அபிப்பிராயம் உருவாகியிருக்கும்?

அதிலும், தடிமாடுகள் மாதிரி மூன்று இளைஞர்களுக்கு நடுவில் இரண்டு குமரிப்பெண்களை வளர்க்கிற தகப்பன் மனத்தில், மற்ற இரண்டுபேரைவிடவும் இவன் எவ்வளவோ தேவலை என்று ஒரு எண்ணம் விழாதா? ஐந்தாறு வருடம் கழித்து, என் தாயார் தகப்பனாரோடு அவர்கள் வீட்டுக்குப் போனபோதும் அவர் கண்களில் பழைய மரியாதை அப்படியே இருந்ததைப் பார்த்தேன்...

அனுவின் தகப்பனாரிடம் செருப்படி சம்பவத்தை விவரிக்கும்போது, தணிந்த குரலில்தான் சொன்னேன். கைப்பிடிச் சுவருக்கு அந்தப் பக்கம் இந்தக் கிருஷ்ணன் பயல் உட்கார்ந்து ஏதோ படித்துக் கொண்டிருந்ததைப் பார்த்துவிட்டேன் என்றாலும், இப்படி ஒரு தனியான சந்தர்ப்பம் அந்த மனிதரிடம் பிறகு எப்போது கிடைக்குமோ; புஸ்தகம் படிக்கிற புழுவால் பிரச்னை ஒன்றும் வராது என்ற தைரியம்தான்.

தவிர, இனிமேலாவது அனுவிடம் இந்தப் பயலும் கொஞ்சம் அடக்கி வாசிப்பான் இல்லையா? வாரத்தில் ஓரிரு நாட்கள் அவளோடு மொட்டைமாடியில் உட்கார்ந்து பேசுவது குறையும் இல்லையா? எனக்கென்னவோ, அவன் புஸ்தகமும் கையுமாக அலைவதே அனுவை அசத்துவதற்காகத்தான் என்று ஒரு சந்தேகம். நான் கூடத்தான் மிமிக்ரி செய்வேன். புதியவர் யாராவது பேசுவதைக் கேட்டாலும், அவர் மாதிரியே பேசும் திறமை உண்டு. அனுவுக்குக்கூடப் பேசிக் காட்டியிருக்கிறேன். அவளை அசத்துவதற்காகவா இதையெல்லாம் செய்தேன்?

கெட்டதிலும் ஒரு நல்லது என்கிற மாதிரி, நல்லவேளை, அந்தக் கிருஷ்ணன் பயல் பழியைத் தன்மீது போட்டுக்கொண்டான். இல்லா விட்டால், சீனிவாச வரதன் என்ற நண்பனை அவன் சாவதற்கு முன்னாலேயே பறிகொடுத்திருப்பேன்.

காட்டிக்கொடுக்காமல் கதையெழுதி நட்பைக் காப்பாற்றிவிட்டான், நல்ல மனிதன்தான், என்பதெல்லாம் இருக்கட்டும். எழுத்தாளன் உண்மையைத் திரித்துச் சொல்லலாமா?

7. எழுத்தாளன் என்றால் கோர்வையாக எழுத வேண்டாமா? சம்பந்தா சம்பந்தமில்லாமல் குட்டிக் கதைகள் ஏழெட்டை எழுதி அதையெல்லாம் வரிசையாகக் கோத்து ஒரே கதை என்று கொடுத்துவிடுவதுதான் கிருஷ்ணனின் வழக்கமாம். சீனிவாச வரதன் சொன்னான். அதில், அவன் படித்த ஏதோ ஒரு கதையில், துஷ்யந்தன் - சகுந்தலை கதையை இரண்டு பக்கம் எழுதிவிட்டு, அடுத்ததாக ஜானுவின் கதையை எழுதியிருக்கிறான் இந்த ராஸ்கல்.

அந்தப் பெண் அனுவின் உடன் பிறந்த மூத்த சகோதரி. சங்கீத வகுப்பில் கீபோர்ட் படிக்க வந்த கிறிஸ்துவப் பையனுடன் ஓடிப் போனவள். அந்தப் பையன் இரண்டு வருஷம் கழித்து இவளை விட்டுவிட்டு ஓடிப்போய்விட்டான். இவள் பிறந்தகம் திரும்பினாள். கொஞ்சகாலம் எங்களுடனும் வந்து தங்கினாள். அந்த நாட்களில் அவளுக்கும் எனக்கும் சிறு மனஸ்தாபம் ஏற்பட்டு, எங்கள் மூஞ்சியிலேயே முழிக்க மாட்டேன் என்று வெளியேறிவிட்டாள்.

புருஷனைப் பிரிந்தவள். சிறு வயதுக்காரி. பாவம், அவளுக்கும் உடம்பென்று ஒன்று இருக்கத்தானே செய்கிறது என்று கொஞ்சம் பரிவாக நடந்துகொண்டால் தப்பா?...

போகட்டும். அவளுக்கும் எனக்குமான மனஸ்தாபத்தைப் பற்றி இப்போது எதற்காகச் சொல்வது? நாம் பேசிக்கொண்டிருப்பது கிருஷ்ணனைப் பற்றித்தானே? ஜானுவைப் பற்றிப் பேசுகிறோம் என்றே வைத்துக்கொண்டாலும், வேண்டாத விஷயங்களைத் தவிர்த்துவிடுவதுதானே உத்தமம்?

வெறும் பாமரனான எனக்கே எதைச் சொல்லவேண்டும், எதைச் சொல்லக்கூடாது என்று தெரிந்திருக்கிறதே, எழுத்தாளன் என்று சொல்லிக்கொள்கிறாய், உனக்குத் தெரிந்திருக்க வேண்டாமா?...

காலாற நின்றுவிட்டுத் திரும்பிய நண்பரிடம் வேண்டியபோது, அவர் முதலில் ஆச்சரியப்பட்டார். 'பத்திரிகை எனக்கு மிகவும் பிடித்திருக்கிறது. உங்களை மாதிரி அறிவுஜீவிகளுக்கு மாத்திரமில்லாமல் எங்களை மாதிரிப் பாமர மண்டைகளுக்கும் புரிகிற மாதிரி இருக்கிறதே ஒவ்வொரு பக்கமும்!' என்று கொஞ் சமே கொஞ்சம் ஐஸ் வைத்ததில் மடங்கிவிட்டார். 'தாராளமாக் கொண்டு போங்க. நான் வேற காப்பி வாங்கிக்கிறேன்' என்று கொடுத்துவிட்டார். ஆக, அந்தப் பத்திரிகையைக் கையோடு வைத்திருக்கிறேன், உங்களுக்காகத்தான். அந்த நாய் எழுதியிருப்பதை நீங்களே படித்துப் பாருங்களேன்...

தற்செயல்களின் ரஸவாதம்

- கிருஷ்ணன்

1

தற்செயல்கள் அப்படியொன்றும் தற்செயலாக நடப்பதில்லை என்றும், காலத்தின் அடுக்குமானத்திற்கு எதிரான அவற்றின் தீரம் பற்றியும், எதிர்பாராமை என்ற ஒரே கொக்கியில் தொங்கும் பட்டாக்கத்தி போன்ற அவற்றின் பயங்கரம் பற்றியும் நான் தெரிந்துகொண்டது தற்செயலாகத்தான்.

உதாரணமாக, ஒரு சிகரெட் வழியாக ஆயுட்கால நட்பு உருவாக முடியும் என்று சொன்னால் யாராவது நம்புவார்களா? எனக்கு

ஒரு நண்பனல்ல, இரண்டுபேர் அப்படிக் கிடைத்திருக்கிறார்கள். முதலில் கிடைத்தவன் ரங்கராஜன். எண்பதுகளின் ஆரம்பத்தில் மதுரை ஆழ்வார்புரம் கிருஷ்ணகுமார் இல்லத்தில் எங்கள் குடும்பம் வசித்தபோது, பக்கத்துக் காம்ப்பவுண்டில் குடியிருந்தவன் சீமா என்ற ரங்கராஜன். மாமனாரின் பெயரை வைத்திருக்கிறது என்பதால் மண்டையில் அடித்தமாதிரிக் கூப்பிடத் தயங்கி அவனுடைய தாயார் வைத்த செல்லப் பெயர் சீமா. அதுதான் பிறகு நிலைத்தும்விட்டது.

வீட்டுக்குத் தெரியாமல் நான் சிகரெட் குடித்துக்கொண்டிருந்த நாட்கள். சீமா ஒரு பிஸ்கட் கம்ப்பெனியில் விற்பனைப் பிரதிநிதியாக இருந்தான். கையில் தாராளமாகப் பணம் புழங்கும். ஒருநாள் சாயங்காலம், மீனாட்சி தியேட்டர் சந்துக்குள் ஒரு பெட்டிக்கடை முன்பு நின்று ஏக்கமாகப் பார்த்துக்கொண்டிருந்தேன். ஒரு சிகரெட் பிடிக்க ஆசை. சட்டைப் பையில் பத்துப் பைசாதான் கிடக்கிறது. ஒரு ஃபில்ட்டர் வில்ஸின் விலை இருபத்தைந்து பைசா. ஃபில்ட்டர் இல்லாத சிகரெட்டையோ, பீடியையோ குடித்துத் தொலைக்க வேண்டியதுதானே என்று கேட்கத் தோன்றுகிறதல்லவா? நியாயமான கேள்வி. அவற்றின் நாற்றம் ஒரு ஹால்ஸ் வில்லையின் மணத்துக்குக் கட்டுப்படாது. வேலை கிடைக்கும்வரை அதுமாதிரியான ரிஸ்க்குகளை எடுக்கக்கூடாதல்லவா?

தேவன்போல வந்துசேர்ந்தான் ரங்கராஜன். சைக்கிளை நிறுத்தி விட்டுக் கடையை நெருங்கியவன், என்னைப் பார்த்துப் புன்னகைத்தான்.

ஹலோ.

ஹலோ.

நீங்க கிருஷ்ணகுமார் இல்லத்திலெதானே குடிவந்திருக்கீங்க?

ஆமா.

தன் பெயர் சொல்லி அறிமுகப்படுத்திக்கொண்டான். நான் சிகரெட் குடிப்பேனா என்று உறுதிப்படுத்திக்கொண்டான். எனக்கும் சேர்த்து இரண்டு வில்ஸாக வாங்கினான். வெளியேறும் புகையின் பின்னணியில், ‘அனுவின் வீட்டுக்கு எதிர்வீட்டில் குடியிருப்பவர் என்பதற்காகவே ஒரு பாக்கெட்கூட வாங்கித் தரலாமே’ என்று புன்சிரித்தான்.

அவ்வளவுதான், பின்னர் சிகரெட் பிடிக்கவென்று எப்போது போனாலும், என் வீட்டுக்குள் நுழைந்து சற்றுநேரம் உட்கார்ந்து, ஜன்னல் வழியாகப் பத்து நிமிஷமாவது வெறித்துப் பார்த்துவிட்டு, என்னையும் அழைத்துக்கொள்ளாமல் போகமாட்டான். புகைக்கும் போது, நான் படிக்கும் புத்தகங்கள் சம்பந்தமாக ஓரிரு வாக்கியங்கள் பேசத் தொடங்கினாலும்,

> அதெல்லாம் எதுக்கு கிருஷ்ணன்? நம்ம மண்டைக்குள் ஏறாது. அப்பறம் சொல்லுங்க... அனுவுக்கு இன்னைக்கி ம்யூஸிக் க்ளாஸ் உண்டா?

என்று உரையாடலை நகர்த்திவிடுவான்... இதோ, இன்றுவரை நண்பனாக இருக்கிறான். இன்று சாயங்காலம் அந்தத் தொலைபேசிச் செய்தியைச் சொன்னதும் அவனேதான்.

சிகரெட் உருவாக்கிக்கொடுத்த இரண்டாவது நட்பு சர்தார் உஜ்ஜல் சிங். நான் நாலாவது வகுப்புப் படிக்கும்போது தமிழ்நாட்டின் கவர்னராக இருந்தவர் பெயரும் இதுவேதான். ரயில்வே பட்டியலில் என் பெயருக்கு அடுத்ததாக இந்தப் பெயர் இருந்ததைப் பார்த்தவுடன் எனக்கு எங்கள் கிராமமும், நாலாவது வகுப்புக்கு ஆசிரியையாக இருந்த ரோஸ்மேரி டீச்சரும், அவரது உயர்த்திய கையின் உள்பக்கம் நாகப் படம்போல நிரந்தரமாகத் தங்கியிருக்கும் வியர்வை ஈரமும் ஞாபகம் வந்து, தற்சமயம் எழுதிக்கொண்டிருக்கும் நாவலில் வரும் டீச்சரின் அக்குளில் வியர்வை படியவைக்கத் தீர்மானித்துக்கொண்டேன்.

உஜ்ஜல்சிங்குக்கு என் வயதுதான். பட்டியலில் போட்டிருந்தது. ஆனால், அவனை அழித்து ஒன்றரைக் கிருஷ்ணன் செய்யலாம். அப்படி ஒரு ஆகிருதி. ஜன்னலோரக் கீழ்ப்படுக்கை என்னுடையது. மேல் படுக்கை உஜ்ஜல்சிங்குடையது. பொது இடங்களில் சிகரெட் பிடிக்கத் தடையெதுவும் விதிக்கப்படாத காலகட்டம். சிகரெட்டும் கையுமாய் எழுந்து ரயில்பெட்டிக் கதவருகில் நான் சென்று வந்தவுடன் உஜ்ஜல் செல்வான். அவன் திரும்பிவந்ததும் நான். எதிரெதிராய் நிற்கும்போது லேசாகப் புன்சிரித்துக் கொள்வோம்.

அப்போதெல்லாம் கிராண்ட் ட்ரங்க் எக்ஸ்ப்ரஸ் அதிகாலை நாலு

மணி சுமாருக்கு ஆக்ரா சென்று சேரும். கடுமையான குளிர். உடம்புக்குள்ளும் நிரம்பிவிட்ட குளிரை விரட்டும் உத்தேசத்தில் ஒரு சிகரெட் பற்றவைத்துத் திரும்புகிறேன். கம்பளிப்பொதியாக அந்த உருவம் வந்து நிற்கிறது. உஜ்ஜல் சிங்தான். முகம் பரிதாபமாகச் சுருங்கியிருக்கிறது. நீங்களே யூகித்திருப்பீர்கள். அவனிடம் சிகரெட் இருப்புத் தீர்ந்துவிட்டது.

நான் நீட்டிய பாக்கெட்டிலிருந்து ஒரு சிகரெட் உருவி எடுப்பதற்கு அவன் விரல்கள் நடுங்கியது இன்னமும் என் கண்முன்னால் நிற்கிறது. அவ்வளவு தன்மானமுள்ள குடிமக்கள் சர்தார்ஜிக்கள்.

நிஜாமுதீன் நிலையத்தில் ஒருவருக்கொருவர் வந்தனம் கூறிப் பிரியும்போது இருவருமே எதிர்பார்த்திருப்போமா, மறுநாள் அதே ஆக்ரா செல்லும் தார்ச்சாலையில் சந்திக்கப் போகிறோம் என்று?

என் டெல்லி நண்பன் முத்துராமலிங்கம் ஏற்பாடு செய்த அம்பாஸிடரில் ஏறி தாஜ்மஹால் பார்க்கப் புறப்படுகிறோம். டெல்லியைவிட்டு வெளியேறும் இடத்தில் எங்கள் காரை டெல்லி காவல்துறை மறிக்கிறது. நாங்கள் பயணம் செய்யும் வாகனம் உரிமையாளரின் சொந்த உபயோகத்துக்கு மட்டுமே உரிமம் வழங்கப்பட்டது. வாடகைக்கு விட அனுமதி கிடையாது. ஆக, நாங்கள் மேற்கொண்டு பயணம் செய்ய முடியாது என்பதோடு, காரையும் பறிமுதல் செய்யவிருக்கிறார்கள்.

இப்போது, ஓட்டுநரோடு நாங்களும் அந்தப் போக்குவரத்து அதிகாரியிடம் முறையிடச் சென்றோம் - நானும் என் பிரம்மச்சாரி நண்பர்கள் மூவரும். இதையும் நீங்கள் யூகித்திருப்பீர்கள். அந்த அதிகாரியின் தனிச்செயலனாக அங்கே நின்றுகொண்டிருந்தவன் சர்தார் உஜ்ஜல் சிங். என்னைப் பார்த்ததும் 'பையா' என்று ஆதுரமாக அணைத்துக்கொண்டான்.

தன் மேலதிகாரியிடம் சொல்லி எங்கள் காரை உடனடியாக விடுவித்ததோடு, ஆக்ராவில் நாங்கள் சென்று சந்திக்க வேண்டிய நபரின் தொலைபேசி எண்ணையும் தந்து உதவினான். ஒரே ஒரு சிக்கல், நாங்கள் ஆக்ரா சென்று திரும்பும்வரை எங்கள் நால்வரில், ராமராஜ் மட்டும் ராமராஜாக இருக்க முடியாது. அவனுடைய பெயர் கே.கே.யாதவ். முழுப் பெயர் கம்லேஷ் குமார் யாதவ்.

டெல்லியில் பால் வியாபாரம் செய்கிறான். பீஹாரி. எங்களுடைய வெள்ளை அம்பாஸிடரின் உரிமையாளன். எங்கள் குழுவில் அவனுக்கு மட்டும்தான் இந்தி பேசத் தெரியும் என்பதால் இந்த ஏற்பாடு.

நல்லவேளை. ராமராஜ் அரைகுறையாகவும், அபத்தமாகவும் நடிக்கவேண்டிய அவசியம் எதுவும் ஏற்படாமலே எங்கள் பயணம் இனிது முடிந்தது. இப்போது சர்தார் உஜ்ஜல்சிங் வட்டாரப் போக்குவரத்து அதிகாரியாக இருக்கிறான். க்ரேட்டர் நோய்டா பகுதியில். இன்றுவரை என்னுடைய டெல்லி விஜயங்களின் சுகசௌக்கியங்களுக்கு அவன்தான் பொறுப்பாளி. இதெல்லாம் புரியாத அரசாங்கமானால் 'புகைப்பழக்கம் உடல்நலத்துக்குத் தீங்கானது' என்று பாக்கெட்டுகளில் அச்சடிக்கச் சொல்லி நச்சரித்துக் கொண்டிருக்கிறது.

2

புதிராகச் சொடுக்கும் தற்செயலின் சவுக்கு நுனியில் நான் இரண்டாவதாகச் சிக்கிய சந்தர்ப்பம் அவ்வளவு சுமுகமாக முடிவுறவில்லை. உண்மையில் அதை இரண்டாவது என்று சொல்லக்கூடாது. இரண்டாவதாக எனக்கு ஞாபகம் வருகிறது, அவ்வளவுதான். உஜ்ஜல்சிங் அறிமுகமாவதற்கு முன்பே நடந்து முடிந்துவிட்ட தழும்பு அது. சென்னை என்ற மாநகரத்தில் நிரந்தரமாகக் குடியமர வந்த முதல் நாளில் அந்தச் சம்பவம் என் மனம் முழுக்க நிரம்பியிருந்தது.

சுலோச்சனாவைப் பற்றிப் பலமுறை சொல்லியிருக்கிறேன் அல்லவா? அவளிடம் எனக்கு இருந்த நெருக்கத்தையும் சொல்லியிருக்கிறேன். எதிர்பாராத ஒரு மழைநாளில் அவளுடைய தாயாரிடம் அதைவிடவும் நெருக்கமாக இருந்ததையும்கூட முன்பே சொல்லிவிட்ட ஞாபகம். அதன்பிறகு அவர்கள் குடும்பத்தைவிட்டுச் சிறுகச் சிறுக விலகிவந்தேன் என்பதைச் சொல்லியிருக்கிறேனா என்று நினைவில்லை.

1981ஆம் வருட மழைகாலம் ஆரம்பிப்பதற்கு முன்பாகவே நடந்த

சம்பவம் இது. நாங்கள் கிருஷ்ணகுமார் இல்லத்தில் குடிவருவதற்கு இரண்டு மாதங்களுக்கு முன்னால் நடந்தது.

சுலோச்சனாவின் சிநேகிதி ஒருத்தி இருந்தாள். ஜோதி என்று பெயர். இவளைவிட ஒரு பிடி உயரம். ஒரு துளி அதிக நிறம். தலைமுடி மட்டும் அநியாய நீளம். சுலோச்சனாவுக்கு இடுப்பில் முடியும் பின்னல், ஜோதிக்குப் பின்னங்கால்வரை நீண்டிருக்கும். அவளிடம் எப்படியாவது நெருங்கிவிட வேண்டும் என்று திட்டமிட்டு நகர்ந்துகொண்டிருந்த நாட்களில்தான், யதேச்சையான ஒரு சந்தர்ப்பத்தில், அவளுடைய நெருங்கிய தோழியான சுலோச்சனாவிடமும் பிற்பாடு சுலோவின் தாயாரிடமும் சிக்கிக்கொண்டேன். ஜோதி மதியூகி. அத்தோடு, மானஸ்தி. என்னைவிட்டு விலகிப் போய்விட்டாள்.

அந்த வருடத்தில் மட்டும் நான் ஆறுதடவை சென்னை வந்து திரும்பவேண்டி வந்தது. எழுத்துத் தேர்வுக்காக இரண்டு முறையும், நேர்முகத் தேர்வுகளுக்காக நாலு முறைகளும். அவை எதிலுமே எனக்கு வெற்றி கிட்டவில்லை என்பதும் இன்றுவரை ஆச்சரியமாகத் தான் இருக்கிறது. இத்தனைக்கும் அந்த அரசாங்க இலாக்காவின் நேர்முகத்தேர்வுபோல எளிதான ஒரு தேர்வை நான் எதிர்கொண்டதே கிடையாது. ஐந்தே கேள்விகள்தாம். உங்கள் பெயர் என்ன? உங்கள் தகப்பனார் பெயர் என்ன ? என்ன படித்திருக்கிறீர்கள் ? பொழுது போக்குகள் யாவை? இந்தியாவின் எந்த மூலையிலும் சென்று பணிபுரியச் சம்மதம்தானா?

இந்தக் கேள்விகளுக்கான விடைகள் அனைத்தையும் என் விண்ணப்பத்தில் நிரப்பியிருந்தேனே, ஒருவேளை அதையெல்லாம் நேரில் வந்து ஊர்ஜிதப்படுத்துவதற்காகத்தான் என்னை அழைத்திருக் கிறார்களோ என்றெல்லாம் நான் குழம்பிக்கொண்டிருந்தபோது, மன்னார்குடியிலிருந்து வந்திருந்த ராஜகோபாலன் மிகத் தெளிவாக எடுத்துச் சொன்னான். நியமனம் ஆகவிருக்கிறவர்களை ஏற்கனவே புள்ளிகுறித்துவிட்டார்களாம். மற்றவர்களை அழைத்தது வெறும் கண்துடைப்பாம். அவன் சொன்னவுடனே இந்த விஷயம் புரிந்து விட்டது. ஆனால், அவன் வார்த்தைக்கு வார்த்தை 'வல்லாரவோழி' என்று வைததற்கு அர்த்தம்தான் தெரியவில்லை.

இது கிடக்கட்டும். நான் சொல்ல வந்த விஷயம் வேறு. மெற்றாஸை

விட மதுரையில் புளி சகாயமாய்க் கிடைக்கிறது. மறுவாரம் நேர்முகத்தேர்வுக்காக நான் போகும்போது, 'ஒரு சிப்பம் புளியைக் கொண்டுபோய் மெற்றாஸ் தாம்பரத்தில் உள்ள ஜோதியின் மூத்த அக்கா வீட்டில் சேர்ப்பிக்க முடியுமா?' என்று சுலோச்சனா கேட்டிருந்தாள். விதியின் விளையாட்டு என்பதைத் தவிர இதை வேறு எப்படிச் சொல்வீர்கள்? ஜோதிக்காக சுலோச்சனா சிபாரிசு செய்கிற அளவு ஆகிவிட்டதல்லவா?

சித்தப்பா வீட்டில் போய் இறங்கிக் குளித்து உடைமாற்றிக்கொண்டு உடனே நேர்முகத் தேர்வுக்குப் போய்விட்டேன். 'தேர்வுக்குப் போகிற இடத்தில் புளிச் சிப்பத்தை எங்கே வைத்துக்கொள்வாய்?' என்று கிளம்பும்போது அக்கறையாகக் கேட்டாள் சித்தி. வேறு வழி? பத்து மணிக்கு நேர்முகம். அது எங்கேயோ ஆழ்வார்ப்பேட்டைக் குறுக்குத் தெரு ஒன்றில் வைத்து நடக்கிறது.

ஜோதியின் அக்கா வீடு தாம்பரம். நேர்முகம் முடிந்து அவர்கள் வீட்டில் கொண்டுபோய் இந்தப் புளிச் சனியனை இறக்கிவைத்துவிட்டு, எழும்பூர் திரும்பி ரயில் பிடிக்க வேண்டும். ஏழரை மணிக்கு ரயில். சித்தப்பா வீடு இருப்பது அம்பத்தூரில். சென்னையின் அமைப்பு தெரியாத வாசகர்களுக்கு இதையெல்லாம் எப்படிப் புரியவைக்கப் போகிறேன் என்று தெரியவில்லை. ஒரு அரசாங்க இலாகா வேலைக்கான நேர்முகத்தேர்வுக்குப் புளிச் சிப்பமும் கையுமாய்ப் போய்ச் சேர வேண்டிய அளவு தொலைவும் கால நெருக்கடியும் உள்ள விஷயம் என்று சொன்னால் ஓரளவு புரியலாம்.

அந்த நாட்களில், வாசிக்கும் பழக்கம் என்னைப் பீடித்திருந்தது என்று சொல்லியிருக்கிறேன் இல்லையா? தெருவில் நடைமுறையாகப் பார்க்கும் எவருமே எனக்குப் பிடித்த எழுத்தாளர் எவருடையவாவது கதாபாத்திரமாகத்தான் மனத்துக்குத் தெரிவார்கள். உதாரணமாக, வாய் நிறைய வெற்றிலை குதப்பிக்கொண்டு வருகிறவர் தி ஜானகி ராமனின் நாவலிலிருந்து இறங்கி வந்தவராக. சுருக்கமான வார்த்தை களில் பேசுகிறவர் அசோகமித்திரனின் பாத்திரம். எடக்குமடக்காகப் பேசுகிறவர் புதுமைப்பித்தனிடமிருந்து. புதுசாகக் கல்யாணமான ஜோடி என்றால் கு ப ரா விடமிருந்து.

இந்த வரிசையில் ஜி. நாகராஜனின் ‘நாளை மற்றுமொரு நாளே’ நாவலிலிருந்து இறங்கி வந்த ஒரு நபருடன், தாம்பரம் செல்லும் நகரப் பேருந்தில் மோதிக்கொள்ள வேண்டியதாகிவிட்டது. ஜி.என்னின் கதைகளில் வரும் விலைமாதர்களுக்கு வாடிக்கையாளர்களை அழைத்துவரவும், பாதுகாவலாக இருக்கவுமான பணிகளைச் செய்கிற, நினைத்தபோதெல்லாம் சாராயம் குடிக்கிற ஒரு கதாபாத்திரம்.

நாமே, பெரும் கவலையில் ஆழ்ந்திருக்கிறோம். நேர்முகத் தேர்வில் அவர்கள் கேட்ட கேள்விகளுக்கு நான் நூறு சதவீதம் மிகச் சரியான பதில்கள் அளித்திருக்கிறேன். ஆனால், அவற்றை வைத்து என் தனித்துவத்தை, திறமையை எப்படி மதிப்பிடப் போகிறார்கள் பாவம், என்று மிகப் பெரிய குழப்பம்.

தேர்வு முடிந்து வெளியில் வந்தால் சிக்கனமாகச் சாப்பிடுகிற மாதிரி ஓட்டல் எதுவும் பக்கத்தில் இல்லை. காலி வயிறு பொருமுகிறது. நட்பற்ற முகங்கள் நிரம்பிய, நெரிசலான பேருந்து. காலடியில் நங்கூரமிட்ட மாதிரிப் புளிச் சிப்பம். கடுமையான வெய்யில், வியர்வை. இவ்வளவு கோலாகலத்துக்கு நடுவில் தெரியாமல் முழங்கை இடித்துவிட்டதற்காகக் கெட்டவார்த்தையில் திட்டுகிறவனைச் சும்மா விடலாமா?

மதுரை நகரம் காலங்காலமாகப் பேணி வரும் கெட்டவார்த்தைத் தொகுப்பை சாமானியமாக நினைத்துவிட்டான் போலிருக்கிறது அந்த ஆள். பக்கத்தில் நின்றவர்கள் நாலைந்துபேர் மிகுந்த பிரயாசைப்பட்டு எங்களை விலக்கிவிட்டார்கள். ஆனால், இவ்வளவு பிரச்சினையிலும் எதிரி கோழை என்பது மிகப் பெரிய ஆறுதல். அவன் மட்டும் ஒரே ஒருமுறை கையை ஓங்கியிருந்தாலும் நான் உடனடியாக அடங்கியிருப்பேன். தொண்டை வறளக் கத்த மாத்திரம்தான் செய்தான். நல்ல தாட்டியமான ஆளாக இருந்தென்ன, மனம் சுத்தப் பூஞ்சை.

எப்படியோ, தாம்பரத்தில் இறங்கி, விலாசம் விசாரித்துக்கொண்டு, ஜோதியின் அக்கா வீட்டுக்குப் புளிச் சிப்பத்தைத் தோளில் தூக்கிக் கொண்டு நடந்தபோது மேற்படிச் சண்டை தானாக மறந்துவிட்டது. அந்த ஆளின் முகம் மட்டும் இன்றுவரை ஞாபகமிருக்கிறது.

‘இப்படியெல்லாம் அல்லல்படும் அளவுக்கு அந்தப் பழிகாரிகளிடம் என்னத்தைத்தான் கண்டோம்’ என்று ஒருவித எரிச்சல் என்னுள்

முழுக்க நிரம்பியிருந்தது. இவ்வளவு பெரிய சுமையை இவ்வளவு அதிகத் தொலைவிலிருந்து கொண்டு வந்திருக்கிறோம், சாப்பாட்டு வேளை கடந்துவிட்டது என்றாலும் கொரிப்பதற்காவது ஏதாவது கொடுக்காமலா இருப்பார்கள், என்ற யோசனையும் வந்துவந்து போனது.

அடுக்குமாடிக் குடியிருப்பு அது. 'என்னுடைய ராசி எப்போதுமே எனக்கு முன்னால் போகும்' என்று ஏற்கனவே சொல்லியிருக்கிறேனே, லிஃப்ட் இல்லாத மூன்றாவது மாடியில் அவர்கள் வீடு இருந்தது. எலிப் பொறி மாதிரிச் சின்னஞ்சிறு குடியிருப்பு. ஜோதியின் ஜாடை தான் அவளுடைய அக்காவுக்கும். அதே போன்ற தெத்துப் பற்கள்.

ஒக்காருங்க. தம்பி.

என்று சொல்லியவாறு, ஒரு சிறு தட்டில் நாலைந்து மாரி பிஸ்கட்டு களைக் கொண்டுவந்து வைத்தார். அவர் மீண்டும் அடுக்களைக்குள் நுழைவதற்கு முன்பாக, சுவரில் இருந்த புகைப்படத்தைப் பார்த்து விட்டேன், நல்லவேளை. அவர் இயல்பாகச் சொன்னார்:

எங்க வீட்டுக்காரர்தான் அது. ஆச்சு, டூட்டி முடிஞ்சு வர்ற டயம்தான். வர்ற வளியிலே தாம்பரம் மார்க்கட்டுலே போயிக் காய்கறி வாங்கிக்கிட்டு வந்துருவாரு தெனமும்.

என்று சொல்லிக்கொண்டிருந்தபோதே, நான் பரபரப்பாக எழுந்து நின்றேன்.

இருங்க தம்பீ, டீ எடுத்தாறேன்.

என்ற அவரது வாக்கியம் முடிவதற்கு முன்பாக நான் வாசலில் வந்து செருப்பை மாட்டியிருந்தேன்.

பரவால்லேங்க. மதியம் சாப்பிட்டதே வயிறு முளுக்க டொம்னு ஒக்காந்திருக்கு. நான் இன்னம் அம்பத்தூர் போய்ட்டு ரயிலெப் பிடிக்க ஓடியாறணும். வர்றேங்க. அடுத்தவாட்டி சாவகாசமா வர்றேன்.

என்று சொல்லிவிட்டுப் படிகளில் பாய்ந்து இறங்கினேன்.

பின்னே, அந்த ஆளின் வீட்டுக்குள், அவன் கையில் தனியாக மாட்டிக்கொள்ள நான் என்ன பைத்தியக்காரனா?

3

மேற்சொன்ன சம்பவங்களில் புதிரான அம்சம் எதுவுமே இல்லையே, இதெல்லாம் யாருக்குமே நடக்கக் கூடியதுதானே என்று உங்களுக்குத் தோன்றிவிட்டது இல்லையா? எனக்கும் அதே அபிப்பிராயம்தான். இதுமாதிரி சம்பவங்கள் ஏகப்பட்டது என் வாழ்க்கையில் நிகழ்ந்திருக்கிறது.

சிலசமயம், என் வாழ்நாள் முழுவதும் தற்செயல்கள் வழியாகவே கடந்து வந்திருக்கிறதோ என்றுகூடத் தோன்றியதுண்டு. சாதகமாகவும் பாதகமாகவும் எதிரெதிராய் நிற்கும் கரைகளில் ஒதுக்கி ஒதுக்கி மீண்டும் தனக்குள் இழுத்துக்கொள்ளும் நதிச்சுழிக்கு இரண்டு மூன்று உதாரணங்கள் எதற்கும் இருக்கட்டுமே என்றுதான் சொல்லி வைத்தேன்.

ஆனால், மேற்சொன்னதெல்லாம் உறைபோடக் காணாது - இன்று நடந்த சமாசாரத்துக்கு. அதைச் சொல்ல வந்தவன்தான், ஞாபகத்தை எங்கெங்கோ அலையவிட்டு விட்டேன்...

போன ஆறாம் தேதி அதிகாலையில் ஒரு கனவு கண்டேன். அதை விவரிக்கவே மிகவும் சங்கடமாக இருக்கிறது. 'எவ்வளவோ கனவுகள் வருகின்றன, போகின்றன. அதற்கெல்லாம் கவலைப்படுகிறோமா என்ன?' என்று மனத்தின் ஒரு பகுதி கேட்கத்தான் செய்கிறது. இருந்தாலும், உயிரோடிருப்பவர்கள், அதிலும் நமக்கு மிகவும் பிடித்தவர்கள், இறந்து போகிற மாதிரிக் கனவு கண்டால் மனம் பதறத்தானே செய்கிறது.

தவிர, இந்தக் கனவுகள் சம்பந்தமாக என்னைக் குழப்பிவிட்டவள் என்னுடைய அம்மாதான். கனவுகளுக்கும், பல்லியின் சொற்களுக்கும் அவள் சொன்ன ஒரு பலனும் பலிக்காமல் போனதில்லை. என்னுடைய அக்காக்கள் மூன்று பேர். அண்ணன்மார் நால்வர். இவர்கள் யாவருக்கும் தலா இரண்டு இரண்டு குழந்தைகள். மொத்தம் பதினாலு குழந்தைகள் ஆயிற்றா? எனக்கொரு இரண்டு. இத்தனை குழந்தைகளையும், அவை பிறப்பதற்கு முன்பாகவே ஆணா பெண்ணா என்று மிகச் சரியாகச் சொன்னவள் அம்மா.

> நீது, கவலையே படாதே. வெடிகார்த்தாலே கனவு சொல்லியாச்சு. கிருஷ்ணவிக்ரகம் உன் பக்கத்திலே படுத்திருக்கு. நான் வந்து தொட்டுத் தூக்கறேன். பஞ்சு மாதிரி லேசா, மிருதுவா இருக்கு. இந்தத் தடவை பிள்ளைக் குழந்தையேதான்...
>
> கிருஷ்ணா. என்னடா முகம் சொணங்கி இருக்காய்? சரிதான் போ, கனவுலெ மலக்குழியிலே விழுந்ததுக்கெல்லாம் யாராவது மூஞ்சியைத் தூக்கி வச்சிப்பாளா? அதிர்ஷ்டம் வீட்டு வாசல்வரை வந்தாச்சுன்னு எடுத்துக்கணும். 'சொப்பனத்திலெ மலத்தைப் பார்த்தா கூரையைப் பிச்சிண்டு பணம் கொட்டும்'னு சொல்லுவள் எங்க காந்திப் பாட்டி...

அன்றைய தபாலில், நாலு வருஷங்களுக்கு முன்பு நான் ராஜினாமா செய்துவிட்டு வந்திருந்த தனியார் நிறுவனத்திலிருந்து என்னுடைய பி எஃப் தொகையும் பிற நிலுவைத் தொகைகளுமாக ஒன்றேகால் லட்ச ரூபாய்க்குச் செக் வந்தது.

> ராஜு, திருவனந்தபுரத்துக்கு ரயில் டிக்கட் இருக்கான்னு பாத்து எடுத்து வச்சிக்கோ. உன் ஆம்படையாளுக்குப் பொண் கொழந்தை பிறந்தாச்சு. தொப்புள் கொடியோடெ கொழந்தை வந்து விழறது. மருத்துவச்சி ஓடம்பெ நீவி அழுக்கை வழிச்சு விடறா. மஹாலக்ஷ்மி மாதிரி இருக்கு கொழந்தே. கையிலே எடுத்துக்கலாம்னு கிட்டெப் போறேன், டக்குனு முழிப்புத் தட்டிடுத்து... இதோ காக்கா கத்தறது பார். இன்னிக்கி மத்தியானம் தந்தி வல்லேன்னா என்னை 'என்னடி'ன்னு கேளு...

மத்தியானம் தந்தி வந்தது! பெண் குழந்தையேதான் ! 'எப்பிடிம்மா இதெல்லாம்?' என்று நாங்கள் ஆச்சரியப்பட்டால், பெருமிதமாக முகத்தை வைத்துக்கொள்வாள் அம்மா.

நடக்கப் போகிறவை எல்லாம் முன்கூட்டியே அவளுடைய கனவில் வந்ததும், அந்தக் கனவுகள் எல்லாமே பொழுது விடிகிற சமயத்தில் வந்தவை என்பதும் யதேச்சையான ஒற்றுமை அல்ல. ஒருவித நிச்சயத்தன்மை. அதிகாலைக் கனவுகள் பற்றி இவ்வளவு உறுதியாகத் தெரிந்திருக்கும்போது என் மனம் பதறாமல் என்ன செய்யும்?

ஆனால், கறாரான எல்லா விதிகளுக்கும் அந்தரங்கமான ஒரு விலக்கு இருக்கிற மாதிரி, அம்மா கனவுகள் சம்பந்தமாகவும் ஒரு ஆறுதல் தெரிவித்திருக்கிறாள்.

விடிகாலைப் பொழுதில் யாராவது இறந்து போகிற மாதிரிக் கனவு கண்டால், கனவில் இறந்தவர்களுக்கு ஆயுள் கெட்டியாம். இதை வைத்து மனத்தை சமாதானம் செய்துகொள்ளலாம் என்று பார்த்தால், நான் முன்னரே குறிப்பிட்ட சீமா என்ற ரங்கராஜன் நினைவுக்கு வருகிறான்.

சீமா ஒருவிதமான பகுத்தறிவுச் சிந்தனை உடையவன். மரபுகளின் மீது அவனுக்கு இருந்த அலாதியான வெறுப்பு இப்போதும் எனக்குப் புரியாத புதிராகத்தான் இருக்கிறது. திருட்டு சிகரெட் குடிப்பதற்காக அண்ணாச்சி கடைக்குப் போகும் வழியில் உள்ள கங்கையம்மன் கோவிலைத் தாண்டும்போது மடித்துக் கட்டிய லுங்கியை நான் இறக்கிவிடுவேனா, சீமா நக்கலாகச் சிரிப்பான்.

பழமொழிகள்மீது அவனுக்கிருந்த வெறுப்பும் இன்றுவரை எனக்குப் புரியவில்லைதான். அந்த நாட்களில் மதுரைச் சுவர்களில் பழமொழிகளின் மறுதரப்பான மொழிகள் கறுப்பு எழுத்தில் எழுதப்பட்டிருக்கும். உதாரணமாக, ‘உண்டி சுருங்குதல் பெண்டிர்க்கழகு’ - இது பழமொழி. இதன் நீட்சியாக, ‘குண்டி சுருங்குதல் ஆடவர்க்கழகு’ என்று மறுமொழி. சீமா இன்னும் கொஞ்சம் தீர்க்கமாக யோசிக்கிறவன். ‘கோழி மிதிச்சுக் குஞ்சு சாகுமா’ என்று யாரோ சொன்னார்கள். ‘அது கோழியின் சைஸையும் அது மிதிக்கும் விதத்தையும் பொறுத்த விஷயம். சண்டைக் கோழி என்றால் காலில் கத்திவேறு கட்டியிருக்குமே?’ என்றான் இவன்.

‘குரைக்கிற நாய் கடிக்காது, சும்மா உள்ளே வாடா’ என்று இவனுடைய சிநேகிதன் சொன்னானாம். ‘அது உனக்குத் தெரியும், எனக்குத் தெரியும். உன் வீட்டு நாய்க்குத் தெரியுமா’ என்று இவன் பதில் சொன்னானாம்... ஆனால், எனக்கென்னமோ இதெல்லாம் வெறும் குதர்க்கம் என்றுதான் தோன்றும். தேர்ந்த உளவாளி மாதிரி நடைமுறை வாழ்க்கையை வேவு பார்த்துக்கொண்டிருக்கும் ஒரு அமைப்பு இருக்கத்தான் செய்கிறது. அதன் நடமாடும் சாட்சியாக, என்னைப் பெற்ற தாயே இருந்திருக்கிறாள். அவள் சொல்வதுதான்

சரி. அத்தோடு, அவள் சொன்ன விதிவிலக்கையும் நம்புவதுதான் உத்தமம்.

இவ்வளவு பேசிவிட்டாய், அந்தக் கனவு இன்னதென்று சொல்ல வில்லையே என்று கேட்கிறீர்கள் அல்லவா?...

பல வருஷங்களுக்கு முன்னால், கல்லூரியில் படித்த நாட்களில், நான் மேடைகளில் பாடிக்கொண்டிருந்தேன் என்று முன்னமே சொல்லியிருக்கிறேனே? அந்த நாளில்தான் மேற்படிக் கனவு நடக்கிறது.

தமுக்கம் மைதானத்தில் பிரம்மாண்டமான மேடை. எம்க்கேட்டி பாகவதர் முதல், ட்டீயெம்மெஸ், எஸ்ப்பீபி, ஏயெல் ராகவன், உன்னிக்கிருஷ்ணன், பி பீ ஸ்ரீநிவாஸ், ஸீயெஸ் ஜெயராமன், பாலமுரளி கிருஷ்ணா என்று எல்லார் குரல்களிலும் நான் ஒருவனே பாடுகிறேன். பி சுசீலா முதல், நேற்று வந்த ஹரிணிவரை எல்லாருடனும் பாடிவிட்டு இறங்கி வருகிறேன். மூன்று தலைமுறைப் பாடகிகளும் ஒரே வயதுத் தோற்றத்தில் இருக்கிறார்கள். நான் அவர்கள் அனைவருக்கும் சம வயதுக்காரனாக இருக்கிறேன்.

மூத்த பாடகியரின் காலைத் தொட்டு வணங்கிவிட்டு அரங்கத்தைவிட்டு வெளியேறுகிறேன். ரசிகர்கள் என்னைச் சூழ்ந்துகொள்கிறார்கள். ரசிகைகள்தாம் பெரும்பான்மை. கூட்டத்தை லத்திக்கம்புகளால் விலக்கி வழி உண்டாக்கிக் கொடுக்கிறது போலீஸ்.

காரில் ஏறி நான் நேரே செல்வது ஒரு சாவு வீட்டுக்கு. சற்று நேரத்துக்கு முன் என்னுடன் மேடையில் பாடிய பிரபல பாடகி ஜமுனாராணி காலமாகிவிட்டார். போஸ்ட்மார்ட்டம் செய்து பொட்டலம் கட்டியது மாதிரி உடல் முழுக்க ஒரு வெள்ளைப் பொதியாகக் கிடத்தப்பட்டிருக்கிறது. முகம் அலுங்காமல் உறக்கக் களை கொண்டிருக்கிறது.

பொதிக்கு வெளியில் தெரியாத அவரது பாதங்களைத் தொட்டுக் கண்களில் ஒற்றிக்கொண்டு குமுறிக் குமுறி அழுகிறேன், வாசல் கதவில் பேப்பர் வந்து மோதி விழும் ஓசை கேட்கிறது.

உடம்பெல்லாம் வியர்த்துவிட்டது எனக்கு. சரி விடு, ‘ஜமுனா ராணிக்கு ஆயுள் கெட்டி’ என்று சமாதானம் செய்துகொண்டேன்.

படுக்கையைவிட்டு எழுவதற்கு முன்னாலேயே, மேற்சொன்ன கனவின் தொடர்ச்சிபோல, என் இளவயதுப் படம் ஒன்று வேகமாக ஓடி மறைந்தது.

எனக்கு மிகப் பிடித்த பாடகிகளில் ஒருவர் ஜமுனாராணி. குறிப்பாக, 'கவலை இல்லாத மனிதன்' படத்தில் அவர் பாடிய 'காட்டில் மரமுறங்கும் கழனியிலே நெல் உறங்கும் - பாட்டில் பொருள் உறங்கும் பாற்கடலில் மீன் உறங்கும்' என்று துவங்கும் பாடல், எப்பேர்ப்பட்ட வரிகளிலிருந்து படியிறங்கி என்ன மாதிரி வரிகளில் வந்து சேர்ந்திருக்கிறது தமிழ் சினிமாப் பாட்டு என்ற முதியோர் கவலையோடு என்னை நிறுத்திவிடாமல், ஜமுனாராணி என்ற குரல்வசீகரத்தின் அடிமையாகவும் ஆக்கியிருக்கிறது, இன்றுவரை.

இப்படி ஒரு பாடகி இருக்கிறார் என்பதும், இப்படி ஒரு பாடல் இருக்கிறது என்பதும் எனக்கு முன்னமே தெரியும். ஆனால், இந்த இரண்டு சங்கதிகளின் அருமையை எனக்கு உணர்த்தியவள் அனுராதா.

கிருஷ்ணகுமார் இல்லத்தில் எங்கள் வீடு இருந்ததற்கு எதிர்ச்சாரியில் அவர்கள் போர்ஷன். அந்தக் குடும்பத்தின் தலைவர் டிவிஎஸ்ஸில் வேலை பார்த்தார். கொஞ்சம் பயந்த சுபாவம் உள்ள மனிதர். வைஷ்ணவர்கள். பூர்விகம் ஸ்ரீரங்கம் என்று ஒருதடவை அனுராதா சொல்லியிருந்த ஞாபகம்.

அனுராதாவும் அவளது சகோதரி கோதையும் பள்ளியிறுதி முடித்துவிட்டு, லஷ்மிசுந்தரம் ஹாலில் வாய்ப்பாட்டு கற்றுக்கொள்ளப் போய்வந்து கொண்டிருந்தார்கள். இருவரில் அழகி என்றால், கோதை தான். இரண்டாம் தடவையும் மூன்றாம் தடவையும் திரும்பிப் பார்க்கச் சொல்லும் உடல் அமைப்பு. தேவையான இடங்களில் அளவாகப் பூரித்து, நடையில் ஒருவிதமான நளினம் கூடி, கோதை நம்மைக் கடந்து சென்றபின் சில விநாடிகளுக்காவது கிறங்கியிருக்க வைக்கும். எனக்கு மட்டும்தான் அப்படி என்று இல்லை. அந்தச் சமயத்தில் பாரதியார் ரோடு முழுக்க வசித்த பிற இளைஞர்களுக்கும் அதே அபிப்பிராயம்தான். அவள் நடந்து செல்லும்போது பாரதியார் ரோடு சற்று சாந்தமடைவதைப் பலதடவை கவனித்திருக்கிறேன்.

ஆனால், எனக்கு அனுராதாவிடம்தான் ஒரு மயக்கம். அதற்கு இரண்டு காரணங்கள் உண்டு. முதலாவது, அவள் கண்களில் ஒருவிதமான ஈர்ப்பு இருக்கும். அப்புறம், அவளுடைய குரல். சங்கீதத்துக்கு ஏற்ற, இனிமையான குரல். அவளுடைய இசை ஞானமும் பிரமிக்க வைக்கக் கூடியது. சரியாக மசகு போடாது தெருவில் பாரம் இழுத்துச் செல்லும் வண்டியின் ஓசைக்கு ஸ்வரம் சொல்லுவாள். பூனை கத்தும் ஒலிக்கு, முதல் போர்ஷன் குள்ள மாமி - அவளுக்குக் குட்டிச் சாக்கு என்று பட்டப்பெயர் சூட்டப்பட்டி ருந்தது - உரத்து விடுக்கும் ஏப்பத்துக்கு, பால் குக்கரின் விசிலுக்கு என்று சகலத்துக்கும் உடனடியாக ஸ்வரம் சொல்வதும் அது எந்த மேளகர்த்தாவில் அடங்கும் என்று வகைப்படுத்துவதுமாக ரகளை செய்வாள்.

அவளுடைய சங்கீதத்தின்மீது எனக்கு இருந்த மாதிரியே, நான் வாசிக்கிற புத்தகங்களின்மீது அவளுக்குப் பெரும் மரியாதை. சாயங் காலங்களில் மொட்டைமாடியில் உட்கார்ந்து வெகுநேரம் பேசிக் கொண்டிருப்போம். காம்ப்பவுண்டில் இருந்த ஒரு இளைஞனை அனுராதா செருப்பால் அடிக்கவேண்டி வந்த சம்பவத்துக்குப் பிறகு - இதை நான் இன்னொரு கதையில் விரிவாக எழுதியிருக்கிறேன் - எங்கள் உரையாடல் சடாரென்று நின்றுபோனது. காரணம், அவள் வீட்டில் சில புதிய கட்டுப்பாடுகள் நடைமுறைக்கு வந்துவிட்டன.

நல்லவேளை, அதன்பிறகு இரண்டு மாதங்கள்தாம் அங்கே குடியிருந்தோம். நானும் அந்த வருடக் கடைசியில் ஹைதராபாதில் தனியார் நிறுவன வேலை கிடைத்துச் சென்றுவிட்டேன். அதன்பிறகு அவளைப் பார்க்கவே வாய்க்கவில்லை. ஆனாலும், எளிதில் மறக்க முடியாத முகம் அது.

கிட்டத்தட்ட முப்பது வருடம் கழித்து இன்றைக்கு அந்த முகம் என்னைச் சுற்றிச்சுற்றி வருவதற்கு ஜமுனாராணி பற்றிய கனவும் ஒரு காரணம். ஜமுனாராணியைப் பற்றி அனுராதா கூறிய அந்திப் பொழுது என் மனத்தில் அழுத்தமாகப் பதிந்திருக்கிறது. அந்தச் சாயங்காலத்தின் ஒலிவடிவமும்தான்.

> த பாரு கிஷ்ணா. சங்கீதத்துக்குப் பாரம்பரியம் இருக்கற மாதிரி, ஒவ்வொரு பாணிக்கும் ஒவ்வொரு குரலுக்கும்

கூட ஒரு வம்சாவளி இருக்கு. நம்ம பி லீலா இருக்காரே, அவரோடெ குரலுக்குச் சமமா வடக்கே ஷம்ஷத் பேகம்னு ஒரு பாடகி இருந்தார்... இப்போப் புதுசா ஜென்ஸின்னு ஒரு பாடகி வந்திருக்கா பாத்தியா, இளையராஜா அறிமுகப்படுத்தியிருக்காரே, அந்தக் குரல் தனியானதில்லே பாத்துக்கோ. தமிழ் சினிமாவை மட்டும் வச்சுச் சொல்லணும்னா, ஆரம்பத்திலே என் ஸி வசந்தகோகிலம் இருந்தார். அவருக்கு அப்பறம் ஜமுனாராணி. பின்னாடி எல்லார் ஈஸ்வரி. இப்போ ஜென்ஸி. இவங்க குரல் எல்லாம் கம்பி மாதிரி இழுத்த இழுப்புக்கெல்லாம் வரவும் செய்யும். அதுக்குக் கீழே சன்னமா ஒரு ரகசியமும் இருக்கும்... ஆனா, இந்த வரிசையிலே எனக்கு ரொம்பப் பிடிச்ச பாடகி ஜமுனாராணிதான்...

அதன்பிறகு, ஜமுனாராணியின் பாடல்களை விசேஷமாகக் கவனிக்க ஆரம்பித்தேன். யாரை வியப்பது, ஜமுனாராணியையா, அனுராதாவையா?

என்ன ஒரு ஆச்சரியம் பாருங்கள். இந்தக் கனவு கலைந்து வாசலுக்கு எழுந்து வருகிறேன், போர்ட்டிக்கோவில் அநாதைக் குழந்தை மாதிரி தி ஹிந்து கிடக்கிறது. அச்சு மையின் புதுவாசனையை ஆசையாய் நுகர்ந்தவாறு ஒவ்வொரு பக்கமாகத் தாண்டிப் போகிறேன். நீத்தார் அஞ்சலிப் பகுதியில் பார்வை நிலைகுத்தி நின்றுவிட்டது. பத்துப் பன்னிரண்டு முகங்கள் உறைந்து கிடக்கிற இடத்தில் ஒரு முகம் மட்டும் அச்சு அசல் அனுராதாவின் முகம்.

மனம் சுருங்கியது. நாலு நாட்களாய் ஜமுனாராணியும் அனுராதாவும் மாறிமாறி என்னைப் பந்தாடியதில் பத்து வயது கூடிவிட்டமாதிரி ஒரு சோர்வு மனம் முழுக்க உடல்முழுக்கப் படர்ந்துவிட்டது. 'கனவில் நான் கண்டது யாருடைய முகத்தை' என்று ஒரு புதிய குழப்பமும் சேர்ந்துகொண்டது. இந்த சீமாவைக் கூப்பிட்டுப் பேசி நாளாகிவிட்டதே, அந்தப் பயலுடன் பேசினால் பழைய நாட்கள் பற்றி ஏதாவது ஞாபகப்படுத்துவான், கொஞ்சம் உற்சாகமாகலாம் என்று நினைத்துக்கொண்டே வீட்டிற்குள் நுழைந்தேன்.

காஃபி குடித்து முடிக்கிறேன். தொலைபேசி ஒலிக்கிறது. என் மூத்த மகள் அனுக்குட்டி எடுத்து விசாரிக்கிறாள்.

அப்பா, உங்களுக்கு.

என்று சொல்லியபடி நீட்டுகிறாள்.

மறுமுனையில் சீமா. துக்கம் அழுந்திய குரலில் சொல்கிறான். அனுராதா இறந்துவிட்டாளாம்.

●

இப்போது சொல்லுங்கள். அந்த படவாவை உதைக்க வேண்டாமா? அந்தப் பாடகியின் குடும்பத்தில் யாராவது இந்தக் கதையைப் படித்தால் அவர்கள் மனம் என்ன பாடுபடும். உயிரோடிருப்பவர்களை செத்துப் போய்விட்டார்கள் என்று எழுதுவது தவறில்லையா? நேர்மைக் குறைவான விஷயமில்லையா? அதிலும் உயிரோடிருக்கிற தன் மனைவி செத்துப்போய்விட்டாள் என்று படிக்கிற புருஷனுக்கு எப்படி இருக்கும்?

என்னத்தையாவது எழுதிவிட்டுப் போகிறான், சனியன் பிடித்தவன், ஏதோ தற்செயலாகப் படித்ததால்தானே நமக்கு இப்படி ஒரு கதை இருப்பதே தெரியவந்தது என்று சமாதானப்படுத்திக் கொள்ளத் தான் முயன்றேன் நானும்.

சொன்னால் நம்ப மாட்டீர்கள், இந்தக் கரிநாக்குப் பயல் எந்த வேளையில் வாய் வைத்தானோ - அந்தக் கதையை நான் படித்தது புதன்கிழமை. வெள்ளிக்கிழமை காலையில் என் அன்பு மனைவி அனு இறந்தே போய்விட்டாள் ஐயா...

உயிர் எழுத்து, நவம்பர் 2009

சுவர்ப்பேய்

வேலையில் சேர்ந்த முதல்நாள் சாயங்காலம் இனம் புரியாத வெறுமை மனமெங்கும் நிறைந்திருந்தது. பட்டப்படிப்பை முடித்து விட்டு வீட்டில் காத்திருந்த நாட்களில் என் மனத்தின் ஒவ்வொரு அங்குலத்திலும் நாடித்துடிப்பு மாதிரி நிறைந்திருந்த நாள் நிஜமாகவே வந்து கடந்த பிறகு ஒருவித வெற்றிடம் உருவாகிவிட்டது. அதில் வேறு கற்பனைகளை இனிமேல்தான் நிரப்பியாக வேண்டும்.

வங்கிக் கட்டடத்தின் எதிர்மருங்கில் இருந்த தேநீர்க்கடையில் தனியாக நின்று சிகரெட் பிடித்துக்கொண்டிருந்தேன். அந்தத் தனிமையும், யாருக்காகவும் ஒளிந்து குடிக்க அவசியமற்று என் கையில் புகைந்த சிகரெட்டும் தந்த விட்டேற்றியான மனநிலை வெகு ஆனந்தமாக இருந்தது. யாரோ என் தோளைத் தொட்டார்கள்.

காசுத்துறை அதிகாரி அருணாசலம். அவருடைய மொழியும் பேச்சும் வித்தியாசமானவை. புதுமைப்பித்தனின் கதையிலிருந்து இறங்கி வந்த கதாபாத்திரம்போலப் பகல் முழுவதும், கிளை முழுவதும் ஒலித்துக்கொண்டிருந்தது அவரது உரத்த குரல்.

தனீயா நின்னு சீரெட்டை என்ஜாய் பண்ணுதீராக்கும்?

வண்டிக்காரத் தெருவில் போய்க் கொண்டிருந்த ஓரிருவர் திரும்பிப்

பார்த்தார்கள். நான் அவசரமாக சிகரெட்டைப் பின்புறம் கொண்டு போனேன்.

> குடியும் குடியும். உத்தியோகத்துலே சேந்தாச்சு. இன்னமே நீரும் பெரியமனுசன்தானே வே.

என்று சிரித்தார். தலைமுடியும் வரிசைப் பற்களும் போட்டி போட்டுக் கொண்டு வெளுத்திருந்தன. தாமும் ஒரு சிகரெட் பற்றவைத்துக் கொண்டார். நான் அசட்டுத்தனமாகச் சிரித்துக்கொண்டே கையை முன்புறம் கொண்டுவந்தேன்.

> ஓமக்குப் பூர்வீகம் எந்தூர்ன்னு சொன்னேரு?
>
> கரட்டுப்பட்டி சார்.
>
> எது, சோளவந்தான் கரட்டுப்பட்டியா?
>
> ஆமா சார்.
>
> அட. அங்கிணெ நம்ம பய ஒர்த்தென் வாத்தியா இருந்தானே...

ஞாபக அடுக்குகளில் எதையோ தேடுகிற மாதிரி அவர் முகத்தில் தியானம் கவிந்தது. விழிகளைச் சுருக்கி தெருவை வெறித்தார். நினைவு வந்துவிட்டமாதிரிக் கண்கள் மலர்ந்தபோது என்னிடம் சொன்னார்:

> அதுவும் இருக்குமே, ஆறேளு வருசம் இருக்கும். ஆச்சு, டச்சு விட்டுப்போய் ரொம்ப வருசம் ஆச்சு. இப்பொ எங்கிணெ இருக்கானோ?

தன் ஞாபக அடுக்குகளுக்குள் புகுந்து அவர் தேடிய அதே சமயம் நானும் மானசீகமாகக் கரட்டுப்பட்டிக்கும் மதுரைக்கும் சென்று வந்திருந்தேன். பின்னாட்களில், கல்லூரியில் படித்த காலத்தில், தல்லாகுளம் பொது நூலகத்தில் எடுத்து வந்த **காஞ்சனையில்** கந்தசாமிப் பிள்ளையின் பேச்சில் ராஜுவாத்தியார் வாசனையடித்தது உடனடியாக நினைவு வந்துவிட்டது.

> ராஜு வாத்தியாரா சார்?
>
> அவம்தான். ராசுதான். நமக்குத் தூரத்துச் சொந்தக்காரென்வே அவன். எங்க அம்மெ வளியிலே... நல்ல பய. அவனெ மாதிரி ஒரு ஜெம்மைப் பாக்க முடியாது...

சிகரெட்டை வேகமாக இழுத்தார். புகை அதைவிட வேகமாக வெளியேறியது.

> ...ம்ஹும். விடு, நல்ல மனுசங்களைத்தானெ தெய்வம் தொரத்தித் தொரத்தி அடிக்கிது. சவம் நம்ம கோயில்கள்ள குடியிருக்கது சாமியா பிசாசான்னு சமயத்திலே சந்தேகம் வந்துருது.

அவர் சிகரெட்டைக் கீழே போட்டுத் தேய்த்த விதத்திலேயே தெரிந்தது, விஷயத்தை அவர் முடித்துக் கொண்டுவிட்டார் என்பது. அவர் வங்கியை நோக்கியும் நான் என்னுடைய புது அறை நோக்கியும் நகர்ந்தோம்.

மெஸ்ஸில் சாப்பிட்டுவிட்டு அறை நண்பர்களுடன் திரும்பினேன். என்னுடைய வழக்கப்படி மொட்டைமாடியில் படுக்கச் சென்றேன். நண்பர்கள் வெட்டவெளியில் படுப்பதை விரும்புவதில்லையாம். எனக்கானால் கூரைக்குக் கீழ் படுத்தால் தூக்கம் வராது. 'திருமணத் துக்குப் பிறகு என்ன செய்வீர்கள்' என்று என் புதிய நண்பர் ஒருவர் கேட்டுச் சிரித்தார். 'தெரியாது' என்று நானும் சிரித்துக் கொண்டே பதில் சொன்னேன்.

மொட்டைமாடியில் இருட்டும் நிசப்தமும் அடர்ந்திருந்தன. கீழே வீதியில் எப்போதாவது ஒரு வாகனம் உறுமிச் செல்லும் எந்திர ஓசை. யாரோ ட்ரான்ஸிஸ்டர் கேட்கிறார்கள். இன்ன பாட்டு என்று தெரியாத, ஆனால் பாட்டு என்பது மட்டும் உறுதியாகத் தெரிகிற, தொலைவிலிருந்து ஒலிக்கும் இசையைக் கொஞ்சநேரம் கேட்டுக்கொண்டிருந்தேன். ஒரு சிகரெட் பற்றவைத்தேன். முடித்துவிட்டு மடக்குக் கட்டிலில் மல்லாந்து படுத்தேன். நானும் ஒரு ஆகாயம் நிரம்ப நட்சத்திரங்களும் மட்டும் பகிர்ந்து கொண்ட தனிமையில் அமிழ்ந்திறங்கும்போது ராஜு வாத்தியார் ஞாபகம் கனத்து எழுந்தது.

அப்பாவின் மரணத்தையொட்டி கிராமத்தைவிட்டு வெளியேறி விட்டோம். அதன்பிறகு ஒன்றேகால் வருடம் கழித்து மதுரையில் வந்து குடியமர்ந்தோம். நாங்கள் கிராமத்தைவிட்டுக் கிளம்புவதற்கு ஆறேழு மாதங்கள் முன்னால் மேல்நாச்சிகுளம் நடுநிலைப் பள்ளிக்கு மாற்றலாகி வந்தார் ராஜு வாத்தியார்.

கிராமப் பள்ளிக்கூடத்தில் ஒவ்வொரு பாடத்துக்கும் தனித்தனி ஆசிரியர்கள் கிடையாது. வகுப்பாசிரியர் என்று ஒருவர் இருப்பார். எல்லாப்பாடத்தையும் அவர்தான் எடுத்தாகவேண்டும். ராஜு வாத்தியார் எந்தப் பாடமானாலும் சுவாரசியமாக எடுக்கக்கூடியவர். அவர் பேசுகிற தமிழ் இன்னும் பிரமாதமாக இருக்கும்.

லே மக்கா... சேசுராசு...

என்று கூப்பிடுவதும், கேக்கான் பாக்கான் குட்மாணிங் வைக்கான் கூப்புடுதான் அந்தாலே இந்தாலே வாறுகால் ஓவு என்றும் அவர் பேசப்பேசக் கேட்டுக்கொண்டேயிருக்கத் தோன்றும் ... அவ்வையார் மீது எனக்கு இன்றுவரை இருக்கும் காதலுக்கு ராஜு வாத்தியார்தான் முதல் காரணம்.

அவ வலுத்த கிளவீல்லா...

என்று ஆரம்பித்து அவ்வையார் பாடல்களை - பாடப்பகுதியில் வந்தவை போக - ஏகப்பட்டது மனப்பாடமாகச் சொல்லுவார்.

அவர் பணிபுரிந்தது மேல்நாச்சிகுளத்தில் என்றாலும், குடியிருந்தது கரட்டுப்பட்டியிலிருந்த நாட்டாமைக்காரர் வீட்டில் என்று சொன்னேனல்லவா? அந்த வீட்டில் மேற்குப்புறம் ஒரு சுவர் இருந்தது. உண்மையில், முற்காலத்தில் அது சுவராக இருந்திருக்க வேண்டும். பிறகு என்ன காரணத்தாலோ நடுவில் மாத்திரம் இடிந்து, மேற்கூரையில்லாத குட்டிச்சுவராகி நின்றது. சிவப்பு நிறத்தில் இளித்துக்கொண்டு நிற்கும் செம்மண் சுவர். சுவரையொட்டி உட்புறம் இருந்தது திறந்த வெளிமுற்றம்தான் என்பதால் குடி வந்தவர்கள் யாரும் அதைப் பொருட்படுத்தாமல் விட்டுவிட்டார்கள் போல.

ராஜுவாத்தியார் அந்தச் சுவரைப் பற்றி எங்களுக்கு ஒரு கதை சொன்னார். அவ்வையார் ஒரு தடவை கரட்டுப்பட்டி வழியாக வந்தாராம்.

சாடையிலே அந்தக் கிளவி நம்ம முத்தாச்சி மாதிரியே இருப்பா...

என்றார் வாத்தியார்.

ஆனா ஒண்ணு, சேலையைக் கெண்டைக்கால் வரைக்கி எறக்கித்தான் கட்டுவா கிளவி. முத்தாச்சி மாதிரித் தொடை வரைக்கி வளிச்சு ஏத்தியிருக்கமாட்டா.

வகுப்பு ஓவென்று சிரித்தது. தாமும் குலுங்கிக் குலுங்கிச் சிரித்தார் வாத்தியார்.

அவ்வைக்குக் கடுமையான பசி. கையில் காசில்லை. வழக்கமாகத் தோளிலிருக்கும் கந்தை மூட்டையில் தினை மா கொண்டுவருவார். சமயநல்லூருக்கு அருகில் வரும்போதே அதுவும் தீர்ந்தாகிவிட்டது. இனிமேல் நிலக்கோட்டை போனால்தான் சாப்பாடு கிடைக்கும். அங்கே தார்வேந்தன் என்று ஒரு பிரபு இருக்கிறார். அவர் மேல் பாடுவதற்கு ஓரிரண்டு வெண்பாக்கள் கட்டலாம் என்றால், பார் மேலும் சீர் மேவும் கார் போலும் என்று எதுகைகள் உதிக்கிறதே தவிர கரு திரள மாட்டேனென்கிறது. வயிற்றைக் கிள்ளுகிற பசிதான் காரணம்.

நம்ம நாட்டாமெக்காரரோட கொள்ளுப்பாட்டனுக்கு ஒரு கொள்ளுப்பாட்டன் இருந்தாரு. அவரு சம்சாரம் ஒரு ஆச்சி இருந்துச்சே, அதுக்கு நீலி ஆச்சின்னு பேரு. அது ரெம்பத் தடவை இந்தச் செவுத்தெக் கெட்டி நிறுத்தீறணும்னு நோங்குச்சு. அதாண்டே, நாங்க இருக்க வீட்டுலெ ஒரு குட்டிச் செவுரு நிக்கில்லா, அதெத்தாம். கொத்தரு வந்து கெட்டுவாரு, கூலியெ வாங்கிக்கிட்டு அவரு நகந்ததும் செவுரு வுளுந்திரும். உள்ளூர்லெ கோடாங்கி அடிச்சுப் பாத்தாக. அப்பத்தான் நூஸு தெரிஞ்சுச்சு. இந்தச் செவுருக்குள்ற முனியில்லா இருக்காம். பாக்க அப்புராணி மாதிரி நிக்ய செவுரு. உள்ளுக்குள்ள எம்புட்டுப் பெரிய ரகசியம் வச்சிருக்கு பாரு.

ஆச்சி சுதாரிச்சுக்கிச்சு. வெளியூர்லருந்து வேலெ தேடி வார கொத்தமார்ட்டெ கண்டிசனாச் சொல்லிப்போடும். செவுர எடுத்துக் கெட்டீட்டு ராத் தங்கிறணும். காலையிலே செவுரு நின்னா பதக்கு நெல்லு கூலி, இல்லாட்டி இல்லே.

இந்தச் சமயத்திலேதான் நம்ம அவ்வெ வாராக. கிளவி நீலி ஆச்சிட்டெ வந்து சாப்பாடு கேக்கா. ஆச்சி, 'போடுதேன்,

செரமம் பாக்காமெ இந்தச் செவுர எடுத்துக் கட்டிர்றியா?' ன்னு கேக்கு. எம்புட்டுக் கூலிங்கா அவ்வையாரு. ஒரு பதக்கு நெல்லுத் தாரேன்ங்கு ஆச்சி. போர வளிக்காச்சேன்னு தலையாட்டுதா அவ்வெ. சாப்புடும்போது ஆச்சி வெசயத்தெ வெளக்கமாச் சொல்லுது. அப்பிடியா சேதின்னு கிட்டெப்போயி செவுத்தெத் தட்டிப்பாக்கா அவ்வெ. தலையத் தலைய ஆட்டிக்கிடுதா. ஏதோ புரிஞ்சு போச்சு அவளுக்கு.

செம்மண்ணெக் கொழைச்சுத் தாறதுக்கும் பாண்டுலே நெரப்பித் தூக்கியாறதுக்கும் ஒரு ஆள் மட்டும் ஏற்பாடு செஞ்சாக் கட்டீறலாம்ன்னு ஆச்சிட்டெச் சொல்றா. கிளவியா இருக்காளே, கூட ஒரு பதக்கு நெல்லுத்தானே, சவம் செவுரு நின்னாச் சரிதான்னு ஆச்சி ஒத்துக்கிடுது. செவுரைக் கெட்டி முடிச்சுட்டு கும்பா நெறையக் கூழ் வாங்கிக் குடிக்கா அவ்வெ. குடிச்சு முடிச்சுத் திரும்பிப்பாத்தா, செவுரு லேசா ஆட்டம் காட்டுது... அந்தாலே செவுரெப் பாத்து ஒரு பாட்டுப் பாடுதா.

மற்கொண்ட திண்புயத்தான் மாநகர்விட் டிங்கு வந்தேன்
சொற்கொண்ட பாவின் சுவையறிவா ரீங்கிலையே
விற்கொண்ட பிறைநுதலாள் நீலி தரும் கூலி
நெற்கொண்டு போமளவும் நில்லாய் நெடுஞ்சுவரே...

அப்புறம் அவ்வைக் கிழவி சாகும்வரை அந்தச் சுவர் வீழாமல் நின்றதாம். பிறகு ஏதோ ஒரு காலகட்டத்தில் மின்னல் தாக்கியதில் மீண்டும் குட்டிச் சுவராகிவிட்டது.

கையில் எடுத்த சிட்டிகைப் பொடியை, கண்களை இறுக மூடிக் கொண்டு உறிஞ்சி முடித்தார் வாத்தியார். நாசியில் ஏறிப் புகுந்த துகள்கள் நிஜமாகவே ஏதோ மாற்றத்தை ஏற்படுத்தியிருக்க வேண்டும்.

டியூப் லைட்டுலெ வெளிச்சம் இருக்கது எதுனாலெ? உள்ளாறெ கரண்டு ஓடுது. அதேதாம்லெ மின்னலுக்கும். ஒரு மின்னல்லெ இருக்க கரண்டெ வெச்சு நம்ம முனியாண்டி கோயில் டியூப்லைட்டெ ஆயிரம் வருசத்துக்கு எரிய வைக்கலாம்...

என்று விஞ்ஞானப் பாடத்துக்குத் தாவினார் ராஜு வாத்தியார்.

அவ்வையாரின் பெயரோடு முத்தாச்சியின் முகமும் பொருந்திக் கிடந்துவருகிறது எனக்குள். மேற்சொன்ன கதையின் ஆரம்பத்திலேயே இது நிகழ்ந்துவிட்டது என்று தோன்றுகிறது. இவ்வளவுக்கும் அவ்வையார் முத்தாச்சிபோல தொடர்ந்த வெற்றிலைப் பழக்கத்தால் காவியேறிய பற்கள் கொண்டவரா, பொக்கைவாய்க் கிழவியா என்று எனக்குத் தெரியாது.

ராஜு வாத்தியாரின் வீட்டுக்கு மேற்குப்புறம் முத்தாச்சிக் கிழவியின் வீடு. ஊரின் கடைசி வீடு. வீட்டின் முன்வாசல் முற்றத்தையும் திண்ணையையும் சிறு கடையாக மாற்றியிருந்தாள். நாங்கள் பள்ளிக்கூடம் போகும்போதும் வரும்போதும் முத்தாச்சி கடைமுன் சற்று நின்றுவிட்டுப் போவோம், அட்டைகளில் தொங்கும் வற்றல்கள், வடகங்கள், பல்லிமிட்டாய்ப் பொட்டலங்கள், ஊறுகாய்ப் பாக்கெட்டுகளை வேடிக்கை பார்த்தபடி. இதுபோக எந்நேரமும் அந்த வீட்டுக்குள்ளும் சுற்றுப்புறத்திலும் நிரம்பியிருக்கும் கருவாட்டு மணம். அவளுடைய திண்ணையில் எந்நேரமும் யாராவது வெளியூர்ப் பெண்கள் வந்து அமர்ந்திருப்பார்கள். அக்கம்பக்க கிராமங்களிலெல்லாம் கிழவியின் கைவைத்தியத்துக்குப் பெரும் மவுசு.

முழங்காலுக்கு மேல் ஏற்றிச் சொருகிய கண்டாங்கிச் சேலையுடன் பழைய ஒரு ரூபாய் நாணயம் அளவு விட்டமுள்ள சிவப்புக்கல் தோடுகள் அணிந்து திண்ணையின் ஓரத்தில் அமர்ந்து சதா வெற்றிலை மென்றுகொண்டிருப்பாள் முத்தாச்சி. ஏந்திய கீழுதட்டிலிருந்து வார்த்தைகளும் கெட்டவார்த்தைகளும் செந்நிற எச்சில் சாரலும் சரமாரியாய்க் கொட்டும். அவற்றின் வேகத்துக்கிசைய புத்தர்போல வளர்த்த காதுச் சவ்வின் கீழ்ப்புறம் தோடுகள் ஊசலாடும்.

சற்று அதிகநேரம் நாங்கள் நின்றுவிட்டாலோ, கூட்டம் அதிகமாகச் சேர்ந்துவிட்டாலோ எங்களை நோக்கி ஆவேசமாய்க் கேட்டு விரட்டுவாள்.

> இங்கென்னா வேலெ. அம்மணக்குண்டி ஆட்டம் பாக்க வந்தீகளாக்கும்? ஓடு ஓடு, பள்ளிக்கொடத்துல மணியடிச்சுரும்.

இதையெல்லாம்விட, முத்தாச்சி எனக்குக் கற்றுத்தந்த பாடம்தான் முக்கியமானது.

ஆண்களும் பெண்களும் சமம் என்ற கருத்தை முதன்முதலில் எனக்குள் விதைத்தவள் முத்தாச்சிதான். எங்கள் வீட்டிலெல்லாம் நிலைமை வேறு மாதிரியிருந்தது. அப்பாவைக் கேட்காமல் அம்மா ஒரு துரும்பைக்கூட நகர்த்த மாட்டாள்.

> எங்கே... அவ எடுத்த முடிவெ சாதுர்யமா என் வாயாலே வரவழைச்சுர்றா.

என்று அப்பா கேலி பேசினாலும், இறுதி முடிவுகள் அப்பாவின் பெயரால்தான் நடைமுறைப்படுத்தப்பட்டு வந்தன. அண்ணன்மார் இன்னும் ஒருபடி மேலே போனார்கள். குறிப்பாக இரண்டாவது அண்ணா. அவன் மன்னியைக் கண்மூடித்தனமாக அடிக்கும்போது இந்தக் குடும்பத்துக்கும் அந்த நிகழ்வுக்கும் சம்பந்தம் கிடையாது என்பதுபோன்று ஒரு பொது அமைதி நிலவும். வீங்கின முகத்துடன் தனியாக உட்கார்ந்து அழும் மன்னியை அணைத்துக்கொள்ள வேண்டும்போல எனக்குப் பரபரக்கும். நல்லவேளை, நானெல்லாம் பெண்ணாய்ப் பிறக்கவில்லை என்று ஆறுதல் பட்டுக்கொள்வேன். ஏழாம் வகுப்புப் படிக்கும் மனத்துக்கே உரிய ஆறுதல் அது என்று பிற்பாடு பலநாட்கள் தோன்றியதுண்டு.

இந்த இடத்தில்தான் முத்தாச்சியின் முக்கியத்துவம் வருகிறது. பிள்ளையார் கோவில் திடலில் விளையாடிக்கொண்டிருக்கும்போது, வெள்ளைக்கரடுவரை போய்விட்டு வரலாம் என்று பாண்டி யோசனை சொன்னான். கரட்டை ஒட்டி ஏகப்பட்ட புதர்கள் இருக்கும். சப்பாத்திக்கள்ளிகளும் கருவேல மரங்களும் காவல் காக்கும் ஒற்றையடிப்பாதை வழியே வரும்போது கரட்டான்களும் பாம்புகளும் நத்தைகளும் மரவட்டைகளும் வெல்வெட் பூச்சிகளும் தவளைகளும் பார்க்கக் கிடைக்கும். தாத்தா வாத்தியாரின் காசநோய் வைத்தியத்துக்கு நத்தை பொறுக்க ரீஸஸ் பீரியடில் எங்களை அழைத்துச் செல்லும்போது பார்த்திருக்கிறேன்.

எங்கள் வீட்டில் அந்தப் பக்கமெல்லாம் போக விடமாட்டார்கள். பெண் குழந்தைகளுக்குச் சமமான பாதுகாப்புடன் என்னை வளர்த்து வந்தார்கள். பாண்டி இருந்த தைரியத்தில், அப்பா மறைவுக்குப்

பிறகு அம்மா திண்ணையில் உட்கார்ந்து ஊர்ப்பெண்களுடன் வம்பு பேசுவது குறைந்துவிட்ட தைரியத்தில், அண்ணன்மார் எவரும் தற்சமயம் ஊரில் இல்லை என்ற தைரியத்தில், பாண்டியின் யோசனைக்கு உடன்பட்டேன். வழியில் காய்ந்தும் பச்சையாகவும் கிடந்த மலக் குச்சங்களைப் பார்க்கும்போதெல்லாம்,

தாயில்லாப் பிள்ளெ கெடக்கு. பாத்து வா.

என்று எச்சரித்தபடி கைபிடித்துக் கூட்டிப்போன பாண்டி, சட்டென ஓரிடத்தில் என் கையை அழுத்தி நிறுத்தினான். உதட்டில் ஆள்காட்டி விரலை வைத்து எச்சரித்தான். அவன் சுட்டிக்காட்டிய இடத்தில் முத்தாச்சி குத்த வைத்து அமர்ந்திருந்தாள்.

இடுப்புக்கும் மேலே வழித்தேற்றிய சேலைக்குக் கீழே பளிங்கு போலப் பளபளத்த புட்டத்தை விடவும் என் கவனத்தைக் கவர்ந்த வேறு ஒரு சங்கதி இருந்தது. அவள் கம்பீரமாக சுருட்டுப் பிடித்துக் கொண்டிருந்தாள். இதெல்லாம் ஆம்பளைகள் சமாசாரமில்லையா என்று ஒரு கணம் தோன்றியது. என்றாலும், பெண்கள் சம்பந்தமான பிற்கால அறிதல்கள் பலவற்றுக்கு ஓர் ஆரம்பப்புள்ளியாய் அந்தச் சுருட்டு என்னையறியாமலே எனக்குள் ஏறி அமர்ந்தது.

எஸ்ஸெஸ்ஸெல்ஸியில் நல்ல மதிப்பெண் வாங்கி பள்ளிக்கூடத்தில் இரண்டாவது மாணவனாகத் தேறியபோது, கரட்டுப்பட்டிப் பிள்ளையாரைப் பார்த்து நன்றிகூறி வரச் சொன்னாள் அம்மா. மீசை அரும்பிவிட்ட பருவம் என்பதால் தனியாகச் சென்றுவர அனுமதி கிடைத்தது. பிள்ளையாருக்கு விடல் போட்டுவிட்டு ஊருக்குள் போனேன்.

கடைவாசலில் கால்நீட்டி உட்கார்ந்து பஞ்சுபோல் முழுக்க நரைத்த தலைமுடியை ஈருவளியால் சிடுக்கெடுத்துக்கொண்டிருந்தாள் முத்தாச்சி. ரவிக்கை போடும் வழக்கம் இல்லாதவள். இடது முலை சேலைக்குள் பாதி மறைந்தும் பாதி தெரிந்தும் அவள் இடுப்பில் நிரந்தரமாகச் செருகியிருக்கும் சுருக்குப்பையின் சாயலுடன் ஆடியது. அக்குள் ரோமங்களில் நரை பாய்ந்திருந்தது. தெருவில் நடந்துவந்து அவள் கடைவாசலில் நின்றுவிட்ட என்னைக் கண்களைச் சுருக்கிப் பார்த்தாள்.

ஆத்தாடி, ஐயரு மகென்தானே, அம்மா நல்லாருக்காகளா சாமீ?

என்று கூவினாள். வியாபாரப் பொருட்களைப் பரத்திய திண்ணையின் ஓரமாக எஞ்சியிருந்த இடத்தில் என்னை உட்காரச் சொன்னாள்.

கலர் சாப்புடுறீகளா?

நாலே வருடத்தில் முத்தாச்சிக்கு இருபது வயது கூடிவிட்ட மாதிரிக் கிழடு தட்டியிருந்தாள். அதற்கு இரண்டு வருடங்கள் கழித்து இடது மார்பில் புற்றுநோய் தாக்கி சில மாதங்கள் போராடிவிட்டு இறந்தே போனாள் என்று கேள்விப்பட்டேன். நான் பார்த்த நாளில் அந்த நோய் வேர்பிடித்து ஆழ இறங்கத் தொடங்கியிருக்கலாம் ஒருவேளை, அவளே அறியாதவண்ணம்.

வாத்தியார் வீடு பூட்டிக்கெடக்கே ஆச்சி?

அதையேங் கேக்குறீக? அவுகதேன் ஊரெ விட்டே போய்ட்டாகளே?

அப்பிடியா? எந்தூருக்குப் போனாங்க ஆச்சி?

தேவதானப்பட்டிக்கி அங்குட்டு ஏதோ ஒரு பள்ளிக்கொடமாம்.

ஏன், என்னாச்சு?

அது பெரீய்ய கதெ சாமி.

போனவருடம் சாமிகும்பிடு முடிந்த மறுநாள் ஊர்ப்பெண்கள் எல்லாம் முளைப்பாரியை ஊர்வலமாக எடுத்துச் சென்று முல்லையாற்றில் கரைத்துத் திரும்பினார்கள் அல்லவா, வாத்தியாரின் மனைவி சிரித்து முத்தாச்சி பார்த்தது அன்றுதான் கடைசி.

தொடர்ந்து நாட்கணக்காக உற்சவம் நடத்தி முடித்த களைப்பில் ஊரே உறக்கத்தில் மூழ்கிக் கிடந்தபோது, ராஜு வாத்தியாரின் வீட்டுக்குள் திருடன் புகுந்துவிட்டானாம். உடைந்த சுவர் வழியாக முற்றத்தில் நுழைந்து பம்மிக் காத்திருந்திருக்க வேண்டும் என்பது முத்தாச்சியின் யூகம்.

நள்ளிரவில் குட்டிச்சுவருக்கு இந்தப்புறம் சிறுநீர் கழிக்க எழுந்து வந்தாளாம் முத்தாச்சி. வாத்தியார் வீட்டிலிருந்து வாட்டசாட்டமான ஒரு ஆள் இறங்கி ஓடியிறங்கியிருக்கிறான். வீட்டுக்குள் வாத்தியார்

சம்சாரம் அழும் சப்தமும் வாத்தியார் அவளுக்கு சமாதானம் சொல்கிற மாதிரியும் கேட்டதாம். இதுவரை சாதாரணமாகச் சொல்லி வந்த முத்தாச்சியின் குரல் சடாரென்று தழைந்தது.

ஏஞ் சாமீ, களவாங்க வந்தவன் வீட்லயிருந்து எறங்கி ஓடுறான். நம்ம கூட்டாளீண்டா என்ன செய்வோம்? 'திருடன், திருடன்... ஓடுறான் புடி' ண்டு அலற மாட்டோம்? வாத்தியார் வீட்லெருந்து ஒரு சின்ன மொனக்கங்கூட இல்லே.

ம்

அதுனாலெதான் எனக்கு இன்னமும் சந்தேகம்...

இருந்த இடத்தில் இருந்தவாறே, பாவனையாக என் காதருகில் தன் உதட்டைக் கொண்டுவந்தாள் முத்தாச்சி. குரலில் மேலும் கொஞ்சம் ரகசியம் சேர்ந்தது.

...வந்தவென் வெறுங்கையோட ஓடுன மாரித்தான் இருந்துச்சு சாமி. அவன் ஓடுன சீரெப் பாத்தா பொருளெக் களவாங்க வந்தவனெ மாரித் தெரீலே. ஆனா, அவென் சீவரங்கொளத்தான் இல்லேண்றது மட்டும் நிச்சியம். அவிங்ய ஆளுமேல கைவய்க்க மாட்டாங்ய.

இதற்குள் முத்தாச்சியைப் பார்ப்பதற்காக இரண்டு பெண்கள் வந்து சேர்ந்தார்கள். தாயும் மகளும்போல இருந்தார்கள். இருவர் முகத்திலும் உயிர்க்களை இல்லை. அந்தப் பெண் தேவையில்லாமல் அடிக்கடி தன் அடிவயிற்றைத் தொட்டுப் பார்த்துக்கொள்கிறாள் என்று எனக்குத் தோன்றியது. என்னிடம் பேசியபோது இருந்த பாவத்துக்குச் சம்பந்தமேயில்லாத அதிகாரத் தொனியில் முத்தாச்சி கேட்டாள்:

எந்தூரு?

நீரேத்தான்.

பதில் சொன்ன மூத்தவளின் குரலில் லேசான நடுக்கம் இருந்தது. நான் முத்தாச்சியைப் பார்த்துத் தலையாட்டிவிட்டுக் கிளம்பினேன். எதிர்ச்சாரிப் பொட்டலில் மண்டியிருந்த எருக்கலஞ்செடிகளின் ஊடாகப் பழுப்பும் வெள்ளையும் கலந்த நாய் ஒன்று புகுந்து ஓடியது.

ஞாபகத்தின் ஆழ்பரப்பில் புதையுண்டு கிடக்கும் எந்த ஒரு சம்பவமாவது தனியாகக் கிடக்கிறதா, சொல்லுங்கள்? வியர்த்த உடம்புடன் மணல்தரையில் புரண்டு எழுந்த மாதிரி, மேற்பரப்புக்கு எழுந்துவரும் எந்தவொரு நிகழ்ச்சி, தனிநபர், அல்லது நாளுடனும் பல்வேறு உபரி நினைவுத் துகள்கள் ஒட்டிக்கொண்டு வரத்தானே செய்கின்றன. ராஜு வாத்தியார் என்ற பெயர் தன்னுடன் இழுத்துவரும் வால் வெகு நீளமானது. கரட்டுப்பட்டி, முத்தாச்சி, அவ்வையார், ராஜு வாத்தியாரின் கருகருவென்ற சுருள்முடி, இடது கைக் கட்டை விரல் நகத்தில் அவர் நாலைந்து தடவை தட்டிவிட்டுத் திறக்கும் பழுப்புநிறப் பொடிமட்டை, கரும்பலகையில் சச்சதுரமாகத் திரண்டு வரும் சாக்பீஸ் எழுத்துகள், முல்லையாற்றுக்கரையில் சாயங்காலம் அவருடன் நடந்து வரும் அவரது மனைவி, அந்த அம்மாளின் நிமிர்ந்த நடையில் மிளிரும் கம்பீரம்...

ராஜு வாத்தியாரைவிட அவருடைய மனைவி ஒரு பிடி உயரம். வாத்தியார் நல்ல சிவப்பு நிறம். உள்ளங்கைகள் செக்கச்செவேலென்று பூவிதழ்கள் மாதிரி மிருதுவாக இருந்தது நினைவு வருகிறது. அந்த அம்மாள் சற்று நிறம் மட்டுத்தான். எங்கள் ஊர்ப்பக்கம் 'புதுநிறம்' என்பார்கள். இருந்த கொஞ்ச மாதங்களில் அவர்கள் வீட்டுக்கு வாரந்தோறும் சென்று வந்திருக்கிறேன். எங்கள் வீட்டுக்கு ஞாயிற்றுக் கிழமை வந்து சேரும் குமுதத்தைச் செவ்வாய்க்கிழமை கொண்டு கொடுப்பதும், வியாழன் அல்லது வெள்ளியன்று திரும்ப வாங்கி வருவதும் என்னுடைய வேலை.

இருவரும் சேர்ந்திருக்கும் சந்தர்ப்பங்களில் நேருக்கு நேராகப் பேசிக் கொண்டு நான் பார்த்ததே கிடையாது. பள்ளிக்கூடத்தில் சதா பேசிக்கொண்டே இருக்கும் வாத்தியார், வீட்டுக்குள் நுழைந்ததும் மௌனமாகிவிடுகிறாரே என்று தோன்றும். அவர்கள் வீட்டினுள் எப்போதுமே நிலவும் அமைதி எங்கள் வீட்டின் சூழ்நிலைக்கு நேர்மாறானது. கொண்டாட்டமாகவோ, தகராறாகவோ மனிதக் குரல்களும், பெரியக்காவுக்கு மாப்பிள்ளை பார்க்க ஆரம்பித்ததை யொட்டி வீட்டுக்குப் புதிதாக வந்திருந்த பிலிப்ஸ் வால்வு ரேடியோவின் சினிமாப் பாட்டுகளும், சமையலறையில் எந்நேரமும் இருந்துகொண்டிருக்கும் பாத்திர ஒலிகளும் எனச் சதா ஓசையால் நிரம்பியிருக்கும் வீடு எங்களது. இந்த வித்தியாசத்தைப் பற்றி அம்மாவிடம் ஒருநாள் கேட்டேன்.

> கொழந்தையில்லாத வீடு இல்லையா? நிசப்தமாத்தான் இருக்கும்.

என்று சுலபமாகச் சொன்னாள்.

சோழவந்தான் - நிலக்கோட்டையை இணைக்கும், வாகனப் போக்குவரத்து நிறைந்த, தார்ச் சாலையை ஒட்டிய வளாகத்தில் உள்ள வீடு எங்களுடையது; ஊர்க் கோடியில் ஆள் நடமாட்டமே அரிதாக இருக்கும் பகுதியில் ராஜு வாத்தியார் வீடு இருந்தது என்பது அவள் சொல்லாத இன்னொரு காரணம்.

நினைவில் பதிந்த எண்ணற்ற முகங்கள் தாமாகக் கொள்ளும் சுழற்சிவிதியின் பிரகாரம், ராஜு வாத்தியார் முகமும் விதவிதமான சந்தர்ப்பங்களில் ஞாபகம் வந்து போகும். ஆனால், அவரைத் தவிர வேறு நினைவு இல்லாதபடி மனம் குவியக் கிடைத்த சந்தர்ப்பங்கள் மிகவும் குறைவு. நான் வேலையில் சேர்ந்தது **1983** ஏப்ரல் **7**ஆம் தேதி. முன்னரே சொன்னபடி, அன்றிரவில் அழுத்தமாக மேலெழுந்த ராஜு வாத்தியார் ஞாபகம் வேறு இரண்டு சந்தர்ப்பங்களிலும் தீர்க்கமாக நினைவு வந்தது.

ஒன்று, '79-ல். கல்லூரி நூலகத்திலிருந்த தனிப்பாடல் திரட்டு நூலை எடுத்துப் படித்து வந்த ஒரு நாளில், அவ்வையார் பாடியதாக எங்களுக்கு ஒரு கதைபோல விரிவாக ராஜு வாத்தியார் சொன்ன, பேய்ச் சுவரை நிறுத்திய பாடல் அந்தப் புத்தகத்தில் இருந்தது.

அந்தப் பாடலைப் பாடியவர் கம்பர். அவ்வையார் இல்லை. இந்தத் தகவல் தெரிந்த கணத்தில் என் மனம் முழுக்க ராஜு வாத்தியார் நிரம்பினார். அவர் சொல்லி நினைவிலிருக்கும் பழம் பாடல்கள் அத்தனைக்கும் நேர் எதிரில் மானசீகமாக நிலை கொண்டிருந்த புலவர்களின் பெயர்கள் இடம்பெயர்ந்து கொசுக்கள்போலத் தன்னிச்சையாகப் பறக்க ஆரம்பித்தன.

அதன் பிறகு, நானும் எழுதவென்று ஆரம்பித்த பின்னர், ராஜு வாத்தியாரின் அருமை வேறு ஒருவிதமாகத் தெரிய வந்தது.

எங்கோ நடந்துகொண்டிருந்த அவ்வையாரையும் அந்தப் பாடலையும் கரட்டுப்பட்டி ஊருக்குள் அழைத்துவந்ததன் சிருஷ்டிகரமும், அதன்வழியே என்றும் மறக்கவியலாதபடி என்

மனத்தில் பாடலைப் பதிய வைத்த பயிற்றுவிக்கும் கலையும் வெகு விசேஷமானவையாகத் தென்பட்டன.

புரவலர்களையும் மன்னர்களையும் அரசவைகளையும் பரிசில்களையும் மாணாக்கர்களையும் விமர்சகர்களையும் எதிரிகளையும் இழப்புகளையும் தன்வசம் கொண்டிருந்த கம்பர் போன்ற காவியகர்த்தாவை விடவும், ஊரும் உறவும் அற்றுத் தனியாய்த் திரிந்த, உப்புக்குப் பாடி, புளிக்கும் ஒரு பாட்டுப் பாடிய, தேசாந்திரிக் கிழவிக்குத்தான் அந்தப் பாடல் நெருக்கமாகவும் பொருத்தமாகவும் இருக்கிறது என்றும் தோன்றியது.

இயற்றியவர் பெயர் மட்டுமில்லை, வேறு சில பாடபேதங்களும் ராஜு வாத்தியார் கூறிய பாடலுக்கு உண்டு. நெற்கூலி கொடுத்த பெண்ணின் பெயர் நீலி அல்ல, வேலி. அவள் பிறைநுதலாள் அல்ல, வாணுதலாள் ... இப்போது வேறு ஒரு குழப்பம் வந்துவிட்டது. ஒருவேளை ராஜு வாத்தியார் சரியாகவே சொல்லி, நான் நினைவில் ஏற்றுக்கொண்ட பதிவுகள்தாம் தவறாக இருந்திருக்குமோ என்று.

அவர் சொன்ன பாடல் மட்டுமல்ல, அவர் சம்பந்தமாக நான் அறிந்து வைத்திருந்த விதமும்கூடத் தவறாக இருக்கலாம் என்பது புரிய 2002வரை நான் காத்திருக்க வேண்டியிருந்தது, வாத்தியார் திருநெல்வேலிக் கொச்சைவழக்கில் பேசினாலும்கூட, புதுமைப் பித்தனின் கதையிலிருந்து இறங்கி வந்தவராய் இல்லாமல், கு ப ராஜகோபாலனின் கதையிலிருந்து இறங்கி வந்தவரோ என்ற சந்தேகத்தைக் கிளப்பிய ஒரு தருணம் வரும்வரை.

அந்த முறை வந்த ஞாபகத்தில் இன்னும் முக்கியமான அம்சம் ஒன்று இருந்தது. ஒரே சமயத்தில் தத்துவார்த்தமாகவும் உணர்ச்சிப் பெருக்கில் ஆழ்ந்ததாகவும் மனம் பிளவுகொண்டது. உலகம் மிகவும் சுருங்கிவிட்டது போன்ற சித்திரம், அல்லது ஒன்றுக்கொன்று தொடர்பற்ற ஏகப்பட்ட விஷயங்களை ஒன்றாக நான் கோத்துப் பார்ப்பதால் அது சுருங்கிவிட்ட மாதிரித் தோன்றுகிறதோ என்ற சந்தேகம் ஒருபுறம். மறுபுறம், இனம்புரியாத ஒரு வேதனை மனத்தில் கனத்தது. அதற்கு முன்புவரை ராஜுவாத்தியாரை நான் நினைவுகூர்ந்த சந்தர்ப்பங்களெல்லாம் சந்தோஷத்தால் நிரம்பியவை.

பத்மினி தன் தாயாருக்கு உடல் நலம் சரியில்லை என்று குழந்தைகளையும் அழைத்துக்கொண்டு பிறந்தகம் சென்றிருந்தாள். மனித வாசனை முழுக்க அற்றுவிட்டது போன்ற இறுக்கம் சூழ்ந்திருந்தது வீட்டை. நான் மட்டும் தனியாக இருந்தேனா, கொசுக்களுக்குச் சமமாகத் தனிமையும் மண்டி ரீங்கரித்தது.

பொழுதின் கழுத்தில் கை வைத்து நெட்டித் தள்ளுவதற்காக, பழைய தினசரிகள் பத்திரிகைகள் கிடந்த மர அலமாரியைக் குடைந்து கொண்டிருந்தேன். ஆங்கில தினத்தாளுக்கு ஈடாகப் பெண்கள் பத்திரிகைகள் விதவிதமாகச் சேர்ந்திருந்தன. நூதனமான சமையல் குறிப்புகளுக்காக பத்மினி அவற்றை விடாமல் வாங்கிச் சேர்ப்பாள். அவளுக்கும் அவளுடைய தாயாருக்கும் நடந்த உரையாடல் நினைவு வந்தது.

> விதவிதமாச் சமைச்சுப்போட்டு கொழந்தைகளுக்கு இப்பிடி நாக்கை வளத்துவிடறயே பத்தா.
>
> அது சரி. ஒனக்கு உண்டைக் கட்டி சாதமும் ஒரு கரண்டி தயிரும் போதும். எல்லாரும் ஒன்னை மாதிரி இருப்பாளா? ஒத்தொருத்தர் ருசியும் பசியும் ஒவ்வொரு மாதிரி.

மிகப் பிரபலமான பத்திரிகைக் குழுமம் சென்ற வருடம் தொடங்கி யிருந்த பெண்கள் பத்திரிகையின் பழைய இதழ் ஒன்று அகப்பட்டது. புரட்டினேன். பொதுவாக இதுபோன்ற பத்திரிகைகளில் இருக்கும் வழக்கமான சமாசாரங்கள்தாம் - சமையல், கை வேலைப்பாடுகள், பதினாறு புள்ளி எட்டுவரிசைக் கோலம், வீட்டிலிருந்தே பணம் சம்பாதித்தல், ஜோசியம், அசட்டுத்தனமான ஓரிரு சிறுகதைகள் என்று.

ஆனால், இந்தப் பத்திரிகைகளில் வாசகர் பங்கேற்பாக வரும் பகுதிகள் சுவாரசியமாக இருக்கும். அதிலும்கூட, வெள்ளைப்படுவது, மார்பகம் விகிதாசாரக் குறைவாகச் சுருங்கியிருப்பது, விடாய்க் காலத்தில் பிறப்புறுப்பில் தாளமுடியாத நமைச்சல் என்பது போன்று மருத்துவரிடம் நேரில் சென்று ஆலோசனை கேட்க வேண்டிய விஷயங்களை நாலு வரிப் போஸ்ட் கார்டில் எழுதிப் போடும் வாசகிகள் உண்மையிலேயே வாசகிகள்தாமா, அல்லது ஆசிரியர் குழுவின் கற்பனைக்குப் பெயர் மட்டும் நல்குகிறவர்களா என்று சந்தேகமும் உண்டு. தவிர, பெண்கள் பத்திரிகையில் ஆண்களுக்கான

தனிப்பகுதியோ இது என்றும் சந்தேகம்.

நான் பார்த்த இதழில், வாசகியர் தம் வாழ்வின் சில அந்தரங்கமான நெருக்கடிகளில் எடுக்க நேர்ந்த முடிவு சரியா தவறா, தொடர்ந்து தான் எந்தத் திசையில் செல்வது என்ற குழப்பத்தை முகம் தெரியாத எண்ணற்ற சக வாசகியருடன் பகிர்ந்துகொள்ளும் பகுதி ஒன்று இருந்தது. முந்தைய இதழில் விரிவாக வெளியான கடிதத்தின் சுருக்கம் இந்த இதழில் பிரசுரமாகியிருந்தது. விஷயம் இதுதான். கணவரை இழந்தவரான அறுபத்தைந்து வயது வாசகி ஒருவர். இளம் வயதில் தம்மைக் காதலித்தவர் இப்போது திரும்பவும் தன் வாழ்க்கையில் குறுக்கிட்டிருக்கிறார், தம்மோடு வாழ வரும்படி அழைக்கிறார், குழந்தைகள் அரைக் கிழமாகிவிட்ட நாட்களில், பேரக்குழந்தைகள் கல்லூரி செல்லும் நாட்களில், சமூக மரியாதையும் நெடுநாள் காதலும் எதிரெதிராய் இழுக்கும்போது தாம் என்ன முடிவெடுப்பது என்று வாசகியரிடம் ஆலோசனை கேட்டிருந்தார்.

இந்த இதழில் வாசகியர் வாக்களித்திருந்த விதம் அசாதாரண மானது. 97 சதவீதம் காதலருடன் வாழச் செல்லும்படி அறிவுறுத்தியி ருந்தது. 3 சதவீதம் மட்டும் பலவீனமான காரணங்களைச் சொல்லி வேண்டாம் என்று கூறியிருந்தது.

தொடர்ந்து, இந்த இதழுக்கான கட்டுரைக் கடிதம். சாய்வு நாற்காலியில் சென்று உட்கார்ந்துகொண்டு சாவகாசமாகப் படிக்க ஆரம்பித்தேன்.

அன்புள்ள தோழியருக்கு,

முதலில் என்னைப் பற்றிக் கொஞ்சம் விரிவாகவே சொல்லி விடுகிறேன். அப்போதுதான் என் பிரச்சினை உங்களுக்கு நன்றாகப் புரியும்.

நான் கிராமத்தில் பிறந்து வளர்ந்தவள். வீட்டின் செல்லக் குழந்தை. மூன்று சகோதரர்களும் ஒரு சகோதரியும் அன்பான தாய் தந்தையரும் என்று ஆனந்தமாகப் போய்க்கொண்டிருந்த இளமைப் பிராயம். அந்த நாட்களில் நான் ஏறாத மரமில்லை. நீந்தாத நீர்நிலை இல்லை.

பனைமரத்தில் நான் ஏறும் வேகத்தைப் பார்த்து என் சகோதரர்களே ஆச்சரியப்படுவார்கள். பாவாடையை ஏற்றிச் செருகிக்கொண்டு கபடி விளையாடுவேன். என் பால்ய ஞாபகங்களில் நான் பாண்டியோ பல்லாங்குழியோ விளையாடியதாக நினைப்பே இல்லை.

பருவ வயதை எட்டியபோது, இத்தனைபேருடன் இருந்தபோதும், ஒருவிதமான தனிமையை உணரத் தொடங்கினேன். கிராமத்தின் தெருக்களில் ஓடியும் சாடியும் நான் தீர்த்துக்கொண்ட தினவு, என் உடம்புக்குள் ஆழ ஆழப் புதைந்துகொண்டது. உடல் வளர்வதற்கு இணையாக எனக்குள் அது வளர்ந்துகொண்டும் போனது. எவ்வளவு தான் சுதந்திரம் நிலவும் வீடாக இருந்தாலும், பிறருடன் பகிர்ந்து கொள்ள முடியாதது அது. ரகசியமாகக் கிளைவிரித்துப் படரும் தாவரம்போல எனக்குள் வளர்ந்து வந்தது.

இந்த நேரத்தில் எனக்குத் திருமணம் பேசினார்கள். எங்களைப் போன்ற நடுத்தர வருமானமுள்ள குடும்பம்தான். நாகரிகமான மனிதர்கள். அந்த நாட்களில் பெண்ணைப் பெற்றவர்கள் படும் பணரீதியான சிரமத்தையோ, மனச்சிக்கலையோ சற்றும் எதிர் கொள்ளாமலே என் பெற்றோர் என்னை மணமுடித்து அனுப்பி னார்கள்.

வேறொரு கிராமத்தில் நாங்கள் தனியாகக் குடியமர்ந்தோம். அவர் மிருதுவானவர். அதிர்ந்து பேசக்கூடமாட்டார். எதிராளியின் மனத்தைப் புண்படுத்திவிடக் கூடாது என்பதில் மிகவும் கவனமாய் இருப்பார். சுத்தத்தைப் பற்றி அபார அக்கறை கொண்டவர். தினந்தோறும் சலவை உடைதான் அணிவார். சும்மா இருக்கும் நேரங்களில் வீட்டின் ஏதாவது ஒரு பகுதியைச் சுத்தம் செய்து கொண்டேயிருப்பார். ஒரு தடவை சொன்னார். மனிதனுக்கும் இயற்கைக்கும் இடையறாது நடந்துவரும் மாபெரும் போரில் இயற்கை கைக்கொள்ளும் கொடூரமான ஆயுதம் தூசிதானாம். இது தம்முடைய கண்டுபிடிப்பு அல்ல என்றும், ஏதோ ஒரு விஞ் ஞானப் புத்தகத்தில் படித்ததாகவும் சொன்னார்.

சைவப் பின்னணி கொண்ட குடும்பத்திலிருந்து வந்தவள்தான் நானும் என்றாலும் மசாலாப் பொருட்கள் கலந்த சமையலில் மிகவும் பிரியம் கொண்டவள். சமையலில் உப்பு புளி காரம்

எண்ணெய் எல்லாமே மிதமாகத்தான் இருக்கவேண்டும் அவருக்கு. பத்தியச் சாப்பாடு மாதிரி. உறுத்தாத மெல்லிய மணம் உள்ள ஊதுபத்தியோ தசாங்கமோ சதா மணம் நிரப்பியிருக்கும் வீடு. எல்லாமே தாறுமாறாகக் கிடக்கும் என் தாய்வீட்டின் சூழ்நிலைக்கு நேர் விரோதமாக நேர்த்தியும் அழகும் அலங்காரமும் அமைதியும் கொண்டிருந்த எங்கள் தனிவீடு முதல்நாள் முதலே வேறு யாருடைய வீடோபோலத் தோன்ற ஆரம்பித்துவிட்டது எனக்கு.

வீட்டின் சகல முனைகளிலும் நிலவிய அந்நியத்தன்மை எங்கள் படுக்கையறையையும் விட்டு வைக்கவில்லை. தாம்பத்திய வாழ்க்கையில் எந்தக் குறையும் இல்லாமல்தான் பார்த்துக்கொண்டார் என்னவர். உண்மையில், இத்தனை ஆண்டுகள் கழித்தும் அவரை 'என்னவர்' என்று குறிப்பிடும்போது மிகவும் நெகிழ்வாக உணர்கிறேன். அவரை நான் அடைந்தது எனது பல ஜென்மப் பேறு என்று நிஜமாகவே நம்புகிறேன்.

இவ்வளவு இருந்தும், என் அக ஆழத்தில் ஒரு பள்ளம் இருப்பது போலவும், அது நிரம்பாமலே என் வாழ்நாள் கழிந்துகொண்டிருக்கிறது என்கிற மாதிரியும் உணர ஆரம்பித்தேன். ஏழு வருடங்கள் இப்படியே கழிந்தன.

ஏழாவது வருடத் துவக்கத்தில் எனக்கு ஒரு கனவு அடிக்கடி வரத் தொடங்கியது. எங்கள் ஊர்ப் பக்கம் கந்த சஷ்டியை ஒட்டி சூரன் வேடம் தரித்து வருவார்கள். அப்படிப்பட்ட ஒரு சூரன் என் கனவில் தவறாமல் வருவான். கல்த் தொட்டியாக ஆகியிருக்கும் என் அடிவயிற்றைக் கூர்மையான சூலத்தால் குத்திப் பிளப்பான். நானானால் சிரித்துக்கொண்டிருப்பேன்.

இந்நிலையில் எங்கள் வீட்டுக்குள் நள்ளிரவில் ஒருவன் புகுந்து விட்டான். திருட வந்தவனாகத்தான் இருக்க வேண்டும். கத்தி முனையில் எங்களை நிறுத்தித் தூணோடு கட்டிப் போட்டுவிட்டு, அலமாரிச் சாவியைக் கேட்டு மிரட்டினான். என் முகத்திலும் அவர் முகத்திலும் டார்ச் லைட் ஒளி பட்டுப் பட்டு விலகியபோது பார்வை கூசியது எனக்கு. கண்களைச் சுருக்கிக் கொண்டு பார்த்ததில் வந்தவனுடைய உருவமும் முகமும் ஓரளவு துலங்கியது. இளைஞன் தான். வயது இருபத்தைந்தை ஒட்டி இருக்கலாம்.

என்ன நினைத்தானோ, எதைக் கண்டானோ, சடாரென்று என்னை நெருங்கி என் கட்டுகளை மட்டும் அவிழ்த்துவிட்டான். பல்லிடுக்கில் கவ்விய கத்திக்கு மறுபுறம் மலர்ந்த முறுவல் பயங்கரமானதாக இருந்தது. பிறகு அவன் என் கணவரின் கண்முன்னே என்னை... என்னை...

இதற்காகவே வந்தவன்போல இறங்கிப்போய்விட்டான். தான் தேடி வந்ததைவிடவும் அதிகமாகவே கிடைத்துவிட்டதாக உணர்ந்தானோ என்னவோ.

நான் குமுறிக் குமுறி அழுதேன். என்னவர் அருகில் அமர்ந்து ஆறுதல் சொன்னார். விபத்தில் ஓர் அங்கம் ஊனமாகிறவர்கள் கிடையாதா, இதை ஒரு விஷயமாகவே நினைக்க வேண்டியதில்லை, யாருக்கும் தெரியாமல் பார்த்துக்கொள்ளலாம் என்றெல்லாம் பலவிதமாகத் தேற்றினார். சில விஷயங்களை அப்படியெல்லாம் மூடி மறைத்துவிட முடியாது என்பதுகூடத் தெரியாத அப்பாவி அவர். அவருடைய அன்பின் ஜ்வாலையில் அப்படியே பொசுங்கிவிட மாட்டோமா என்று ஏக்கமாக இருந்தது.

ஆனால், நாட்கள் செல்லச் செல்ல வேறு இரண்டு பிரச்சினைகள் முளைத்தன. என்னவரின் அன்பில் ஒரு இம்மி அதிகரித்துவிட்டது போலவும், அதற்குக் காரணம் அவரால் இனி வாழ்நாள் முழுக்க மறக்க முடியாத அந்த இரவுதான் என்றும், தன்னுடைய உபரிப் பரிவின் மூலம் எனக்கும் அதை சதா நினைவூட்டி வருகிறார் என்றும் தோன்றத் தொடங்கியது எனக்கு. எங்களுக்குள் தொடுகை என்பதே அநேகமாக நின்றுபோய் விட்டது என்பதுபோக, நான் ஒரு பிச்சைப் பாத்திரத்துடன் எந்நேரமும் அவர் முன்னால் இறைஞ்சிக் கொண்டு நிற்பதுபோல உணர ஆரம்பித்தேன்.

இரண்டாவது விஷயம்தான் இன்னும் சிக்கலானது. சூலத்தால் கல்த்தொட்டியைப் பிளக்க வந்து சேரும் கனவுச் சூரனுக்கு ஒரு முகம் கிடைத்துத் தொலைத்தது. வேளைகெட்ட வேளைகளில் கண்முன் அந்தரத்தில் மிதந்து பழிப்புக் காட்டியது.

அதிக நாட்கள் இந்தச் சித்திரவதையைத் தொடர அனுமதிக்கவில்லை நான். என்னவரைப் பிரிந்து பிறந்தவீடு திரும்பிவிட்டேன். விட்ட இடத்திலிருந்து படிப்பைத் தொடர்ந்து நானாக உத்தியோகம்

தேடித் தனியாக வாழ்ந்து தீர்த்து, போன ஆண்டுதான் ஓய்வு பெற்றேன். நான் பிரிந்துபோவதாக அறிவித்த பிறகுகூட ஒரு சொல் வன்மமாக உதிர்க்காத, கோர்ட் படியேறாத உத்தமரைப் பிரிந்து வந்தது தவறோ என்று சமீபகாலமாக அடிக்கடி தோன்றுகிறது. வயதாகிவிட்டதில்லையா, குற்றவுணர்ச்சியின் வேகம் தாள முடியாததாக இருக்கிறது. வாசகிகள்தாம் சொல்ல வேண்டும், நான் செய்தது சரியா தவறா என்று.

ஆனால், அவர்களிடம் இன்னொரு உண்மையையும் நான் மறைக்க விரும்பவில்லை. எனக்குள் ஒரு பள்ளம் நிரந்தரமாக இருந்து வந்தது என்று சொன்னேனில்லையா, அது நிரம்பித் ததும்பியதும் அந்த விபத்து நடந்த இரவில்தான்...

பெயர் வெளியிட விரும்பாத வாசகி.

உயிர்மை, ஜூன் 2008

விஷக் கோப்பை

1

பீம்ஸென் ஜோஷிக்கு பாரத ரத்னா விருது வழங்கியிருக்கிறார்களாம் - செய்தித்தாளில் போட்டிருந்தது. இந்தப் பெயரைக் கேட்டவுடன் உங்களுக்கு என்ன ஞாபகம் வரும்? வடக்கத்தி சங்கீதத்தில் பரிச்சயம் உள்ளவர் என்றால் ஜோஷியின் பெயர் புதிதில்லை. இல்லாதவர் களுக்கு, இது இன்னுமொரு செய்தி. நான் இரண்டாவது வகையைச் சேர்ந்தவன். என்றாலும், எனக்குள் வருஷக் கணக்காக சேகரமாகி உறைந்து கிடக்கும் ஞாபகத் தொகுப்பைக் கிளறிவிட்டது மேற்படிச் செய்தி.

பத்து வருஷத்துக்கு முன்னால், நான் புனே சென்றேன். அந்தப் பயணத்தில்தான் ஜோஷியின் பெயரை முதன்முதலாகக் கேள்விப்படுகிறேன். பல முதல் தடவைகளின் பயணம் அது... சென்னைக்கு வடக்கே நான் பயணம் செய்தது, மொழி தெரியாத ஊருக்குத் தனியாகச் சென்றது, ரயிலில் முதல் வகுப்பில் பயணம் செய்தது என்று ஒரு பட்டியலே உண்டு. அந்தப் பயணத்துக்குப் பிறகு, பீம்ஸென் ஜோஷியின் படம் பத்திரிகைகளிலோ, தொலைக்காட்சியிலோ தென்பட்டால் எனக்கு அடையாளம் தெரியும். உடனடியாக சாரதாச் சித்தியின் ஞாபகம் வந்துவிடும்.

பிறகு அவர்கள் இருவர் முகமும் மறைந்து சலபதி ராவின் முகம் மனமெங்கும் நிறைந்துவிடும். ராவ் சொல்லித்தான் ஜோஷியின் பெயரை முதன்முதலாகக் கேள்விப்பட்டேன்.

முதலில் சற்று அவசரமாக சாரதாச் சித்தி பற்றிச் சொல்லிவிடு கிறேன். அவள் செத்துப் போனதால்தானே எனக்கு பீம்ஸென் ஜோஷியைப் பற்றித் தெரியவந்தது...

சாரதாச் சித்தி என்பதால் அப்படி ஒரு முடிவெடுக்கவேண்டி வந்தது. இல்லாவிட்டால், நானெல்லாம் முதல் வகுப்பில் பயணம் செய்பவனே அல்ல. சித்தியின் புண்ணியம்தான், நான் பட்டம் வாங்கி வேலையில் சேர்ந்தது. மதுரையில் சித்திவீட்டில் தங்கிப் படித்தபோது, என் படிப்புச் செலவையும் சாரதாச் சித்தியே பார்த்துக்கொண்டாள். என் குடும்பச் சூழ்நிலை அப்படி. பண்டிகை நாட்களில் மட்டும்தான் மூன்றுவேளை சாப்பாடு.

என்னால் ஒருபோதும் சமாளிக்க முடியாத விஷயம் ஒன்று உண்டு. பணம். திரும்பத் திரும்ப யோசித்து இதற்கு இரண்டு காரணங்கள் கண்டுபிடித்து வைத்திருக்கிறேன். ஒன்று, பராரியான குடும்பத்தில் பிறந்தது. இரண்டாவது, நான் கல்லூரியில் பொருளாதாரம் படித்துப் பட்டம் வாங்கினது. அதுவும்கூட விரும்பிச் சேர்ந்த படிப்பு இல்லை. நான் வாங்கியிருந்த மதிப்பெண்களுக்கு எட்டும் தொலைவில் இருந்தது அதுதான். கல்லூரி முதல்வர் இரண்டு தேர்வுகளை என்முன் வைத்தார். ஆங்கிலத்தில் வரலாறு படிப்பது. மற்றது தமிழில் பொருளாதாரம். எனக்கு ஆங்கிலம் சரளமாக வராது. மனப்பாட சக்தி வேறு குறைவு. வரலாறு எடுத்தால், ஒரே நேரத்தில் இரண்டு குதிரைகளில் சவாரி செய்து கவட்டைக் கிழித்துக்கொள்ள நேரும். அதைவிட, தாய்மொழியில் குப்பை கொட்டுவது தேவலை என்று தோன்றியது.

பொருளாதாரம் படித்த யோகம்தானோ என்னவோ, வாழ்நாள் முழுவதும் அதைத்தவிர வேறு சிந்தனை செய்ய இயலாதபடி ஒரு கீழ்மத்தியதர வாழ்க்கை அமைந்து விட்டது. ஒவ்வொரு விஷயத்திலும் தீர்க்கமாக யோசித்து, பல்வேறு விதமாகத் திட்டமிட்டு, அதிகபட்ச தண்டச் செலவில் முடிகிற மாதிரி ஒரு முடிவெடுப்பேன்.

பெரும் பணக்காரர்கள், அரசியல் தலைவர்கள் இவர்களுக்கு மட்டுமென்றில்லாமல் மத்தியதர வகுப்பு மக்களும் சடலங்களை ஐஸ்பெட்டியில் வைத்துப் பாதுகாக்கும் நடைமுறை அமுலுக்கு வந்திருந்த சமயம் அது. சித்தி இறந்த தகவலைத் தொலைபேசியில் தெரிவித்த கணேசண்ணா, சாவதற்கு முந்தின நாள்கூட சித்தி என்னைப் பற்றிப் பேசிக்கொண்டிருந்தாள் என்றும், நான் வரும்வரை உடம்பை வைத்திருப்பதாகவும், உடனடியாகப் புறப்பட்டு வரும்படியும் சொன்னார். ரயிலில் டிக்கட் கிடைக்குமா என்று நான் சந்தேகப்பட்டேன். இப்போது விட்டால் இனி அவள் முகம் பார்க்கக் கிடைக்குமா, பாச்சு யார், சித்தியின் செல்லக் குழந்தையல்லவா, அவனும் வந்து வழியனுப்பாவிட்டால் அவள் கட்டை வேகுமா. யோசிக்காமல் புறப்பட்டு வா, செலவைப் பார்க்காதே, அண்ணா தருகிறேன் என்றெல்லாம் சொல்லி புத்தியைக் கரைத்துவிட்டார்.

அவருக்கென்ன, டபிள் இஞ்சின், இந்தப் பக்கம் விலைவாசி ஏறினால் அந்தப்பக்கம் சம்பளமும் ஏறிவிடும், தனியார் கம்பெனியில் நடக்குமா அப்படி, உங்களுக்காகவா உடம்பை வைத்திருக்கிறார்கள், அமேரிக்காவிலிருந்து பேரனும் பேத்தியும் வரவேண்டாமா, பறந்து பறந்து வந்தாலும் ரெண்டு நாள் ஆகுமே, இத்தோடெ சரி, இனிமேக் கொண்டு அண்ணா தம்பி உறவெல்லாம் வேணும்னா வேணும் வேண்டாட்டா வேண்டாம்... என்று அடுக்கிக்கொண்டே போன சவுந்தரா, நான் சற்றும் எதிர்பார்க்காதபடி... அதுக்காக, வளர்த்த ரணத்தைத் தீர்த்துக்க வேண்டாமா, பஷ்ட் கிளாஸ்லெயாவது போய்த்தான் ஆகவேணும்... என்று சொல்லி முடித்தாள்.

ரயில் பெட்டியில் ஒட்டியிருந்த முன்பதிவுப்பட்டியலைப் பார்த்த போதே நான் சங்கடமாக உணர ஆரம்பித்தாகிவிட்டது. மொத்தமே பத்துப் பதினைந்து பெயர்களில் என் பெயரும் இருந்ததா, நிலையத் துக்கு வந்திருக்கும் எல்லாரும் என்னையே பார்க்கிற மாதிரி ஒரு கூச்சம். ஆயிரம்தான் சொல்லுங்கள் எழுபது எண்பது சக பிரயாணி கள், நிரந்தரமான மூத்திர நாற்றம், ஈசல்போல வந்தவாறிருக்கும் விற்பனையாளர்கள், ரயில் நிற்கும் இடங்களில் கொசுக்கடி என்று இரண்டாம் வகுப்பில் பயணம் செய்கிற ஆனந்தம் மாதிரி வருமா?

முதல் வகுப்பு அறைக்குள் நுழைந்து தனியாக உட்கார்ந்திருந்தபோது, பொருந்தாத இடத்தில் அமர்ந்திருக்கிற மாதிரி புட்டத்தில் முள் குத்தியது. ஏதோ குற்றம் இழைத்துவிட்ட மாதிரி உள்ளுக்குள் ஒரு ததும்பல். வண்டி கிளம்பும்வரை சக பயணிகள் யாருமே வரவில்லை. இதே இரண்டாம் வகுப்பாய் இருந்தால் இப்படி தனிக் கோட்டானாய்ப் பயணம் செய்ய வேண்டி வருமா, சொல்லுங்கள்?

கட்டடங்களின் நெரிசலைவிட்டு வெளியேறிக் கட்டாந்தரை சமுத்திரத்தில் விரைகிறது ரயில். ஜன்னலை ஒட்டியிருக்கும் தரை படுவேகமாக எதிர்ப்புறம் விரைகிறது. சற்றுத் தள்ளி உள்ள தரை சற்று நிதானமாக நகர்கிறது. வெகு தொலைவில் தனியாகத் தலை விரித்து நின்றிருக்கும் மரத்தைப் பார்க்கும்போது ரயில் நேர்கோட்டில் செல்லவில்லை, மாபெரும் வட்டப்பாதையில் முன்னேறுகிறது என்று தோன்றுகிறது.

வெற்றுத்தரையை வேடிக்கை பார்ப்பது சலித்தபிறகு, பிரயாணத் துணையாக வாங்கியிருந்த ஆங்கில இந்தியா டுடேயில் மூழ்கினேன். ஆங்கிலம் எனக்கு வேகமாய்ப் படிக்க வராது என்பதால் மணிக்கணக் காகப் படித்துக்கொண்டிருக்கலாம்.

ரேணிகுண்டா நிலையத்துக்குள் ரயில் நுழைந்தபோது, இவ்வளவு நேரம் படித்துக்கொண்டிருந்த கண்கள் சோர்ந்திருந்தன. வழக்கமான ரயில் படுக்கையைவிட அகலமாய் இருந்த மேல்படுக்கையில் ஏறிப் படுக்கலாமா என்று யோசனை தோன்றியது.

அறைக்குள் நிரம்பியிருந்த தனிமையைப் பிளந்துகொண்டு அவர் நுழைந்தார். சராசரிக்கும் அதிகமான உயரம். தூய வெண்ணிறத்தில் ஜிப்பாவும் வேஷ்டியும் அணிந்திருந்தார். வயதை அறிவிக்கும்விதமாக முகச் சதை தொய்ந்திருந்தது. என்றாலும் கருகருவென்றிருந்த, அடர்த்தியான சுருட்டை முடி. சாயம் பூசியிருப்பார் என்று நினைத்துக்கொண்டேன். சாதாரணமாக, வெகுதூரப் பயணிகள் கொண்டுவருவது மாதிரியின்றி, சிறு கைப்பெட்டி மாத்திரம் வைத்திருந்தார். தோளில் ஒரு துணிப்பை... அவ்வளவுதான்.

நான் ஒருவன் இருப்பதையே கவனிக்காதவர் மாதிரி, எதிர் இருக்கையில் உட்கார்ந்து ஜன்னலுக்கு வெளியில் பார்த்தார். அந்த நிலையத்திலிருந்துதானே ரயிலேறியிருக்கிறார், முன்பின்

பார்த்தறியாத இடம்போல அப்படியொரு ஆவல் ததும்ப நிலையத்தின் சந்தடிகளை ரயில் புறப்படும்வரை வேடிக்கை பார்த்தார். பிறகு, தோள்பையிலிருந்த பிளாஸ்டிக் டப்பாவை எடுத்து வெற்றிலை போடத் தொடங்கினார்.

நான் சற்று அசவுகரியமாக உணர்ந்தேன். உடனடியாக மேல்படுக்கையில் ஏறிப் படுத்துக்கொண்டேன்.

கீழே இருப்பவரின் முகத்தை ஏற்கனவே பார்த்திருக்கிறேன் என்று திடீரென்று தோன்றியது. அவ்வளவுதான். நிம்மதி கெட்டுவிட்டது. இருட்டறையில் துழாவுவது மாதிரி தேடத் தொடங்கியது மனம். எவ்வளவு தேடியும் பிடி ஒன்றும் கிட்டவில்லை. சரி, போகட்டுமே, இன்னாரென்று தெரியாத தெரிந்தவர். அவ்வளவுதானே.

என்னையும் மறந்து கண்ணயர்ந்திருப்பேன் போல. விழிப்புத் தட்டியபோது, கீழே பேச்சுக் குரல் கேட்டது. அரைக்கண்ணைத் திறந்து பார்த்தேன். ஜிப்பாக்காரர்தான். வேகமாகப் பேசிக்கொண்டிருந்தார். எதிர் இருக்கையில், அதாவது எனது படுக்கைக்கு நேர் கீழே, யார் இருந்தார்கள் என்று தெரியவில்லை. ஒரு ஜோடித் தொடைகள் மட்டும் தெரிந்தன. ஆண் உடை தரித்த தொடைகள். ஜிப்பாக்காரருக்குச் சற்று உரத்த குரல். சரளமான, நேரடியான, எளிமையான ஆங்கிலம். எதிராளி அவ்வப்போது 'ஹாங் ஜீ, ஹாங் ஜீ' என்பதைத் தவிர வேறொன்றும் சொல்லவியலாதபடி தொடர்ந்து பேசிக்கொண்டு போனார்...

...எனக்குக் கடவுள்மீது அவ்வளவாக நம்பிக்கை கிடையாது. நான் அறிந்தவரை, நம்பியவர்களை எப்போதுமே அவர் சிரமப்படுத்துவதைத்தான் பார்த்திருக்கிறேன். ஆனால், எனக்குக் கடவுள் பீம்ஸேன் ஜோஷிதான். துளியும் சிரமப்படுத்தாத, அண்டியவர்களுக்கு ஆனந்தம் தவிர வேறெதையும் தராத கடவுள். அந்தக் குரலும், பாட்டுக்களும் மனிதத் தொண்டை வழியாக வெளியே வருகின்றனவே தவிர, அது வெளிப்படுத்தும் வாஞ்சை நிச்சயம் மனித சாத்தியத்துக்குட்பட்டது அல்ல. இல்லாவிட்டால், அவருடைய சங்கீதத்தைக் கேட்க இவ்வளவு தூரம் பிரயாணம் செய்வேனா? இப்படி வருவது பதினேழாவது வருஷம்.

சாயங்காலம் இருட்டிய பிறகு ஆரம்பித்தால் விடியவிடியக் கச்சேரிகள்தான். ஒரு தடவை ஜோஷி பாடி முடித்தபோது காலை ஒன்பது மணி. அவ்வளவு நேரமும் ஜனம் கலையாமல் உட்கார்ந்திருந்தது - ஏதோ மந்திரம் போட்ட மாதிரி.

நான் ஜோஷியுடைய குரு ஸவாய் கந்தர்வாவின் சங்கீதத்தையும் கேட்டிருக்கிறேன் - பதியப்பட்ட ஒலியாக. கொஞ்சம் பழைய வாடை அடிக்கும் சங்கீதம்.. என்னை அவ்வளவாகக் கவர்ந்தது இல்லை. ஆனால், அவர் உருவாக்கி அளித்த மாபெரும் சங்கீதம் அவருடைய சிஷ்யர்கள்தாம் என்று தோன்றுகிறது. பிரயாண வசதிகள் அவ்வளவாக விருத்தியடையாத சென்ற நூற்றாண்டின் மையப்பகுதியில், கொங்கணிப் பிரதேசத்தின் குண்ட்கோல் என்ற சிற்றூரில் இருந்துகொண்டு, பீம்ஸேன் ஜோஷி, கங்குபாய் ஹங்கல், ஃபிரோஸ் தஸ்தூர் என்று ஹிந்துஸ்தானி இசைவானின் நட்சத்திரங்களை உருவாக்குவது என்ன சாமானியமான காரியமா?

குருவின் நினைவாக அவரது பிரதான சீடர்கள் இருவருமே ஆண்டுதோறும் இசைவிழா நடத்துகிறார்கள். கங்குபாய் ஹங்கல் போபாலிலும், பீம்ஸேன் ஜோஷி புனேவிலும். இரண்டு விழாக்களிலும் பார்வையாளனாகக் கலந்துகொண்டிருக்கிறேன். இரண்டிலும், புனேவில் நடப்பதுதான் விசேஷமானது என்பது என் அபிப்பிராயம்.

இவ்வளவு தொலைவு சென்று இசை மாத்திரமே கேட்டுத் திரும்புவதில் சில அனுகூலங்கள் இருக்கின்றன, நண்பரே... முதலில், தாய்மொழிப் பிரதேசத்தைத் தாண்டி நீண்ட தொலைவு பிரயாணம் செய்யும்போது சிறுகச் சிறுக உங்களுக்குள் ஒரு தனிமை படர்கிறது. இடைவிடாமல் இசை கேட்பதற்கான பதநிலை நோக்கியும் உங்கள் பயணம் தொடங்கிவிடுகிறது.

அன்றாடத்தின் நடவடிக்கைகள் அனைத்திலுமிருந்து முழுவதுமாக விடுபட்டு, இசை கேட்பது ஒன்று மட்டுமே வேலையாகச் சில நாட்கள் இருப்பது ஒரு புதிய மனம் பிறப்பதற்கான வாய்ப்பாக அமைகிறது.

முழுநேர வேலையாக இசை கேட்கும்போது மனம் நூதனமான ஒரு பக்குவத்தை அடைந்துவிடுகிறது. அரங்கத்தைவிட்டு வெளியில்

வந்ததும், கேட்கும் ஒலிகளெல்லாம் இசையின் வடிவங்களாகத் தோன்ற ஆரம்பிக்கிறது. ஒருவேளை, நமக்குள் நிரந்தரமாக இருந்து கொண்டிருக்கும் இசையைக் கேட்க ஆரம்பித்து விடுகிறோமோ என்னவோ.

தகுதிவாய்ந்த ரசிகர்களின் மத்தியில் உட்கார்ந்து இசை கேட்கும் போது கேட்டலின் நுட்பம் அதிகரிக்கிறது. இசையின் உயர்தளம் நோக்கி நகர்ந்துவிட்ட இசைஞர்களை நேரில் கேட்பது, ஒலித் தொகுப்பில் கேட்பதைவிடவும் பலமடங்கு அதிகமான இன்பம் தரும். அவர்களும் சில பரிசோதனைகளை உடனடியாக எதிர்வினை கிடைக்கும் அவையின் முன்னால் செய்து பார்க்கவே விரும்புவார்கள்.

நான் தெற்கே சில ஹிந்துஸ்தானிக் கச்சேரிகள் கேட்டிருக்கிறேன். பெரும்பாலும் கர்நாடக சங்கீதத்தின் சாயல் உள்ள ஹிந்துஸ்தானி ராகங்களே இடம்பெறும் இவற்றில். இங்கு கூடும் அவையின் ஹிந்துஸ்தானி சங்கீத ஞானம் பற்றி அவர்களுக்கு ஐயம் எதுவும் இருக்குமோ என்னவோ. தங்கள் பிராந்தியத்தில், தங்களுக்கேயுரிய இசைவிழாவில் கலந்துகொள்ளும்போது இசைஞர்கள் மிகவும் சுதந்திரமாக உணர்கிறார்கள் போலும். நான் இதுவரை பெயர்கூடக் கேட்டறியாத சில ராகங்களை - பார்வா, சிவ்மத் பைரவி என்றெல் லாம் - புனே இசைவிழாவில் கேட்டேன்.

நான் முதன்முதல் வருஷம் புனேவுக்கு வந்தபோது, முதல் நிகழ்ச்சியாக ஷெனாய் வாசித்த அகிலேஷ் பவார் என்கிற வித்வான் ஹன்ஸ் - கிண்கிணி என்ற ராகம் வாசித்தார். இரண்டாவது கச்சேரியில் வாய்ப்பாட்டுக் கலைஞர் கமலாகர் நாயக், ராம்கௌரி என்ற ராகம் பாடினார். இப்படியெல்லாம் ராகங்கள் உண்டு என்றே பலருக்குத் தெரியாதல்லவா?.

எனக்கும் எதிலுமே புதிது புதிதாகத் தேடி ருசிக்கும் ஆசை எப்போதுமே உண்டு.

பாருங்களேன், இன்றைக்குத் தென்னகத்தில் பெரிதாகப் பேசப்படும் லத்தீன் அமேரிக்க எழுத்தாளர்கள் பலரையும் தெலுங்கில் முதன் முதலாக அறிமுகப்படுத்தியது நான்தான்...

எதிர் இருக்கை கொட்டாவி விடும் சப்தம் கேட்டது.

...அது சரி, நான் பாட்டுக்குப் பேசிக்கொண்டே போகிறேன். உங்களுக்கு இசைகேட்கப் பிடிக்குமா என்றுகூடக் கேட்டுக் கொள்ளவில்லை. நீங்கள் எதுவரை போகிறீர்கள்?

2

இரவு நன்கு கவிந்த பிறகு, முதல் வகுப்பு அறையின் கதவுகளைத் தாழிட்டுவிட்டு எல்லாரும் படுத்துவிட்ட பிறகு, மனம் மீண்டும் தேடத் தொடங்கியது.

மதியம் வெகுநேரம் ஆழ்ந்து தூங்கியது, அறைக்குள் நான்காவது பயணியாக வந்திருந்த இஸ்லாமியரிடமிருந்து வந்த அழுத்தமான அத்தர் வாசனை, அதைவிடவும், கீழ் இருக்கையிலிருந்து ரயிலோசையைவிடவும் உரத்து ஒலித்த குறட்டைச் சப்தம் என்று விதவிதமான காரணங்கள் ஒன்றுசேர்ந்து உறங்கவிடாமல் அடித்தன.

ஜிப்பாக்காரரை நான் முன்பே எங்கோ பார்த்திருக்கிறேனோ என்பது வெறும் சந்தேகமாக இல்லை இப்போது. அவருடைய கோவையான பேச்சு இன்னும் அழுத்தமாக உறுதிப்படுத்தியது. மதியத்தைவிட ஆழமாக அவருடைய அடையாளத்தைத் தோண்டி யெடுக்கத் தோன்றியது. ம்ஹும். முன்பின் அறியாத ஊரில் கையில் காசில்லாமல் மாட்டிக்கொண்ட அந்நியனுக்குத் தென்படுவது மாதிரி, ஞாபகத்தில் மின்னல் மாதிரி மேலெழுந்து வரும் முகங்கள் சகலமும் ஒரு கணம் இவருக்குப் பொருந்திவிட்டு, உடனடியாக விலகிக்கொண்டன. ஒட்டுதலில்லாமல் விலகிப் போயின. இந்த விளையாட்டு சலித்த பிறகு, சாரதாச் சித்தியின் பக்கம் நினைவு தானாகத் திரும்பியது.

மற்றவர்களெல்லாம் பாச்சு பாச்சா பாச்சை என்றும், கொஞ்சம் டீஸண்ட்டானவர்கள் ஸாரதி என்றும் என்னைப் பெற்றவர்கள் பார்ஸாதி என்றும் அழைத்தபோது, பார்த்தஸாரதி என்று ஒவ்வொரு தடவையும் முழுசாகக் கூப்பிட்டவள் சாரதாச் சித்தி. என் தாயாரின்

இரண்டாவது தங்கை. ரயில்வே காண்ட்ராக்டராக இருந்த, பதினைந்து வருடத் தாம்பத்தியத்துக்குப் பிறகு முதல்தாரத்தை இழந்த, பரம்பரைப் பணக்காரரான, சித்தியைவிட இருபத்தைந்து வயது மூத்தவரான ரங்கமன்னார் சித்தப்பாவுக்கு வாழ்க்கைப்பட்டாள். ஐந்தே வருடங்களில் சிறுநீரகம் செயலிழந்து அவர் இறந்துபோனார்.

ஒரே ஒரு குழந்தையையும், ஏகப்பட்ட சொத்துக்களையும் பரிபாலிப்பது சித்தியின் தலையில் விடிந்தது. மாபெரும் சாம்ராஜ்யத்தையே நிர்வகிக்கும் திறமை கொண்டவள் சித்தி. பட்டம் முடித்து நான் வெளிவந்த மறுமாதமே, தெரிந்தவர்களிடம் சொல்லி, தென்னிந்தியாவின் முதன்மையான மோட்டார் வாகன நிறுவனத்தில் வேலைக்குச் சேர்த்துவிட்டவள் அவள்தான். இத்தனைக்கும், வடக்குமாசி வீதி கிருஷ்ணன் கோயில் சந்திலிருந்த வீட்டைவிட்டு அவள் வெளியே வந்து நான் பார்த்த சந்தர்ப்பங்கள் வெகு அபூர்வம்.

ஆசாரத்திலும், விரதங்கள் பூஜைகளிலும் வெகு கறாரானவள் சித்தி. சிகையை மழித்து, நார்மடி உடுத்திக்கொள்ளவில்லையே தவிர, பல நூற்றாண்டுகளுக்கு முன்பு கைம்பெண்ணானவள் மாதிரியே நடந்துகொள்வாள்.

அதிகம் பேசமாட்டாள். நகருக்குள் இருந்த பத்துப் பனிரண்டு வீடுகளின் வாடகை, அலங்காநல்லூர் செல்லும் வழியில் சித்தப்பா வாங்கிப்போட்டு குத்தகைக்கு விட்டிருந்த விளைநிலங்கள் எல்லாவற்றையும் மேற்பார்வை பார்ப்பதற்கு ஒரு காரியஸ்தர் உண்டு. தேவகோட்டைக்காரரர். சித்தியின் வயதுதான் இருக்கும் அவருக்கு. பயில்வான் மாதிரி உடற்கட்டு. அவரிடம் மட்டும் மணிக்கணக்காகப் பேசிக்கொண்டிருப்பாள் சித்தி. சில சமயம் தவறான நேரங்களில் நான் கல்லூரியிலிருந்து திரும்பிவிடுவேன். சமையல் மாமி உதட்டில் விரல் வைத்து ‘உஷ்’ என்பாள்:

மாடிப்பக்கம் போகாதே. காரியஸ்தர் வந்திருக்கார்.

என்று எச்சரிப்பாள்.

இன்றுவரை என் வாழ்வில் நான் பின்பற்றி வரும் அறங்கள் பலவற்றுக்கும் சித்திதான் காரணம். நான் இன்றுவரை வசதியானவனாக ஆகாமல் போனதற்கும் அதே அறங்கள்தாம்

காரணம் என்றும் சமீபகாலமாகத் தோன்றிவருகிறது. தனது வாழ்க்கை முழுவதையும் பழமொழிகள் வழியாகவே கழித்த பெண் ஜென்மம் அவள் என்று எனக்கு அடிக்கடி தோன்றும். 'பொய் சொன்ன வாய்க்கு போஜனம் கிடைக்காது' என்று சித்தி அடிக்கடி சொல்வாள். எதிர்காலத்தைப் பற்றிய விசனத்தை எப்போதாவது மற்றவர்கள் வெளிப்படுத்தினால், 'கூனியூருக்குப் போகும்போது கூனினால் போதாதா, இப்பவே எதுக்குக் குனியணும்?' என்பாள். எதையும் சுயமாக யோசித்து முடிவெடுக்க வேண்டும் என்பதும் அவள் தந்த பாடம்தான். 'கேழ்வரகிலே நெய் வடியறதுன்னா, கேட்கறவன் புத்தி எங்கே போச்சு?'... என்னைவிடவும் தன் சொந்த மகனை மிகக் கண்டிப்புடன் வளர்த்தாள். 'தங்க ஊசி என்கிறதுக்காகக் கண்லெ எடுத்துக் குத்திக்க முடியுமா?' அவர் ஆயுள் காப்பீட்டு நிறுவனத்தில் உயர் அதிகாரியாய் இருக்கிறார். புனேவில் குடியமர்ந்துவிட்ட கணேசண்ணா.

ஆனால், கல்லூரி நாட்களில் இதெல்லாம் ஒருமாதிரி அறங்கள் என்று எனக்குத் தெரியாது. ரத்தத்தின் ஆணைப்படி ஏதாவது செய்துவிட்டு, சித்தியைச் சமாளிப்பது எப்படி என்ற கவலையோடு தினசரி வீடு திரும்புவேன். ஏதோ ஒருவிதமாகச் சமாளித்துத் தாண்டி முடித்தேன்.

என்னுடைய திருட்டுத்தனங்களில் மிகவும் உதவிகரமாய் இருந்தவன் அங்குசாமி. சமையல்மாமி மட்டும் ஏனோ அவனை 'அந்துசாமி' என்றுதான் சொல்வாள். எவ்வளவு திருத்தினாலும் அவளுக்கு மறந்து போகும்.

பாச்சா, வாசல்லே அந்துருண்டை வந்திருக்கான்.

என்று தழைந்த குரலில் சொல்லி என் அறைக் கதவைத் தட்டுவாள். தற்போது, அங்குசாமி ஒட்டன்சத்திரத்தில் தயிர் வியாபாரம் செய்து கொண்டிருக்கிறான். எப்போதாவது மதுரை வந்தால் என்னைப் பார்க்காமல் போகமாட்டான்.

எங்கள் கல்லூரியிலிருந்து கல்லெறி தூரத்தில் பெண்கள் கல்லூரி ஒன்றும் இருந்தது. சும்மா ஒரு உதாரணத்துக்காகச் சொல்லவில்லை, எங்கள் கல்லூரியில் ஸ்ட்ரைக் என்றால், மாணவர்கள் கும்பலாகத் திரண்டு சென்று அந்தக் கல்லூரி வளாகத்துக்குள்தான்

கல்லெறிவார்கள். உடனடியாக அவர்களும் விடுமுறை அறிவித்து விடுவார்கள்.

இரண்டு கல்லூரிகளுக்கும் இடையில் ஒரு நகரப்பேருந்து நிறுத்தம் இருந்தது. அங்குசாமி சதா அங்கேயேதான் குடியிருப்பான். தேன் சொட்டும் காதல் கடிதங்கள் எழுதுவதில் சூரன். நாலைந்து வாரங்களுக்கொருமுறை, கடிதம் பெறும் பெண் மாத்திரம் மாறிவிடுவாள்.

இதெல்லாம் தப்பில்லையாடா?

என்று கேட்டால்,

> நாம என்ன அவுங்களைக் கற்பளிக்கவா செய்யுறோம்? எதோ, நம்மளை வயசு படுத்துற மாதிரி அவுங்களையும் படுத்துது. சும்மா ஜாலியா ஒருத்தருக்கொருத்தர் சொறிஞ்சு விட்டு பொளுதெப் போக்குறோம்...

புதுக்கவிதை எழுதி மாணவர்கள் மத்தியில் அப்போது பிரபலமாய் இருந்த - இப்போது இருக்குமிடம் தெரியாமல் போய்விட்டார்கள், பாவம் - கவிஞர்கள் நாலைந்து பேரின் பெயர்களை வரிசையாகச் சொல்லிவிட்டு,

> ...நாம இந்த மாதிரி லட்டர் எழுதுறதுக்காகத்தானே அவுங்கல்லாம் புஸ்தகமே போடுறாங்க?

என்று சிரித்தான்.

இந்தப் பிள்ளைக வீட்டுலெ போய் கோள் மூட்டிறாதாடா?

என்று கவலைப்பட்டேன்.

> மாப்ளே, என்னடா இது. எம்புட்டுச் சொன்னாலும் வயசுக்கு வரவே மாட்டேங்குற? தப்புன்னு நெனச்சாத்தானேடா புகார் சொல்லணும். இந்த ஒரு விசயத்திலெ மட்டும் ஆம்பளே, பொம்பளென்னெல்லாம் கெடையாதுடா. ஏன், மனுசன் மிருகம்னுகூடக் கெடையாது. இதெல்லாம் ரத்தம் போடுற ஆட்டம். அம்புட்டுத்தான்...

ஆஹா! அங்குசாமியின் கல்லூரிக்கால முகம் ஞாபகம் வந்த மாத்திரத்தில், கீழ்ப் படுக்கைக்காரரர் முகம் தன்னால் புதிர் அவிழ்ந்து

விட்டது. எங்கள் துணைப்பாட நூலாக இருந்த **முப்பதுகோடி முகங்கள்** சிறுகதைத் தொகுப்பை எழுதிய சலபதி ராவ்தான் இவர்.

நான் ஒரு மடையன். எதிர் இருக்கைக்காரருக்கு அவர் நிகழ்த்தி முடித்த சிற்றுரையில் அவர் பற்றிய தடயம்தான் வெளிப்படையாக ஒளிந்திருந்ததே...

ஆமாம். முதன்முதலாக புனே விழாவுக்குப் போய்விட்டு வந்து டெக்கான் க்ரானிக்கிளில் ஒரு கட்டுரை விரிவாக எழுதியிருந்ததாகச் சொன்னாரல்லவா. அடக் கடவுளே. கண்டுபிடித்தாகிவிட்டது. இவர் சலபதி ராவேதான். ஆனால், பெட்டியின் வெளிப்புறம் ஒட்டியிருந்த பட்டியலில் கே வி எல் வெங்கடாசலபதி ராவ் என்றல்லவா பெயர் இருந்தது? அப்படியானால் சலபதி ராவ் என்பது புனைபெயராக இருக்கும்.

அந்தப் புத்தகத்தின் பின்னட்டை முழுவதும் இவருடைய புகைப்படம்தானே இருந்தது. அந்த முகத்துக்கும் இப்போதைய முகத்துக்கும் பெரிய வித்தியாசம் ஒன்றும் இல்லை, முகத்தில் கொஞ்சம் சுருக்கங்கள் சேர்ந்திருக்கின்றன என்பதைத் தவிர...

தமிழ்நாட்டின் கலைக்கல்லூரிகள் ஒவ்வொன்றாகத் தன்னாட்சி அடைந்துவந்த நேரம் அது. பாடத் திட்டத்தை அந்தந்தக் கல்லூரியே வடிவமைத்துக்கொள்ளலாம். எங்கள் கல்லூரித் தமிழ்த்துறைத் தலைவராக இருந்த கோவிந்தராஜுலு எங்களுக்குத் துணைப்பாடமாக முப்பது கோடி முகங்களைத் தேர்ந்தெடுத்தார். பதிப்பாளர் அவருடைய மாமனார்தான் என்பதும், தெலுங்குச் சிறுகதைத் தொகுப்பான அதை மொழிபெயர்த்தவர் திரு.கோவிந்தராஜுலுவின் சொந்தச் சகோதரர் என்பதும் கல்லூரிக்குள் கொஞ்ச நாள் சர்ச்சையாக நீடித்து பிறகு தானாக ஓய்ந்துபோனது.

> ...ரயில்வே பிளாட்ஃபாரத்தில், பார்வையற்ற கிழவி ஒருத்திக்கு உதவப் போய் ரயிலில் சிக்கி நசுங்கிச் சாகும் சீக்கியர் மந்த்தோக் சிங்கின் கதை.
>
> ...தனது பெரிய குடும்பத்தைக் காப்பதற்காகக் கட்டட வேலைக்குச் சென்று இரவுபகலாக உழைத்துக் காசநோய் தொற்றி மரணப்படுக்கையில் இருக்கும் ராயலசீமைக்காரியான லீலாவதியின் நினைவலைகள்.

...பம்பிங் ஸ்டவ் வெடித்து தீப்பற்றிக்கொண்ட மனைவியைக் காப்பாற்றப்போய் தானும் கருகி இறந்த, சாகும் தறுவாயில் தேசிய கீதத்தை இசைக்குமாறு ஆஸ்பத்திரி ஊழியர்களிடம் இறைஞ்சிய ஜவான் ஜே கே ஸின்ஹாவின் கதை.

...மௌரியர் காலத்தில் வாழ்ந்த கவிப்பேரரசு ஒருவர் தம் சுயமரியாதையைக் காத்துக்கொள்ள தர்ப்பைகளைப் பாய்போலப் பரப்பி அதன்மேல் உட்கார்ந்து உண்ணாநோன்பு அனுஷ்டித்து உயிர்துறந்த கதை.

இன்னும் நாலைந்து கதைகள் இருந்தன. எனக்கு மறந்துவிட்டவை. அங்குசாமி அந்தக் கதைகள் அனைத்திலுமே பினாயில் வீச்சம் இருப்பதாக அபிப்பிராயப்பட்டான். சாஹித்திய அக்காதமி போன்ற ஏதோ ஒரு விருதை உத்தேசித்து எழுதப்பட்ட கதைகள் என்பது அவனுடைய சந்தேகம். ஆனால், அவனுமே சிலாகித்த ஒரு கதையும் அந்தத் தொகுப்பில் இருந்தது. மற்ற கதைகளையெல்லாம் வெறும் புளுகுகள் என்று புறந்தள்ளிய அங்குசாமி, இந்தக் கதையை மாத்திரம் 'நிஜக்கதை' என்று உறுதியாய்ச் சொன்னான். அதற்கான ஆதாரங்களைக் கதைக்குள்ளிருந்தே எடுத்தும் காட்டினான்.

'மொழிபெயர்ப்பு இலக்கியம்' என்று தனியாக ஒரு விருப்பப் பாடத்தை உருவாக்கிய திரு. கோவிந்தராஜுலு பாடம் நடத்தச் சங்கடப்பட்டுப்போன கதை அது. அந்தக் கதை விரிவாகவே நினைவிருக்கிறது எனக்கு. **விஷக்கோப்பையின் முன்** என்று தலைப்பு கொண்ட அந்தக் கதை பற்றி அங்குசாமி சொன்ன அபிப்பிராயங்களும் பசுமையாக நினைவிருக்கின்றன. ஆனால், கதையைச் சொல்லாமல் அபிப்பிராயத்தை மட்டும் சொன்னால், புரியாதில்லையா?...

3

அம்பாட்டி லக்ஷ்மண ரெட்டி ஆந்திரப் பிரதேசத்தின் நெல்லூரில் வசித்த வயலின் வித்வான். இளைஞன். அகில இந்திய அளவில் புகழ்பெறும் உத்தேசத்துடன் ராப்பகலாக சாதகம் செய்து வருகிறான்.

அவனுடைய குருநாதர் ஸ்வர்ணலிங்கம் பந்துலு. இரண்டாவது குழந்தையைப் பிரசவிக்கும்போது ரத்தப்போக்கு நிற்காததால் மனைவி இறந்துவிடுகிறார். குழந்தைகளைப் பெரும்பாடுபட்டுத் தனியொருவராக வளர்க்கிறார் பந்துலு. மகன் பிரம்மானந்தம். மகள் செஞ்சுலதா. இந்த நாலே கதாபாத்திரங்களைக் கொண்டு எட்டு பக்கங்கள் நிகழும் கதை அது.

பிரம்மானந்தமும் லஷ்மண ரெட்டியும் ஒன்றாக வயலின் படித்து வருகிறார்கள். மகன் வேறு பிறன் வேறு கிடையாது பந்துலுகாருவுக்கு. தவறு செய்தவர் யாராக இருந்தாலும் புஜத்தில் வில்லால் ஒரு இழுப்பு இழுப்பார். ஒருமுறை கீறி, ரத்தம் பெருக்கெடுக்கிறது லக்ஷ்மண ரெட்டிக்கு.

நாய்னா, என்ன காரியம் செய்துவிட்டீர்கள்.

என்று பதறியவாறு ஓடிவந்து தன் தாவணி நுனியைக் கிழித்துக் கட்டுப் போடுகிறாள் லதா. அன்றுதான் முதன்முதலாக அவளை அவ்வளவு நெருக்கத்தில் பார்க்கிறான் ரெட்டி. கிழிக்கும் அவசரத்தில் தாவணி விலகியிருந்ததால், செஞ்சுலதாவின் இன்னொரு பரிமாணம் பார்க்கக் கிடைக்கிறது. ஒரு ரூபாய் நாணயத்தை எளிதாக நுழைத்துவிடுமளவு நீளமாகத் தெரிந்த பிளவு என்று வர்ணித்திருப்பார் சலபதி ராவ்.

இடதுகை இல்லாதவள் செஞ்சுலதா. தன் வாயில் பற்றிய மறுமுனையை வலதுகையால் இறுக்கிக் கட்டுப்போடுகிறாள். (இந்த இடத்தை ஒரு ஆதாரமாகக் காட்டினான் அங்கு.)

கட்டுப்போட்டு முடித்துவிட்டு, தலைகுனிந்து அமர்ந்திருக்கும் தந்தையை ஒரு பக்கம் அளவுக்கு ஏசுகிறாள். ரத்தத்தைப் பார்த்த பிறகும் பதறாத மனம் மனிதமனம்தானா, கசியும் ரத்தத்தில் தனது பிறருடையது என்ற பேதம் உண்டா, பாரதம் முழுவதும் ஓடுவது ஒரே ரத்தமல்லவா, உங்களுக்கெல்லாம் எல்லா அங்கங்களும் கச்சிதமாக அமைந்திருப்பதால்தானே இவ்வளவு அகங்காரமும், ரௌத்திரமும்? வில்லால் அடிக்கிறீர்களே, கண்ணில் பட்டு பார்வை இழக்க நேர்ந்தால் உங்கள் சங்கீதத்தால்கூட அதை ஈடுகட்ட முடியுமா? அங்கஹீனமாய் இருப்பதன் வலி என்னவென்று தெரியுமா உங்களுக்கு?... என்று கேள்விகளாகப் பாயும் நீண்ட கட்டுரை அந்த வசனம்.

முடிவில், ஒயிலாக உட்கார்ந்திருந்த செஞ்சுலதாவின் மழுமழுவென்ற இடுப்பையும், தீர்க்கமாக ஒடுங்கியிருக்கும் அது பெரும் அவசரத்துடன் மேலேறும் பாங்கையும் வர்ணிக்கிறார் சலபதி ராவ். (அங்கு: பாத்தியா, பரிதாபப்பட்டு ஓடியாந்து கட்டுப் போட்டுவிடுறா ஒருத்தி. இந்த ஆளு அவளெ ஸைட் அடிக்கிறான். மொலெ வர்ணனெ, அது அசிங்கமாத் தெரியாமெ இருக்குறதுக்காக கை இல்லாதவ ண்ற ஸெண்ட்டிமெண்ட்டு, எம்ஜியார் படம் மாதிரியே எப்பிடிப் போட்டுத் தாக்குறான் பாரு.)

இரண்டாவது பகுதியில் செஞ்சுலதாவை விஜயவாடாவில் உள்ள மாநில அரசு ஊழியன் ஒருத்தனுக்குக் கல்யாணம் செய்து தருகிறார்கள். சாந்தி முகூர்த்த அறைக்குள் தம்பதியை அனுப்பிய பிறகுதான் லக்ஷ்மண ரெட்டிக்கு ஒரு மிகப்பெரிய உண்மை புரிகிறது. தன் ஆழ்மனத்தில் செஞ்சுலதாவின்மீது வேரோடியிருக்கும் காதலின் அழுத்தம்.

இனி எதுவும் செய்வதற்கில்லை. இரவு பகலாக வயலின் வாசித்துக் கொண்டு மறுகுகிறான். தோளில் சாய்ந்த வயலினை செஞ்சுலதாவின் முகமாகக் கற்பித்துக்கொண்டு ஆறுதலடைகிறான். இதுவும் வெகுநாள் நீடிப்பதில்லை.

செஞ்சுலதாவின் உடம்பு தன்னியல்பாகவும், வளப்பமாகவும் பொங்கிப் பூரித்து மலர்ந்தபோது, இடது கை மட்டும் வளராமல் தேங்கிவிட்டது. சிறுகுழந்தையின் கைபோலச் சூம்பியே இருக்கும் அது. முழுமையான கைதான் - ஆனால் வலதுகையின் முழங்கை வரையிலான நீளம்தான் இருக்கும்.

புதுக் கணவன், ஊனத்துக்கு ஈடாக இன்னும் கொஞ்சம் பணம் வாங்கிவரச் சொல்லி விரட்டியடிக்கிறான். கொஞ்சம் என்று பந்துலு கருதுகிறாரே தவிர, அந்தக் காலத்து ஐந்து லட்சம். அந்தத் தொகையைச் சேர்ப்பதென்றால் ஏழெட்டுவருடம் பொறுத்துக்கொள்ள வேண்டும் என்று சொல்லி மகளைப் புகுந்தவீட்டில் மறுபடியும் கொண்டுபோய் விட்டுவிட்டு வருகிறார் பந்துலு.

‘ஏழெட்டு வருடமென்ன எழுபது எண்பது வருடம் வேண்டுமானாலும் காத்திருக்கிறேன். அதுவரை உன்னை உதைத்து என்

ஆத்திரத்தைத் தீர்த்துக்கொள்கிறேன்' என்று இம்சை பண்ண ஆரம்பிக்கிறான் புருஷன். ஒவ்வொரு முறையும் புணர்ந்து முடிந்த மாத்திரத்தில் அடிக்கத் தொடங்குவானாம். குட்டியாய் இருக்கும் பிஞ்சுக்கையில் தொடர்ந்து பிரம்பால் அடிப்பானாம்.

பிரம்மானந்தம் இதையெல்லாம் நண்பனிடம் சொல்லி மனம் புழுங்குகிறான். ஒரு கட்டத்தில் லதா பிறந்தவீட்டுக்கே நிரந்தரமாக வந்துவிடுகிறாள். தகப்பனும் மகனும் வேகமாகப் பொருள்சேர்க்க வேண்டும் என்பதற்காக அடிக்கடி வெளியூர்க் கச்சேரிகளை ஒத்துக் கொள்கிறார்கள். பல நாட்கள் லக்ஷ்மணன் குருவின் வீட்டில் தனியாக உட்கார்ந்து சாதகம் செய்ய நேரிடுகிறது.

'துர்த்தேவதைகளால் ஆசீர்வதிக்கப்பட்ட சாயங்காலம் அது' என்று தொடங்கும் மூன்றாவது பகுதி சற்று நீளம் அதிகமானது. மேகங்கள் திரண்டு மூடிய ஆகாயம். ஐந்து மணிக்கே நள்ளிரவு வந்துவிட்டமாதிரி இருள் கவிந்திருக்கிறது. காபித் தம்ளரைக் கொண்டு வந்து லக்ஷ்மண் ரெட்டியின் முன்னால் வைத்துவிட்டு, அறையைவிட்டு வெளியேறாமல் நிற்கிறாள் லதா. இந்த இடத்தை வெகு துல்லியமாக விவரித்திருப்பார் சலபதி ராவ்.

தான் நின்ற நிலையிலிருந்து சிறுகச் சிறுக ரெட்டியின் அருகில் அவள் நெருங்கிவருவதையும், ஒவ்வொரு அங்குலத்திலும் உரை யாடலின் தன்மை மாறிவருவதையும் துல்லியமாக எழுதியிருப்பார். வசனங்கள் எனக்கு ஞாபகமில்லை. ஆனால், தன் விழைவை முதலில் நாசூக்காகவும் பிறகு சற்று வெளிப்படையாகவும் முடிவில் பச்சையாகவும் தெரியப்படுத்தி லக்ஷ்மணனின் கையிலுள்ள வயலினைப் பறித்துப் பதனமாகத் தரையில் வைத்துவிட்டு, அது பதிந்திருந்த இடத்தில் தன் முகத்தைப் பதித்துக்கொள்வாள் லதா என்பது ஒரு திரைப்படத்தின் காட்சிபோல எனக்குள் மீந்திருக்கிறது. என்ன, அந்தப் பாத்திரங்களுக்கு முகம் மட்டும் கிடையாது.

ஆனால், லக்ஷ்மணுக்குள்ளிருந்து வேறொரு லக்ஷ்மண் உதயமாகிறான். தனக்கு இல்லை என்று ஆனபோது பெரும் ஏக்கமாக மனம் முழுவதும் நிரம்பிய அதே செஞ்சுலதா, 'இந்தா எடுத்துக்கொள்' என்று முன் நின்றபோது மின்சார வேலிக்குள் இருக்கும் மலர்போலத் தென்பட்டாள் என்று சலபதிராவ் கூறியிருந்த உவமை இன்னமும் நினைவிருக்கிறது.

அவளை நிமிர்த்தி எதிரில் உட்காரவைத்துவிட்டு, தனது உரையைத் தொடங்குகிறான் ரெட்டி. கச்ச தேவயானி கதையை விலாவாரியாகச் சொல்கிறான். (அங்குசாமி: நீ சொந்தமா ஏதாவது சேக்குறதுக்கு இருந்தா இந்தக் கதையைச் சொல்லணும். ஒரு எளவும் இல்லே. மகாபாரதத்துலெ என்ன லச்சணத்துலெ இருக்கோ அதே விதமாத் தான் சொல்லுறே. பேசாம, 'பார்க்க: மஹாபாரதம் இன்னார் பதிப்பு, இத்தனாம் பக்கம்" ஒரு அடிக்குறிப்புப் போட்டு விட்ற வேண்டியதுதானே!)

'குருவின் மகள் சகோதரிக்குச் சமானம்' என்கிறான். 'அபலையான பெண் காம சுகத்தை வரமாக வேண்டும்போது தர மறுக்கும் மகா தபஸ்வியான முனிவருக்கும் நரகம்தான் சித்திக்கும்' என்கிற அர்த்தத்தில் ஒரு தெலுங்கு சுலோகத்தை ஒப்பிக்கிறாள் லதா. இருவரும் மாறிமாறி வாதம் செய்வது, நம்மூரில் வழக்காடு மன்றம் நடக்குமே, அதே மாதிரி இருக்கும். மிகுந்த சமத்காரமும், ஏகப்பட்ட சமஸ்கிருத மேற்கோள்களும் கொண்டு பரஸ்பரம் குத்தலாகவும், மெல்லிய நகைச்சுவையுடனும் இருவரும் உரையாடி முடிப்பார்கள்.

செஞ்சுலதா கடுமையான ஆத்திரத்தோடு எழுந்து அறையைவிட்டு வெளியேறுகிறாள். போகிற போக்கில், குளிர்ந்து ஆறி ஆடை படிந்திருக்கும் காப்பியைக் காலால் இடறிவிட்டுப் போகிறாள். தான் குடித்திருக்க வேண்டிய விஷம் அது, நல்லவேளையாய்த் தரையில் கொட்டிப் பரவுகிறது என்று நிம்மதியடைகிறான் லக்ஷ்மண் ரெட்டி.

விஜயவாடாவில் உள்ள வேறொரு வித்வானிடம் சீடனாகச் சேர்வதென்று முடிவெடுத்து அன்றிரவு ஊரைவிட்டு வெளியேறுகிறான். பேருந்துப் பயணத்தில் சாரலோடு இணைந்து குளிர்ந்த காற்று முகத்தை வருடுகிறது. மானசீகமாக தான் அருந்திய அமிர்தத்தை நினைவூட்டுகிறதாக இருக்கிறது அது. இருக்கையில் நிமிர்ந்து உட்காரும் லக்ஷ்மண் ரெட்டி தான் ஒரு ஆண்மகன் எனப் பெருமிதமாக உணர்கிறான்.

இவ்வளவுதான் கதை.

இதை நடத்தி முடிப்பதற்குள் திரு.கோவிந்தராஜுலுவை உண்டு இல்லை என்று ஆக்கிவிட்டார்கள் மாணவர்கள். பொதுவாகப்

பாடம் சம்பந்தமாக என்னிடம் அதிகம் பேச்சு வைத்துக்கொள்ள மாட்டான் அங்குசாமி. ஏனோ, இந்தக் கதையைப் பற்றி என்னிடம் நிறையப் பேசினான்.

> தலைவன் எமகாதகப் புளுகண்டா. இது நெசமாவே நடந்த கதைதான். இவன் கைவைக்காமெ விட்ருக்க மாட்டாண்டா. அவார்டுக்காகக் கதையெ மாத்தி எழுதியிருக்கான் தாயளி. வர்ணனையெப் பாத்தாலே தெரியலே? இப்ப எந் தங்கச்சியைப் பாத்தா நீ இப்பிடியெல்லாம் வர்ணிப்பியாடா?
>
> நீ மட்டும் போறவ வர்றவளுக்கெல்லாம் லட்டர் குடுக்கலியோ?
>
> அதாண்டா மாப்ளெ விசயம். அவளுகல்லாம் போறவுக வர்றவுக. வந்துட்டுப் போயிருவாக. இதே நம்ம சேக்காளி வீட்டுப் பொம்பளைகண்டா ஆயுசு முளுக்கப் பாத்துக்கிட்டே இருப்பமால்லியா? அட, தப்பாவே தோணுச்சுண்டாலும் வெளியெ சொல்லக் கூசுமால்லியா? அது சரி, இந்தக் கதைக்கு வா. இந்தப் பய வெசம், அமிர்தம்ண்டெல்லாம் பிரிச்சுச் சொல்றது சரிதான். எது அமிர்தம்ண்டு அடையாளம் சொல்றதுதான் சரியில்லே. அதுனாலேதான் புளுகுறான்றேன்.

என்னை நோக்கித் திரும்பினான். நான் அங்குசாமியின் முகத்தையே பார்த்துக்கொண்டிருந்தேன். எங்கள் கல்லூரி வாசலைக் கடந்து சென்ற மூதாட்டியின்மேல் அவன் கவனம் குவிந்தது. அந்த அம்மாள் தாண்டிச் செல்லும்வரை பொறுமையாய்ப் பார்த்துக்கொண்டிருந்து விட்டு அங்குசாமி என்னை நோக்கித் திரும்பினான்.

> வயசு நாள்லே இந்தக் கெளவி எம்புட்டு அளகா இருந்துருப் பாண்றே? ஏரியாவையே ஒரு கலக்குக் கலக்கியெடுத்திருப்பா.

என்று சிரித்தான். சட்டென்று குரல் தீவிரமாகி,

> அமிர்தம் வெசம்ண்றதெல்லாம் சரிதான். வெசம் மருந்தாறதுல்லே? அளவுக்கு மீறினா அமிர்தம் என்ன ஆகும்? இதையெல்லாம் யோசிக்காம ஒரு நாய் கதையெழுதுமாம். அதை இன்னொரு நாய் மொளி பெயர்க்குமாம். மூணாவது நாய் பாடமா வைக்குமாம். என்னாங்கடா நாயம் இது?

என்று முடித்த பிறகு, நல்லவேளை, முகம் சற்று இளகிவிட்டது.

4

உங்கள் நண்பர் சொன்னது முழுக்கச் சரி.

என்றார் சலபதி ராவ்.

அப்படியா சொல்கிறீர்கள்?

நிச்சயமாக. என் வாழ்நாளில் அவரை ஒருமுறை சந்திக்கவேண்டும் என்று ஆசையாய் இருக்கிறது.

அவனுக்கு இப்போது வாசிக்கவெல்லாம் நேரம் கிடைக்குமா என்று தெரியவில்லை. தயிர் வியாபாரத்தில் கொடிகட்டிப் பறக்கிறான்.

சரிதான். படிப்பு எழுத்து என்பதெல்லாம் ஒரு பிராயத்தின் அவசங்கள் என்றுதான் தோன்றுகிறது. பிராயம் முடியாமல் கவனமாகப் பார்த்துக்கொள்கிறவர்கள் பாக்கியசாலிகள். ஆனாலும், அந்த நாட்களில் உங்கள் நண்பரைச் சந்தித்திருந்தால், என் எழுத்தின் போக்கே மாறியிருக்கவும் வாய்ப்பிருக்கிறது. இன்றுவரையிலும் நான் எழுதிக்கொண்டிருந்திருக்கவும் கூடும். அதுசரி, இப்போது அதைப்பற்றி யோசித்து என்ன பிரயோசனம்?

நீண்ட பெருமூச்சுவிட்டுவிட்டு வெளியில் வேடிக்கை பார்க்கத் தொடங்கிவிட்டார்.

பொழுது விடிந்ததிலிருந்தே இப்படித்தான். என்னிடம் நாலைந்து வாக்கியங்கள் பேசுவார். பிறகு வெளியில் வேடிக்கை பார்க்க ஆரம்பித்துவிடுவார். தாம் ஒரு பெரிய எழுத்தாளர் என்பதற்காக சும்மா பந்தா விடுகிறாரோ என்று முதலில் சந்தேகப்பட்டேன். கொஞ்சநேரம் கழித்துத்தான் தெளிவானது. அவர் நடிக்கவில்லை, இயல்பே அதுதான் என்று.

...காலையில் மேல் படுக்கையிலிருந்து இறங்கிவந்தபோது, சக பயணிகள் இருவரையும் காணவில்லை. அவர்களுடைய சாமான்கள் இருக்கிறதா என்று கீழ் இருக்கைக்கு அடியில் குனிந்து பார்த்தேன். முகம் மட்டும் வெளியில் தெரியும்படி நீல நிறப் போர்வை மூடிப் படுத்திருந்த சலபதி ராவ் பேசினார்:

அவர்கள் காலையிலேயே இறங்கிப்போய்விட்டார்கள். நாம் இருவர் மட்டும்தான் புனே வரை.

நான் பல்துலக்க வெளியேறினேன். முகத்தைக் கழுவிக்கொண்டு திரும்பும்போது ஒருவிதமாகத் தைரியம் ஊறியிருந்தது. அவரை நான் அடையாளம் கண்டது சரிதானா என்று கேட்டுவிட வேண்டியது தான். அவர் எழுந்து உட்கார்ந்து போர்வையை மடித்துக்கொண்டிருந்தார்.

நீங்கள் தெலுங்கு எழுத்தாளர் ஸ்ரீ சலபதி ராவ்தானே.

முகம் மலர்ந்தார்.

உங்களுக்கு எப்படித் தெரியும்?

மானசீகமாக என் முதுகில் தட்டிப் பாராட்டிக்கொண்டேன்.

உங்கள் கதைத்தொகுப்பு எனக்குப் பாடமாக வந்திருந்தது.

ஓ.

அவர் பல் துலக்கப் போனார். திரும்பி வந்து உற்சாகமாகப் பேச ஆரம்பித்தார். அந்தத் தொகுப்பிலுள்ள கதைகள் ஞாபகமிருக்கிறதா. நடை பிடித்திருந்ததா. மொழிபெயர்ப்பு நன்றாக வந்திருக்கிறது என்று தமிழ் அறிந்த நண்பர்கள் அந்த நாளிலேயே இவரிடம் சொல்லியிருக்கிறார்கள். பாடமாக வைத்துத் தொலைத்துவிட்டார்களே என்று எரிச்சலாக இருந்ததா, அல்லது சுவாரசியமான கதைகள்தாமா இன்னும் ஏகப்பட்ட கேள்விகள் கேட்டுக்கொண்டே போனார். அந்தத் தொகுப்பிலேயே என்னை மிகவும் கவர்ந்த கதை எது என்றும் கேட்டார்.

நான் **விஷக்கோப்பை** கதையைக் குறிப்பிட்டேன். அங்குசாமி சொன்ன அபிப்பிராயங்களையும் சொன்னேன் - வசவுகளைக் கவனமாகத் தவிர்த்துவிட்டு...

சலபதி ராவ் மீண்டும் என் முகத்தை நோக்கினார். மறுபடி வெளியில் பார்த்தார். தொலைவில் உள்ள நிலம் அசையாமல் சுழல்கிறது. சாம்பல் நிறத்திலிருந்து வெள்ளி நிறத்துக்கு மாறத் தொடங்கியிருக்கிறது வெளிச்சம்.

...நான் எழுத ஆரம்பித்த காலத்தில் சுதந்திரப் போராட்டம் முடிவடைந்து பத்துப் பனிரண்டு வருடமாகியிருந்தது. என் தலைமுறை எழுத்தாளர்களுக்கு அந்த நாட்களில் இருந்த பெரும் சவால், எதை முன்னிலைப்படுத்தி எழுதுவது என்பதுதான். விடுதலை வேட்கை நிரப்பியிருந்து காலியான இடத்தில் எதைக் கொண்டு நிரப்ப? அரசியல் சுதந்திரம் கிடைத்ததின் பின்விளைவாக, சமூகம் தன்னைக் கட்டறுத்துக்கொள்ள முயன்ற வேகம் பயமுறுத்துவதாக இருந்தது.

பண்டைய கலாச்சாரம், ஆங்கிலேயர் வருகைக்கு முன்னால் பாரத சமுதாயம் பேணிய விழுமியங்கள், என்று ஒரு பட்டியலை வைத்துக்கொண்டு கதைகளைக் கட்ட ஆரம்பித்தோம். பொதுவான நன்னெறிகளும், தனிநபர் அறங்களும் கருப்பொருட்களாய் ஆகின. ஆதரிசமான கதாபாத்திரங்களை உருவாக்கினோம். ஒருவிதத்தில், எங்கள் தலைமுறையைச் சேர்ந்தவர்களுக்கே அந்தக் கதைகள் எரிச்சலூட்டத்தான் செய்தன. உங்கள் நண்பர் ஃபினைல் நாற்றம் என்று அதைத்தான் மிகச் சரியாகக் குறிப்பிட்டிருக்கிறார்.

ஆனால், இந்திய சமூகத்தின் பொதுப்புத்தி விழித்துக்கொள்ள ஆரம்பித்திருந்த தருணமும் அதுதான். தாம் மிகுந்த விருப்பத்தோடு உடைத்தெறிந்த மரபுகள் சம்பந்தமாக நுட்பமான குற்ற உணர்ச்சி பொதுமனத்தில் படிய ஆரம்பித்திருந்தது. வழக்கம்போல இரட்டை நிலையை எடுத்துக்கொண்டது அது. அந்தரங்க வாழ்க்கையில் எல்லாப் பிறழ்வுகளுக்கும் இடம் கொடுத்தவாறே, கலை இலக்கியத்தில் மட்டும் ஆதரிசங்களை விரும்பிவந்தது.

ஆக, ஒருவகையில் அன்றைய இந்திய மனத்தின் மனச்சாட்சிபோல எங்கள் குரல் ஒலித்தது. எழுதும்போது லகுவாய் இருந்த ஆதரிசங்கள் நடைமுறை என்று வரும்போது கடைப்பிடிக்க எவ்வளவு கடின மானவை தெரியுமா ஸார்? இதை எனக்கு உணர்த்துவதற்காகவே வந்து சேர்ந்தவள் மாதிரி என் வாழ்க்கையில் நுழைந்தாள் நிர்மலா. வெறும் நிர்மலா அல்ல, நிர்மலா தேஷ்பாண்டே.

நான் விரிவுரையாளராகப் பணிபுரிந்த கல்லூரியின் சமஸ்கிருதத் துறைத் தலைவராக இருந்த மராத்திய பிராமணர் வஸந்த் ராவ் தேஷ்பாண்டேவின் ஒரே மகள். அவளுக்கு ஒரு கை ஊனம்

என்று நான் கதையில் குறிப்பிட்டிருந்தது உண்மைதான். ஒரு சிறு வேற்றுமை, நிர்மலாவின் இடதுகை முழங்கையோடு மொண்ணையாக முடிந்துவிடும். தன் மகளின் மணவாழ்க்கை சரியாக அமையாமல் போனதைப் பற்றி மிகவும் கவலை கொண்டிருந்தார் தந்தை. தனியாக இருக்கக் கிடைத்தபோதெல்லாம் அவளைப் பற்றியும் அவள் பட்ட கஷ்டங்கள் பற்றியும் என்னிடம் புலம்புவார். நிர்மலாவின் கணவன் மிதமிஞ்சிக் குடிக்கிறவனாம்.

ஒரு சந்தர்ப்பத்தில், 'முன்னமே அறிமுகமாகியிருந்தால் பேசாமல் உனக்கே என் மகளைத் திருமணம் செய்து கொடுத்திருப்பேன் வெங்க்கட்' என்று அவர் கூறியபோது நான் அதிர்ந்துவிட்டேன். எனக்கு மணமாகி நாலு வருடங்கள் ஆகியிருந்தது அப்போது. குழந்தை இன்னும் பிறக்கவில்லையே என்ற கவலை வேர் பிடிக்கத் தொடங்கியிருந்தது.

தொடர்ந்த நட்பின் காரணமாக, வஸந்த் ராவின் வீட்டுக்கு அடிக்கடி போவேன். சும்மா சொல்லக் கூடாது. அவளை மாதிரி அழகிகளையெல்லாம் பிரம்மன் ஒரு நூற்றாண்டுக்கு ஒரு தடவைதான் படைப்பான். அந்த நாட்களில் நானும் சற்று வசீகரமாக இருப்பேன். பிறகென்ன, நிர்மலாவும் நானும் வெவ்வெறு தடங்களின் வழியாக ஒரே மலையின் உச்சியை அடையப் புறப்பட்டிருந்தோம் - ஒருவருக்கொருவர் தெரிவித்துக்கொள்ளாமலே.

பேராசிரியரும் அவர் மனைவியும் வெளியூர் போயிருந்த ஒரு நாளில் அது நடந்துவிட்டது.

பதட்டம் எதுவுமில்லாமல், நாங்கள் இருவரும் ஒருவருக்காகவே மற்றவர் படைக்கப்பட்ட மாதிரி மிகுந்த ரசனையுடன் தழுவிக் கொண்டோம். என்னைப் பற்றிக்கொள்ள முடியாமல் நிர்மலாவின் இடதுகை துடித்த துடிப்பு இருக்கிறதே, அப்பப்பா...

மறுநாளிலிருந்து என் மனைவியின் முகத்தை என்னால் நிமிர்ந்து பார்க்க முடியவில்லை. பேராசிரியரின் வீட்டுக்கு முன்புபோல சரளமாகப் போக முடியவில்லை. நான் இரண்டாகப் பிளந்து போனேன். ஒரு பாதி, கனவின் இதத்துடன் நடந்துமுடிந்த சேர்க்கையை மறுபடி மறுபடி உயிர்ப்பித்து ருசித்தவாறிருந்தது. மறுபாதி, குனிந்த தலை நிமிரவிடாமல் சோர்ந்துவிழச் செய்தது.

முதல் பாதி எல்லா மனிதர்களுக்குள்ளும் இருக்கிற ஒன்றுதான். இழைக்கப்பட்ட தவறுக்காக மறுகிக்கொண்டே இருக்கும் இரண்டாவது பாதிதான் கதைகள் எழுதுவதற்கான ஊற்றாக எனக்குள் இருந்து வந்திருக்கிறது என்பதை உணர்ந்தேன்.

மேற்சொன்ன சம்பவம் நடந்தது ஒரு ஜூலை பத்தாம் தேதி. அடுத்த ஜூலை வருவதற்குள் இரண்டு விஷயங்கள் நடந்தன. உஸ்மானியா பல்கலைக்கழகத்தில் வேலை கிடைத்து நான் இடம் பெயர்ந்தேன். வஸந்த் ராவ் பேராசிரியர் பணியிலிருந்து ஓய்வுபெற்றார். அவருடைய குடும்பமும் ஊரைவிட்டுப் போய்விட்டது.

என் அந்தரங்க வாழ்க்கையிலும் இரண்டு முக்கியமான மாற்றங்கள் நிகழ்ந்துவிட்டன. என் மனைவியுடன் என்னால் இயல்பாகச் சேர முடியாமலே போய்விட்டது. மனைவியல்லாத வேறு பெண்களை நினைத்துப் பார்ப்பதே பாவம் என்று நம்பிய தலைமுறையைச் சேர்ந்தவனல்லவா நான்? ஒரே கூண்டில் அடைபட்ட வேற்றின மிருகங்கள் மாதிரி வளையவருகிறோம் இருவரும்.

இரண்டாவது மாற்றம், இன்னும் வேதனையானது. அந்தப் பெண் நிர்மலாவுடன் இணைந்ததைப்பற்றி எழுதிய கதைக்குப் பிறகு ஒரு வரி ஒரு வாக்கியம்கூடக் கற்பனையாக எழுத முடியாமலும் ஆகிவிட்டது...

நிர்மலாவுடன் இணையாமல் வெளியேறிப்போன கதை.

என்று திருத்தினேன்.

ஆமாம்.

என்று பெருமூச்செறிந்துவிட்டு வெளியில் வெறித்தார். ரயிலின் வேகம் குறைந்தது. ஏதோ நிலையம் நெருங்குகிறது. தாவுந்த் என்ற சிறுநகரம். கூச்சல்கள் நிரம்பிய நடைமேடையில் இறங்கி அங்குமிங்கும் நடந்தார் சலபதி ராவ். ரயில் மீண்டும் கிளம்பிய பிறகும் அமைதியாகவே இருந்தார். தவிர்க்க முடியாததுபோல எனக்குள் குறுகுறுத்த கேள்வியை அவரிடம் கேட்டேன்.

அதற்குப் பிறகு அந்த அம்மாளை எப்போதாவது சந்தித்தீர்களா?

இல்லவே இல்லை ஸார். இன்றுவரை ஒரு ஏக்கமாக என் மனத்தின் மூலையில் ஒண்டியிருக்கிறாள் அந்த மோகினிப் பிசாசு.

என்று அழுத்தமான குரலில் சொல்லி முடித்தார் சலபதி ராவ்.

5

மேலே நிறுத்திய இடத்தில் முடிந்திருந்தால் எவ்வளவோ நன்றாய் இருந்திருக்கும். வாழ்நாளில் எங்கெங்கோ சந்தித்து, மனப்பூர்வமாகப் பேசிக்கொண்டிருந்துவிட்டு, அடையாளம் மறக்கிற அளவு புதைந்து போன எவ்வளவோ பேரைப்போல இந்த சலபதி ராவையும் மறந்திருப்பேன்.

கல்லூரி நாட்களில் ஒருதடவை, கோட்டயத்திலிருந்து மதுரை வரும்வரை என்னோடு ஆத்மார்த்தமாகப் பழகி, இரண்டுமணி நேரத்துக்குக் குறையாமல் என் மடியில் படுத்து உறங்கிவிட்டு, தவறான விலாசத்தைக் கொடுத்துவிட்டு இறங்கிப்போன, அபாரமான முலைகளும் சதா ஊறும் உதடுகளும் கொண்ட, இளம் பெண் ஜம்னாவை மறக்கவில்லையா? அது அவளுடைய உண்மைப் பெயர்தானா என்ற குழப்பம் கொஞ்சநாள் இருந்துகொண்டிருந்ததே யொழிய, அவள் முகம் சற்றும் ஞாபகமில்லை இப்போது.

அதுசரி, கதை என்றால் நாம் வேண்டுமென்கிற இடத்தில் கொண்டு நிறுத்திவிடலாம். இது நிஜ வாழ்க்கையில்லையா ? நம்முடைய நம்பிக்கைகள் மீது காறிக்காறித் துப்புவது தவிர அதற்கு வேறேதாவது கரிசனம் இருக்கிறதா என்ன?

புனே நிலையத்தில் நான் இறங்கி சைவ சிற்றுண்டிச் சாலையில் காலை உணவு சாப்பிடப் போய்விட்டேன். இழவு வீட்டில் சூழ்நிலை எப்படி இருக்கிறதோ? அதுவரை பசி தாங்க வேண்டுமே.

கால்மணி நேரம் கழித்து நிலைய வாசலுக்கு வருகிறேன்.

எனக்குச் சற்று முன்னால் சலபதி ராவ் போய்க்கொண்டிருக்கிறார். நல்லவேளை, அவர் என்னைக் கவனிக்கவில்லை. இடதுகையால் அவர் அணைத்தபடி நடத்திச்சென்ற பெண்மணி உடம்பைச் சுற்றி சால்வை போர்த்தியிருந்தாள். பாப் வெட்டிய, கருகருவென்று அடர்ந்த பின்னந்தலை. அவளுடைய வலதுகை சலபதி ராவின் இடுப்பைப் பிடித்திருந்தது. இடது கை சால்வைக்குள் முழுக்க மறைந்திருந்தது, சரியாகப் பார்க்க இயலாதபடி.

வார்த்தை, ஜூன் 2009

யுவன் சந்திரசேகர் (1961)

இயற்பெயர் சந்திரசேகரன். மதுரை மாவட்டம் சோழவந்தானுக்கு அருகிலுள்ள கரட்டுப்பட்டி என்ற கிராமத்தில் பிறந்தவர். சென்னையில் வசிக்கிறார். பாரத ஸ்டேட் வங்கியில் பணிபுரிந்து விருப்ப ஓய்வு பெற்றவர்.

இவரது பிற நூல்கள்

நாவல்

குள்ளச்சித்தன் சரித்திரம் (2002)
பகடையாட்டம் (2004)
கானல் நதி (2006)
வெளியேற்றம் (2009)
பயணக்கதை (2011)
நினைவுதிர் காலம் (2013)
ஊர்சுற்றி (2016)
வேதாளம் சொன்ன கதை (2019)
எண்கோண மனிதன் (2021)
எதிர்க்கரை (2023)

சிறுகதை

ஒளிவிலகல் (2001)
ஏற்கனவே (2003)
கடல் கொண்ட நிலம் (2009)
நீர்ப்பறவைகளின் தியானம் (2009)
ஏமாறும் கலை (2012)
ஒற்றறிதல் (2017)
கடலில் எறிந்தவை (2021)

குறுங்கதை

மணற்கேணி (2008)
தலைப்பில்லாதவை (2021)

கவிதை

ஒற்றை உலகம் (1996)
வேறொரு உலகம் (1999)
புகைச்சுவருக்கு அப்பால் (2002)
கைமறதியாய் வைத்த நாள் (2005)
தோற்றப் பிழை (2009)
தீராப் பகல் (முழுத் தொகுப்பு)
(முதல் இரண்டு தொகுப்புகளும் 'முதல் 74 கவிதைகள்' என ஒரே நூலாக 2005இல் வெளிவந்துள்ளன.)

மொழிபெயர்ப்பு

பெயரற்ற யாத்ரீகன் - ஜென் கவிதைகள் (2003)
ஜிம் கார்பெட் 'எனது இந்தியா' (2005)
குதிரை வேட்டை (2013)
பொம்மை அறை (2015)
கூட்டுவிழிகள் கொண்ட மனிதன் (2019)

www.ingramcontent.com/pod-product-compliance
Lightning Source LLC
LaVergne TN
LVHW101413051026
849519LV00005BC/1747
* 9 7 8 9 3 9 0 0 5 3 4 6 9 *